ಓಂ

ಕೃಷ್ಣನ ನುಡಿ ತಿಳಿ ಕನ್ನಡದಲಿ

(ಭಗವದ್ಗೀತೆ)

ಕನ್ನಡ ಕಾವ್ಯರೂಪ :

ನಾಗರಾಜ ಕ್ಯಾಸನೂರು

ಪರಿವಿಡಿ

ಕೃಷ್ಣನ ನುಡಿ ತಿಳಿ ಕನ್ನಡದಲಿ

ಪ್ರಥಮೋಧ್ಯಾಯ:

1.

ಧೃತರಾಷ್ಟ್ರ ಉವಾಚ |

ಧರ್ಮಕ್ಷೇತ್ರೇ ಕುರುಕ್ಷೇತ್ರೇ ಸಮವೇತಾ ಯುಯುತ್ಸವಃ |

ಮಾಮಕಾಃ ಪಾಂಡವಾಶ್ಚೈವ ಕಿಮಕುರ್ವತ ಸಂಜಯ ||

ಧೃತರಾಷ್ಟ್ರ ಉವಾಚ:

ಧರ್ಮಕ್ಷೇತ್ರ ಆ ಕುರುಕ್ಷೇತ್ರದಲಿ

ಸಮರಾಪೇಕ್ಷೆಯಿಂದ ಸೇರಿರುತಲಿ

ನಮ್ಮವರು ಹಾಗೂ ಪಾಂಡವರು ಉಭಯ

ತಾವೇನು ಮಾಡಿದರು, ಹೇ ಸಂಜಯ

2.

ಸಂಜಯ ಉವಾಚ |

ದೃಷ್ಟ್ವಾ ತು ಪಾಂಡವಾನೀಕಂ ವ್ಯೂಢಂ ದುರ್ಯೋಧನಸ್ತದಾ |

ಆಚಾರ್ಯಮುಪಸಂಗಮ್ಯ ರಾಜಾ ವಚನಮಬ್ರವೀತ್ ||

ಸಂಜಯ ಉವಾಚ:

ಉಚಿತವ್ಯೂಹವನು ರಚಿಸುತ ತವಸುತ

ಪಾಂಡವ ಸೇನೆಯ ಹರಹನು ಕಾಣುತ

ಗುರುವಿನ ಬಳಿಗೆ ತಾ ಬಂದು ಆ ಗಳಿಗೆ

ದುರ್ಯೋಧನನು ಕರೆದೊರೆದನು ಹೀಗೆ

3.

ಪಶ್ಯೈತಾಂ ಪಾಂಡುಪುತ್ರಾಣಾಂ ಆಚಾರ್ಯ ಮಹತೀಂ ಚಮೂಂ ।
ವ್ಯೂಢಾಂ ದ್ರುಪದಪುತ್ರೇಣ ತವ ಶಿಷ್ಯೇಣ ಧೀಮತಾ ॥

ನೋಡಿರಿ ಆಚಾರ್ಯರೇ ನೀವತ್ತ

ನಿಮ್ಮಯ ಶಿಷ್ಯ- ಚತುರ ದ್ರುಪದ ಸುತ

ರಚಿಸಿರುವಂಥ ಪಾಂಡುಪುತ್ರರುಗಳ

ವ್ಯೂಹರೂಪದ ಮಹಾ ಸೇನಾಬಲ

4.

ಅತ್ರ ಶೂರಾ ಮಹೇಷ್ವಾಸಾ ಭೀಮಾರ್ಜುನಸಮಾ ಯುಧಿ ।
ಯುಯುಧಾನೋ ವಿರಾಟಶ್ಚ ದ್ರುಪದಶ್ಚ ಮಹಾರಥಃ ॥

ಅಲ್ಲಿಹರು ಮಹಾಶೂರ ಬಿಲ್ಲ್ಗರು

ಭೀಮಾರ್ಜುನರಿಗೆ ಸರಿಸಮಾನರವರು

ಮಹಾರಥಿಯಾಗಿಹ ಯುಯುಧಾನನಿಹ

ವಿರಾಟನೂ ಮತ್ತು ದ್ರುಪದನೂ ಸಹ

5.

ಧೃಷ್ಟಕೇತುಶ್ಚೇಕಿತಾನಃ ಕಾಶಿರಾಜಶ್ಚ ವೀರ್ಯವಾನ್ ।
ಪುರುಜಿತ್ ಕುಂತಿಭೋಜಶ್ಚ ಶೈಬ್ಯಶ್ಚ ನರಪುಂಗವಃ ॥

ಧೃಷ್ಟಕೇತುವೂ ಮತ್ತು ಚೇಕಿತಾನ

ಕಾಶಿರಾಜನಂತಹ ವೀರ್ಯವಾನ

ಪುರುಜಿತ ಮತ್ತು ಕುಂತಿಭೋಜ, ಶೈಬ್ಯ

ಇಂಥ ನರಪುಂಗವರು ಅಲ್ಲಿ ಲಭ್ಯ

6.

ಯುಧಾಮನ್ಯುಶ್ಚ ವಿಕ್ರಾಂತ ಉತ್ತಮೌಜಾಶ್ಚ ವೀರ್ಯವಾನ್ |
ಸೌಭದ್ರೋ ದ್ರೌಪದೇಯಾಶ್ಚ ಸರ್ವ ಏವ ಮಹಾರಥಾಃ ||

ಆ ಯುಧಾಮನ್ಯುವು ಇರುವ ವಿಕ್ರಾಂತ

ಉತ್ತಮೌಜನು ಸಹಾ ವೀರ್ಯವಂತ

ಸುಭದ್ರಾಸುತ, ದ್ರೌಪದಿಪುತ್ರರೂ

ಮಹಾರಥಿಕರು ನಿಜ ಇವರೆಲ್ಲರೂ

7.

ಅಸ್ಮಾಕಂ ತು ವಿಶಿಷ್ಟಾ ಯೇ ತಾನ್ನಿಬೋಧ ದ್ವಿಜೋತ್ತಮ |
ನಾಯಕಾ ಮಮ ಸೈನ್ಯಸ್ಯ ಸಂಜ್ಞಾರ್ಥಂ ತಾನ್ ಬ್ರವೀಮಿ ತೇ ||

ನನ್ನ ಸೇನಾನಾಯಕರ ಹೆಗ್ಗಳಿಕೆ

ಬ್ರಾಹ್ಮಣೋತ್ತಮರೆ, ತಮ್ಮಯ ಗಮನಕೆ

ಬರಲೆಂದು ಅವರೆಡೆಗೆ ನಾ ತೋರುತಲಿ

ನುಡಿಯುವೆನು ನಿಮಗೆ ಅವರ ವಿಷಯದಲಿ

8.

ಭವಾನ್ ಭೀಷ್ಮಶ್ಚ ಕರ್ಣಶ್ಚ ಕೃಪಶ್ಚ ಸಮಿತಿಂಜಯಃ |
ಅಶ್ವತ್ಥಾಮಾ ವಿಕರ್ಣಶ್ಚ ಸೌಮದತ್ತಿಸ್ತಥೈವ ಚ ||

ತಾವು ಹಾಗೂ ಭೀಷ್ಮರೂ ಕರ್ಣನೂ

ಕೃಪರು, ಅಶ್ವತ್ಥಾಮ, ವಿಕರ್ಣನೂ

ಎಂದೂ ಸಮರದಲಿ ತರುವಿರಿ ಗೆಲುವ

ಸೋಮದತ್ತನ ಮಗ ಕೂಡಾ ಇರುವ

9.

ಅನ್ಯೇ ಚ ಬಹವಃ ಶೂರಾ ಮದರ್ಥೇ ತ್ಯಕ್ತಜೀವಿತಾಃ |
ನಾನಾಶಸ್ತ್ರಪ್ರಹರಣಾಃ ಸರ್ವೇ ಯುದ್ಧವಿಶಾರದಾಃ ||

ಅನ್ಯ ಶೂರರೂ ಇಹರು ಬಹು ನೋಡಾ

ನನ್ನ ಸಲುವಾಗಿ ಪ್ರಾಣವೂ ಬೇಡ -

- ಎಂದು ಬಂದ ಯುದ್ಧವಿಶಾರದರಿವರು

ಎಲ್ಲರು ನಾನಾ ಶಸ್ತ್ರ ಸಜ್ಜಿತರು

10.

ಅಪಯಾ೯ಪ್ತಂ ತದಸ್ಮಾಕಂ ಬಲಂ ಭೀಷ್ಮಾಭಿರಕ್ಷಿತಮ್ ।
ಪಯಾ೯ಪ್ತಂ ತ್ವಿದಮೇತೇಷಾಂ ಬಲಂ ಭೀಮಾಭಿರಕ್ಷಿತಮ್ ॥

ನಮ್ಮ ಬಲವಿದು ಅಪರಿಮಿತವಿರುತ

ಭೀಷ್ಮರಿಂದ ಸಂಪೂರ್ಣವೂ ರಕ್ಷಿತ

ಆದರೋ ಪಾಂಡವರ ಈ ಪರಿಮಿತ

ಬಲವು ಭೀಮನಿಂದಾಗಿದೆ ರಕ್ಷಿತ

11.

ಅಯನೇಷು ಚ ಸರ್ವೇಷು ಯಥಾಭಾಗಮವಸ್ಥಿತಾಃ ।
ಭೀಷ್ಮಮೇವಾಭಿರಕ್ಷಂತು ಭವಂತಃ ಸರ್ವ ಏವ ಹಿ ॥

ಯುದ್ಧ ತಂತ್ರಗಳಲಿ ವಿವಿಧ ಕಡೆಗಳಲಿ

ಇರುತ ತಕ್ಕಂತೆ ಹಂಚಿ ಪಾತ್ರದಲಿ

ತಾವೆಲ್ಲರು ಕೂಡ ಇರಲೇಬೇಕು

ಭೀಷ್ಮಗೆ ಪೂರ್ಣ ಬೆಂಬಲ ಕೊಡಬೇಕು

12.

ತಸ್ಯ ಸಂಜನಯನ್ ಹರ್ಷಂ ಕುರುವೃದ್ಧಃ ಪಿತಾಮಹಃ ।
ಸಿಂಹನಾದಂ ವಿನದ್ಯೋಚ್ಚೈಃ ಶಂಖಂ ದಧ್ಮೌ ಪ್ರತಾಪವಾನ್ ॥

ಬರಿಸಲು ಅವನಿಗೆ ಬಹುವಾದ ಹರುಷ

ಕುರುಕುಲದ ಈ ಪ್ರತಾಪೀ ಪುರುಷ

ಪಿತಾಮಹರು ಸಿಂಹನಾದವನು ಏರು-
ಸ್ವರದಲಿ ಮೊಳಗಿಸಿ ಶಂಖ ಊದಿದರು

13.
ತತಃ ಶಂಖಾಶ್ಚ ಭೇರ್ಯಶ್ಚ ಪಣವಾನಕಗೋಮುಖಾಃ ।
ಸಹಸೈವಾಭ್ಯಹನ್ಯಂತ ಸ ಶಬ್ದಸ್ತುಮುಲೋಽಭವತ್ ॥

ನಂತರ ಅಲ್ಲಿ ಶಂಖ, ಗೋಮುಖ, ಭೇರಿ
ಮತ್ತದೇ ಮದ್ದಳೆ, ನಗಾರಿ ಸೇರಿ
ಒಟ್ಟಿಗೆಯೇ ಧ್ವನಿಗೈಯಲು ಎಲ್ಲಾ
ಆ ಸದ್ದಾಯಿತು ಭಾರೀ ಗದ್ದಲ

14.
ತತಃ ಶ್ವೇತೈರ್ಹಯೈರ್ಯುಕ್ತೇ ಮಹತಿ ಸ್ಯಂದನೇ ಸ್ಥಿತೌ ।
ಮಾಧವಃ ಪಾಂಡವಶ್ಚೈವ ದಿವ್ಯೌ ಶಂಖೌ ಪ್ರದಧ್ಮತುಃ ॥

ಶ್ವೇತ ಹಯಗಳನು ಹೂಡಿದ ಭಾರೀ
ರಥದಲಿ ಮಾಧವ ಕುಳಿತಿರುವ ಏರಿ
ಮತ್ತು ಪಾಂಡವನು ಕೂಡ ಜತೆಯಲ್ಲಿ
ದಿವ್ಯ ಶಂಖಗಳ ಊದಿದರು ಅಲ್ಲಿ

15.
ಪಾಂಚಜನ್ಯಂ ಹೃಷೀಕೇಶೋ ದೇವದತ್ತಂ ಧನಂಜಯಃ ।
ಪೌಂಡ್ರಂ ದಧ್ಮೌ ಮಹಾಶಂಖಂ ಭೀಮಕರ್ಮಾ ವೃಕೋದರಃ ॥

ಹೃಷಿಕೇಶನು ತನ್ನ ಪಾಂಚಜನ್ಯವನು
ದೇವದತ್ತವದನು ಧನಂಜಯನೂ
ಊದಿರಲು, ಭೀಮನಾದ ವೃಕೋದರ
ಊದಿದನು ಆ ಮಹಾಶಂಖ ಪೌಂಡ್ರ

16.

ಅನಂತವಿಜಯಂ ರಾಜಾ ಕುಂತೀಪುತ್ರೋ ಯುಧಿಷ್ಠಿರಃ ।
ನಕುಲಃ ಸಹದೇವಶ್ಚ ಸುಘೋಷಮಣಿಪುಷ್ಪಕೌ ॥

ಕುಂತಿಯಪುತ್ರನಾ ಯುಧಿಷ್ಠಿರ ರಾಯ

ಆತ ಮೊಳಗಿಸಿದನು ಅನಂತವಿಜಯ

ನಕುಲನು ಊದಿದನು ಸುಘೋಷ ಶಂಖವ

ಮಣಿಪುಷ್ಪಕವೂದಿದನು ಸಹದೇವ

17.

ಕಾಶ್ಯಶ್ಚ ಪರಮೇಷ್ವಾಸಃ ಶಿಖಂಡೀ ಚ ಮಹಾರಥಃ ।
ಧೃಷ್ಟದ್ಯುಮ್ನೋ ವಿರಾಟಶ್ಚ ಸಾತ್ಯಕಿಶ್ಚಾಪರಾಜಿತಃ ॥

ಕಾಶಿಯ ರಾಜ ಆ ಮಹಾ ಧನುರ್ಧರ

ಶಿಖಂಡಿಯು ಕೂಡ ಮಹಾರಥಿ ಧೀರ

ಧೃಷ್ಟದ್ಯುಮ್ನ, ವಿರಾಟನೂ ಸಹಾ

ಸಾತ್ಯಕಿಯು ಕೂಡ ಅಪರಾಜಿತನಿಹ

18.

ದ್ರುಪದೋ ದ್ರೌಪದೇಯಾಶ್ಚ ಸರ್ವಶಃ ಪೃಥಿವೀಪತೇ ।
ಸೌಭದ್ರಶ್ಚ ಮಹಾಬಾಹುಃ ಶಂಖಾನ್ ದಧ್ಮುಃ ಪೃಥಕ್ ಪೃಥಕ್ ॥

ದ್ರುಪದ ರಾಜ, ದ್ರೌಪದಿಯ ಪುತ್ರರೂ

ಪೃಥ್ವಿಪತಿಯೇ, ಅಲ್ಲಿರುವ - ಸರ್ವರೂ

ಮಹಾಬಾಹು - ಆ ಸುಭದ್ರೆಯ ಕುವರ-

ಶಂಖಗಳನು ಊದಿದರು- ಅವರವರ

19.

ಸ ಘೋಷೋ ಧಾರ್ತರಾಷ್ಟ್ರಾಣಾಂ ಹೃದಯಾನಿ ವ್ಯದಾರಯತ್ ।
ನಭಶ್ಚ ಪೃಥಿವೀಂ ಚೈವ ತುಮುಲೋ ವ್ಯನುನಾದಯನ್ ॥

ಆ ಘೋಷವು ಧೃತರಾಷ್ಟ್ರನ ಸುತರ

ಹೃದಯಗಳನು ಭೇದಿಸುತ ನೂರು ತರ

ಭೂಮ್ಯಾಕಾಶದಿ ಮೊಳಗುತ ಸುತ್ತಲು

ತುಮುಲವಗ್ಗೆಯಿತು ಎತ್ತೆತ್ತಲು

20.

ಅಥ ವ್ಯವಸ್ಥಿತಾನ್ ದೃಷ್ಟ್ವಾ ಧಾರ್ತರಾಷ್ಟ್ರಾನ್ ಕಪಿಧ್ವಜಃ ।

ಪ್ರವೃತ್ತೇ ಶಸ್ತ್ರಸಂಪಾತೇ ಧನುರುದ್ಯಮ್ಯ ಪಾಂಡವಃ ॥

ಆಗ ಧೃತರಾಷ್ಟ್ರನ ಪುತ್ರರು ಈ ವಿಧ

ಸಿದ್ಧವಿರುವುದನು ಕಪಿಧ್ವಜ ನೋಡಿದ

ಅಂತೆಯೇ ಉಪಕ್ರಮಿಸಲು ಹೋರಾಟ

ಪಾಂಡವನು ಬಿಲ್ಲನಣಿಗೊಳಿಸಿ ಹೊರಟ

21.

ಹೃಷೀಕೇಶಂ ತದಾ ವಾಕ್ಯಮಿದಮಾಹ ಮಹೀಪತೇ ।

ಅರ್ಜುನ ಉವಾಚ ।

ಸೇನಯೋರುಭಯೋರ್ಮಧ್ಯೇ ರಥಂ ಸ್ಥಾಪಯ ಮೇಟ್ಚ್ಯುತ ॥

ಹೃಷೀಕೇಶನಿಗೆ, ಹೇ ಮಹೀಪಾಲ,

ಆಗ ತಾ ನುಡಿದನು ಈ ಮಾತುಗಳ

ಅರ್ಜುನ ಉವಾಚ:

ಉಭಯ ಸೇನೆಗಳ ಮಧ್ಯದಲ್ಲಿ ರಥ

ನೀ ನಡೆತಂದು ನಿಲಿಸು ಹೇ ಅಚ್ಯುತ

22.

ಯಾವದೇತಾನ್ನಿರೀಕ್ಷೇಹಂ ಯೋದ್ಧುಕಾಮಾನವಸ್ಥಿತಾನ್ ।

ಕೈರ್ಮಯಾ ಸಹ ಯೋದ್ಧವ್ಯಮಸ್ಮಿನ್ ರಣಸಮುದ್ಯಮೇ ॥

ನಾ ಕಣ್ಣ ಹಾಯಿಸುವೆನು ಅವರತ-

ಯುದ್ಧಾಪೇಕ್ಷೆಯಲಿ ಯಾರಿಹರೆನುತ

ಕದನವಾಡೊಡನೆ ರಣದಲಿ ನನ್ನಿಂದ

ಯಾರ ಜತೆಗೂಡಿ ಮಾಡುವೆನು ಯುದ್ಧ

23.

ಯೋತ್ಸ್ಯಮಾನಾನವೇಕ್ಷೇಹಂ ಯ ಏತೇತ್ರ ಸಮಾಗತಾಃ ।

ಧಾರ್ತರಾಷ್ಟ್ರಸ್ಯ ದುರ್ಬುದ್ಧೇರ್ಯುದ್ಧೇ ಪ್ರಿಯಚಿಕೀರ್ಷವಃ ॥

ಕಾಣಬಯಸುವೆ ನಾನು ಯಾರೆಲ್ಲ

ಯುದ್ಧಕಾಗಿ ಸೇರಿಹರನೂ ಸಕಲ

ದುರ್ಬುದ್ಧಿಯ ಧೃತರಾಷ್ಟ್ರನ ಸುತನ

ಹಿತ ಬಯಸುತ ಮಾಡಲೆಳಸುವರು ಕದನ

24.

ಸಂಜಯ ಉವಾಚ ।

ಏವಮುಕ್ತೋ ಹೃಷೀಕೇಶೋ ಗುಡಾಕೇಶೇನ ಭಾರತ ।

ಸೇನಯೋರುಭಯೋರ್ಮಧ್ಯೇ ಸ್ಥಾಪಯಿತ್ವಾ ರಥೋತ್ತಮಮ್ ॥

ಸಂಜಯ ಉವಾಚ:

ಈ ರೀತಿ ನುಡಿಯುತಿರಲು ಗುಡಾಕೇಶ

ಹೇ ಭಾರತನೆ, ಆಗ ಹೃಷೀಕೇಶ

ಉಭಯ ಸೇನೆಗಳ ಮಧ್ಯದಲಿ ತಾನು

ತಂದು ನಿಲಿಸಿದನಾ ಉತ್ತಮ ರಥವನು

25.

ಭೀಷ್ಮದ್ರೋಣಪ್ರಮುಖತಃ ಸರ್ವೇಷಾಂ ಚ ಮಹೀಕ್ಷಿತಾಮ್ ।

ಉವಾಚ ಪಾರ್ಥ ಪಶ್ಯೈತಾನ್ ಸಮವೇತಾನ್ಕುರೂನಿತಿ ॥

ಭೀಷ್ಮ, ದ್ರೋಣರ, ಮತ್ತು ನೆರೆದಂಥ

ಎಲ್ಲ ಅರಸರ ಎದುರಲಿ ನಿಂದಿರುತ

ನುಡಿದನಿಂತು - ಹೇ ಪಾರ್ಥನೇ ನೋಡು,

ಇಲ್ಲಿ ಸೇರಿದ ಕುರುಗಳ ಈ ಬೀಡು

26.

ತತ್ರಾಪಶ್ಯತ್ಸ್ಥಿತಾನ್ ಪಾರ್ಥಃ ಪಿತೃನಥ ಪಿತಾಮಹಾನ್ ।

ಆಚಾರ್ಯಾನ್ಮಾತುಲಾನ್ಭ್ರಾತೃನ್ಪುತ್ರಾನ್ಪೌತ್ರಾನ್ಸಖೀಂಸ್ತಥಾ ॥

ಅಲ್ಲಿ ಸ್ಥಿತನಾಗಿ ನೋಡಿದನು ಪಾರ್ಥ

ಪಿತೃಗಳನು, ಪಿತಾಮಹರನು ಸಹಿತ

ಆಚಾರ್ಯರು, ಸೋದರ ಮಾವಂದಿರ

ಸಹೋದರರ, ಪುತ್ರ-ಪೌತ್ರರ, ಸಖರ-

27.

ಶ್ವಶುರಾನ್ ಸುಹೃದಶ್ಚೈವ ಸೇನಯೋರುಭಯೋರಪಿ ।

ತಾನ್ಸಮೀಕ್ಷ್ಯ ಸ ಕೌಂತೇಯಃ ಸರ್ವಾನ್ಬಂಧೂನವಸ್ಥಿತಾನ್ ॥

-ಉಭಯ ಸೇನೆಗಳಲೂ ಸೇರಿರುವಂತ

ಮಾವಂದಿರು, ಹಿತೈಷಿಗಳನು ಸಹಿತ

ಒಂದುಗೂಡಿರುವ ಬಂಧುಗಳನೆಲ್ಲ

ಕಂಡು ಕೌಂತೇಯನು ಬಳಿಕದಿ ಬಹಳ-

28.

ಕೃಪಯಾ ಪರಯಾವಿಷ್ಟೋ ವಿಷೀದನ್ನಿದಮಬ್ರವೀತ್ ।

ಅರ್ಜುನ ಉವಾಚ ।

ದೃಷ್ಟ್ವೇಮಂ ಸ್ವಜನಂ ಕೃಷ್ಣ ಯುಯುತ್ಸುಂ ಸಮುಪಸ್ಥಿತಮ್ ॥

-ಕರುಣಾಭಾವಪೂರಿತನಾಗಿರುತ

ಹೇಳಿದನು ಈ ರೀತಿ, ವಿಷಾದಿಸುತ

ಅರ್ಜುನ ಉವಾಚ:

ಇಲ್ಲಿ ನೆರೆದ ಯುದ್ಧೋತ್ಸಾಹೀ ಸ್ವಜನ

ಎಲ್ಲರ ನೋಡಿದ ನಂತರ ಕೃಷ್ಣ-

29.

ಸೀದಂತಿ ಮಮ ಗಾತ್ರಾಣಿ ಮುಖಂ ಚ ಪರಿಶುಷ್ಯತಿ ।

ವೇಪಥುಶ್ಚ ಶರೀರೇ ಮೇ ರೋಮಹರ್ಷಶ್ಚ ಜಾಯತೇ ॥

-ನನ್ನ ಅಂಗಾಂಗಗಳಿವೆ ಕಂಪಿಸುತಲಿ

ನನ್ನ ಬಾಯಿಯೂ ಸಹಾ ಒಣಗುತಲಿ

ಶರೀರದಲೆಲ್ಲಾ ನಡುಕದ ಅನುಭವ

ಕೈಯಿಂದಲೇ ಜಾರುತಿದೆ ಗಾಂಡೀವ

30.

ಗಾಂಡೀವಂ ಸ್ರಂಸತೇ ಹಸ್ತಾತ್ತ್ವಕ್ಚೈವ ಪರಿದಹ್ಯತೇ ।

ನ ಚ ಶಕ್ನೋಮ್ಯವಸ್ಥಾತುಂ ಭ್ರಮತೀವ ಚ ಮೇ ಮನಃ ॥

ರೋಮಾಂಚನ ಉಂಟಾಗುತಿದೆ ತಾನೇ

ತ್ವಚೆಯಲಿ ಸಹಾ ಉರಿಯ ಸಂವೇದನೆ

ನಿಲ್ಲಲು ಕೂಡ ಇರದಾಗಿಹೆನು ಶಕ್ತ

ನನ್ನ ಮನವೂ ವಿಸ್ಮೃತಿಯಲಿ ಇರುತ

31.

ನಿಮಿತ್ತಾನಿ ಚ ಪಶ್ಯಾಮಿ ವಿಪರೀತಾನಿ ಕೇಶವ ।

ನ ಚ ಶ್ರೇಯೋನುಪಶ್ಯಾಮಿ ಹತ್ವಾ ಸ್ವಜನಮಾಹವೇ ॥

ಸುತ್ತಲೂ ಕಾಣುತಿರುವೆನು ನಿಮಿತ್ತ

ಹೇ ಕೇಶವ, ಅವೆಲ್ಲವು ವಿಪರೀತ

ಸ್ವಜನರನೂ ಸದೆಬಡಿದು ಕದನದಲಿ

ಶ್ರೇಯವೇನು ಕಾಣಲಿ ಜೀವನದಲಿ?

32.

ನ ಕಾಂಕ್ಷೇ ವಿಜಯಂ ಕೃಷ್ಣ ನ ಚ ರಾಜ್ಯಂ ಸುಖಾನಿ ಚ ।

ಕಿಂ ನೋ ರಾಜ್ಯೇನ ಗೋವಿಂದ ಕಿಂ ಭೋಗೈರ್ಜೀವಿತೇನ ವಾ ॥

> ಕೃಷ್ಣ, ಎನಗಿಲ್ಲ ವಿಜಯದ ಆಕಾಂಕ್ಷೆ
>
> ರಾಜ್ಯದ ಸುಖಿಗಳ ಹೊಂದುವ ನಿರೀಕ್ಷೆ
>
> ಏನು ಬಂತು ರಾಜ್ಯದಿಂದ ಗೋವಿಂದ?
>
> ಏನಿರುವುದು ಭೋಗಜೀವನದಿಂದ?

33.

ಯೇಷಾಮರ್ಥೇ ಕಾಂಕ್ಷಿತಂ ನೋ ರಾಜ್ಯಂ ಭೋಗಾः ಸುಖಾನಿ ಚ ।

ತ ಇಮೇವಸ್ಥಿತಾ ಯುದ್ಧೇ ಪ್ರಾಣಾಂಸ್ತ್ಯಕ್ತ್ವಾ ಧನಾನಿ ಚ ॥

> ಎಲ್ಲ ರಾಜ್ಯ ಭೋಗದ ಸುಖ ಸಂಪದ
>
> ಯಾರ ಸಲುವಾಗಿ ಅಪೇಕ್ಷೆ ನಮ್ಮಿಂದ
>
> ಅವರೇ ಸ್ಥಿತರಾಗಿ ಮಾಡಲು ಯುದ್ಧ
>
> ಪ್ರಾಣ-ಧನಗಳನು ತ್ಯಜಿಸಲು ಸಿದ್ಧ!

34.

ಆಚಾರ್ಯಾः ಪಿತರः ಪುತ್ರಾಸ್ತಥೈವ ಚ ಪಿತಾಮಹಾः ।

ಮಾತುಲಾः ಶ್ವಶುರಾः ಪೌತ್ರಾः ಶ್ಯಾಲಾः ಸಂಬಂಧಿನಸ್ತಥಾ ॥

> ಆಚಾರ್ಯರು ಅಲ್ಲದೇ ಪಿತೃಗಳು,
>
> ಹಾಗೆಯೇ ಪುತ್ರರೂ, ಪಿತಾಮಹರೂ
>
> ಸೋದರಮಾವ, ಮಾವ, ಮೊಮ್ಮಕ್ಕಳು,
>
> ಭಾವಂದಿರು, ಮತ್ತು ಸಂಬಂಧಿಗಳು-

35.

ಏತಾನ್ನ ಹಂತುಮಿಚ್ಛಾಮಿ ಫ್ನತೋಪಿ ಮಧುಸೂದನ ।

ಅಪಿ ತ್ರೈಲೋಕ್ಯರಾಜ್ಯಸ್ಯ ಹೇತೋः ಕಿಂ ನು ಮಹೀಕೃತೇ ॥

ಹೇಳುವುದೇನಿದೆ ಭೂಮಿಗೂ ಬದಲು

ತ್ರಿಲೋಕಗಳ ರಾಜ್ಯವನೂ ಕೊಡಲೂ,

ನಾ ಕೊಲ್ಲದಲೂ, ಹೇ ಮಧುಸೂದನ,

ಇವರೆಲ್ಲರ ಕೊಲ್ಲಲು ಇಚ್ಛಿಸೆ ನಾ

36.

ನಿಹತ್ಯ ಧಾರ್ತರಾಷ್ಟ್ರಾನ್ನಃ ಕಾ ಪ್ರೀತಿಃ ಸ್ಯಾಜ್ಜನಾರ್ದನ ।

ಪಾಪಮೇವಾಶ್ರಯೇದಸ್ಮಾನ್ನತ್ವೈತಾನಾತತಾಯಿನಃ ॥

ಧೃತರಾಷ್ಟ್ರಪುತ್ರರನು ಹತಿಸಿರೆ ನಮಗೆ

ಹೇ ಜನಾರ್ದನ, ಸುಖವೇನಿದೆ ಕೊನೆಗೆ?

ಈ ಎಲ್ಲಾ ಕೊಲುವವರನೂ ಕೊಂದು

ಪಾಪಗಳೇ ಆಶ್ರಯಿಸುವುವು ಬಂದು

37.

ತಸ್ಮಾನ್ನಾರ್ಹಾ ವಯಂ ಹನ್ತುಂ ಧಾರ್ತರಾಷ್ಟ್ರಾನ್ ಸ್ವಬಾಂಧವಾನ್।

ಸ್ವಜನಂ ಹಿ ಕಥಂ ಹತ್ವಾ ಸುಖಿನಃ ಸ್ಯಾಮ ಮಾಧವ ॥

ಹೀಗಿರಲು ಧೃತರಾಷ್ಟ್ರನ ಮಕ್ಕಳನು

ಜತೆಗೆ ಬಾಂಧವರನು, ಸ್ವಜನರನೂ

ಕೊಲಲು ನಾವು ಅರ್ಹರಲ್ಲ ಭಾವಿಸಲು

ಮಾಧವನೆ, ಸುಖವೆಂತವರ ಹತಿಸಲು?

38.

ಯದ್ಯಪ್ಯೇತೇ ನ ಪಶ್ಯಂತಿ ಲೋಭೋಪಹತಚೇತಸಃ ।

ಕುಲಕ್ಷಯಕೃತಂ ದೋಷಂ ಮಿತ್ರದ್ರೋಹೇ ಚ ಪಾತಕಮ್ ॥

ಕುಲನಾಶವಗ್ಯೈವ ದೋಷವನಾಗಲಿ

ಮಿತ್ರದ್ರೋಹದ ಪಾತಕವನಾಗಲಿ

ಲೋಭವು ಆವರಿಸಿ ಕಳೆದಿರಲು ಚಿತ್ತ

ಅವರು ನೋಡದೇ ಇದ್ದರೂ ಸಹಿತ

39.

ಕಥಂ ನ ಜ್ಞೇಯಮಸ್ಮಾಭಿ ಪಾಪಾದಸ್ಮಾನ್ನಿವರ್ತಿತುಮ್ ।

ಕುಲಕ್ಷಯಕೃತಂ ದೋಷಂ ಪ್ರಪಶ್ಯದ್ಭಿರ್ಜನಾರ್ದನ ॥

ಕುಲಕ್ಷಯಗೈವ ದೋಷವದು ಹೀನ

ಎಂದು ಕಾಣುವೆವಾದರೆ, ಜನಾರ್ದನ,

ಈ ಪಾಪಗಳಿಂದ ಇರಲೆಂದು ದೂರ

ಮಾಡಬೇಕಲ್ಲವೇ ನಾವು ವಿಚಾರ?

40.

ಕುಲಕ್ಷಯೇ ಪ್ರಣಶ್ಯಂತಿ ಕುಲಧರ್ಮಾಃ ಸನಾತನಾಃ ।

ಧರ್ಮೇ ನಷ್ಟೇ ಕುಲಂ ಕೃತ್ಸ್ನ ಮಧಮೋಭಿಭವತ್ಯುತ ॥

ಸನಾತನವಾದ ಕುಲಧರ್ಮಗಳೂ

ಮರೆಯಾಗುವುವು ಕುಲಕ್ಷಯವಾಗಲು

ಕುಲಧರ್ಮಗಳು ತಾವಾಗಲು ನಾಶ

ಸಂಪೂರ್ಣ ಕುಲವೇ ಅಧರ್ಮದ ವಶ

41.

ಅಧರ್ಮಾಭಿಭವಾತ್ಕೃಷ್ಣ ಪ್ರದುಷ್ಯಂತಿ ಕುಲಸ್ತ್ರಿಯಃ ।

ಸ್ತ್ರೀಷು ದುಷ್ಟಾಸು ವಾರ್ಷ್ಣೇಯ ಜಾಯತೇ ವರ್ಣಸಂಕರಃ ॥

ಹೇ ಕೃಷ್ಣ, ಮೇಲಾಗಲು ಅಧರ್ಮ

ಕುಲಸ್ತ್ರೀಯರಲಿ ದೋಷವು ಪರಿಣಾಮ

ಕುಲಸ್ತ್ರೀಯರಿಗಿರಲು ದೋಷದ ನಂಟು

ವಾರ್ಷ್ಣೇಯನೇ, ವರ್ಣಸಂಕರ ಉಂಟು

42.

ಸಂಕರೋ ನರಕಾಯ್ಖೈವ ಕುಲಘ್ನಾನಾಂ ಕುಲಸ್ಯ ಚ |
ಪತಂತಿ ಪಿತರೋ ಹ್ಯೇಷಾಂ ಲುಪ್ತಪಿಂಡೋದಕಕ್ರಿಯಾಃ ||

ವಂಶನಾಶಕರನು, ವಂಶವನು ಸಹಿತ

ಸಂಕರವು ಸೆಳೆಯುವುದು ನರಕದತ್ತ

ಪಿಂಡೋದಕ ಕ್ರಿಯಿಗಳೂ ನಿಲ್ಲಲು

ಖಂಡಿತ ಪತನಗೊಳುವರು ಪಿತೃಗಳು

43.

ದೋಷ್ಯೈರೇತ್ಯೈಃ ಕುಲಘ್ನಾನಾಂ ವರ್ಣಸಂಕರಕಾರಕ್ಯೈಃ |
ಉತ್ಸಾದ್ಯಂತೇ ಜಾತಿಧರ್ಮಾಃ ಕುಲಧರ್ಮಾಶ್ಚ ಶಾಶ್ವತಾಃ ||

ವರ್ಣಸಂಕರಕೆ ತಾ ಕಾರಣರಾದ

ವಂಶನಾಶಕರ ಈ ದೋಷಗಳಿಂದ

ಸಹಜಧರ್ಮಗಳೂ, ಶಾಶ್ವತವಿರುವ

ಕುಲಧರ್ಮಗಳೂ ಪಡೆವುವು ವಿನಾಶವ

44.

ಉತ್ಸನ್ನಕುಲಧರ್ಮಾಣಾಂ ಮನುಷ್ಯಾಣಾಂ ಜನಾರ್ದನ |
ನರಕೇ ನಿಯತಂ ವಾಸೋ ಭವತೀತ್ಯನುಶುಶ್ರುಮ ||

ಕುಲಧರ್ಮಗಳು ಉಂಟಾಗಿರಲು ಪತನ

ಅಂತಹ ಮನುಜರಿಗೆ, ಹೇ ಜನಾರ್ದನ,

ದೊರೆವುದು ವಾಸ ಎಂದಿಗೂ ನರಕದಲಿ

ಎನ್ನುತ ಕೇಳಿರುವೆ ಪರಂಪರೆಯಲಿ

45.

ಅಹೋ ಬತ ಮಹತ್ ಪಾಪಂ ಕರ್ತುಂ ವ್ಯವಸಿತಾ ವಯಮ್ |
ಯದ್ರಾಜ್ಯಸುಖಲೋಭೇನ ಹಂತುಂ ಸ್ವಜನಮುದ್ಯತಾಃ ||

ಎಂಥ ಮಹಾಪಾಪ! ಅಯ್ಯೋ ವಿಚಿತ್ರ!

ಹೊರಟಿರುವೆವು ನಾವು ವಹಿಸಲು ಪಾತ್ರ

ರಾಜ್ಯಸುಖ ಲೋಭಕೆ ಸ್ವಜನರ ಸಾವು

ಅಂಥ ಪ್ರಯತ್ನಕೆ ನಿಂತೆವೇ ನಾವು!

46.

ಯದಿ ಮಾಮಪ್ರತೀಕಾರಮಶಸ್ತ್ರಂ ಶಸ್ತ್ರಪಾಣಯಃ |

ಧಾರ್ತರಾಷ್ಟ್ರಾ ರಣೇ ಹನ್ಯುಸ್ತನ್ಮೇ ಕ್ಷೇಮತರಂ ಭವೇತ್ ||

ಶಸ್ತ್ರವಿರದೆ, ಪ್ರತೀಕಾರವಿರದೇ

ಇರುವ ನನ್ನನು ಶಸ್ತ್ರವನು ಹಿಡಿದೇ

ಧೃತರಾಷ್ಟ್ರಸೂನುಗಳು ರಣದಲ್ಲಿ ವಧೆ

ಮಾಡಲೂ ನನಗಿಹುದು ಕ್ಷೇಮವದೇ

47.

ಸಂಜಯ ಉವಾಚ |

ಏವಮುಕ್ತ್ವಾರ್ಜುನಃ ಸಂಖ್ಯೇ ರಥೋಪಸ್ಥ ಉಪಾವಿಶತ್ |

ವಿಸೃಜ್ಯ ಸಶರಂ ಚಾಪಂ ಶೋಕಸಂವಿಗ್ನಮಾನಸಃ ||

ಸಂಜಯ ಉವಾಚ:

ರಣರಂಗದಲಿ ಹೀಗೆನ್ನುತ ಅರ್ಜುನ

ಬದಿಯಲ್ಲಿ ಬಿಸುಟಿದನು ಬಿಲ್ಲು-ಬಾಣ

ಶೋಕದಿಂದ ಮನದಲಿ ತಳಮಳಿಸುತ

ರಥದ ಪೀಠದಲಿ ಪುನಃ ತಾ ಕುಳಿತ

ಓಂ ತತ್ಸದಿತಿ ಶ್ರೀಮದ್ಭಗವದ್ಗೀತಾಸೂಪನಿಷತ್ಸು
ಬ್ರಹ್ಮವಿದ್ಯಾಯಾಂ ಯೋಗಶಾಸ್ತ್ರೇ ಶ್ರೀಕೃಷ್ಣಾರ್ಜುನಸಂವಾದೇ
ಅರ್ಜುನವಿಷಾದಯೋಗೋ ನಾಮ ಪ್ರಥಮೋಧ್ಯಾಯಃ ||

ದ್ವಿತೀಯಾಧ್ಯಾಯ:

1.

ಸಂಜಯ ಉವಾಚ ।

ತಂ ತಥಾ ಕೃಪಯಾವಿಷ್ಟಮಶ್ರುಪೂರ್ಣಾಕುಲೇಕ್ಷಣಮ್ ।

ವಿಷೀದಂತಮಿದಂ ವಾಕ್ಯಮುವಾಚ ಮಧುಸೂದನಃ ॥

    ಸಂಜಯ ಉವಾಚ:

    ಈ ತೆರದಲಿ ಆವರಿಸಿ ಅನುಕಂಪ

    ಅಶ್ರು ತುಂಬಿದ ನೇತ್ರಗಳಲಿ ಇಷ್ಟ

    ವಿಷಾದದಿಂದೊಡಗೂಡಿರುವ ಅವನ

    ಕುರಿತು ಈ ನುಡಿ ನುಡಿದ ಮಧುಸೂದನ

2.

ಶ್ರೀಭಗವಾನುವಾಚ ।

ಕುತಸ್ತ್ವಾ ಕಶ್ಮಲಮಿದಂ ವಿಷಮೇ ಸಮುಪಸ್ಥಿತಮ್ ।

ಅನಾರ್ಯಜುಷ್ಟಮಸ್ವರ್ಗ್ಯಮಕೀರ್ತಿಕರಮರ್ಜುನ ॥

    ಶ್ರೀ ಭಗವಾನುವಾಚ :

    ಈಗಿರುವ ವಿಷಮ ಸಮಯದಲಿ ಇಂತು

    ಎಲ್ಲಿಂದ ಈ ಕಶ್ಮಲ ಬಂದೊದಗಿತು?

    ಅನಾರ್ಯರಾಚರಿಸುವ ಅಪಕೀರ್ತಿಕರ

    ಇದು ಹೇ ಅರ್ಜುನ, ಸ್ವರ್ಗವಿದೂರ

3.

ಕ್ಲೈಬ್ಯಂ ಮಾ ಸ್ಮ ಗಮಃ ಪಾರ್ಥ ನೈತತ್ತ್ವಯ್ಯುಪಪದ್ಯತೇ ।

ಕ್ಷುದ್ರಂ ಹೃದಯದೌರ್ಬಲ್ಯಂ ತ್ಯಕ್ತ್ವೋತ್ತಿಷ್ಠ ಪರಂತಪ ॥

ಬರಿದೇ ಕ್ಷುದ್ರ ಹೃದಯ ದೌರ್ಬಲ್ಯ
ತರವಿದೇ ನಿನಗಿದು ಹೊಂದಲಯೋಗ್ಯ?
ಪಾರ್ಥನೇ, ಷಂಡತನ ಬೇಡವಿದು ಕೀಳು
ಪರಂತಪನೇ, ಇದ ಬಿಡು, ಮೇಲೇಳು

4.

ಅರ್ಜುನ ಉವಾಚ ।

ಕಥಂ ಭೀಷ್ಮಮಹಂ ಸಂಖ್ಯೇ ದ್ರೋಣಂ ಚ ಮಧುಸೂದನ ।
ಇಷುಭಿಃ ಪ್ರತಿಯೋತ್ಸ್ಯಾಮಿ ಪೂಜಾರ್ಹಾವರಿಸೂದನ ॥

ಅರ್ಜುನ ಉವಾಚ :

ಪೂಜಾರ್ಹರು ಭೀಷ್ಮ ಹಾಗೂ ದ್ರೋಣ
ಇರಲವರ ನಾನೆಂತು ಮಧುಸೂದನ
ರಣರಂಗದಲಿ ಬಾಣಗಳನು ಹೂಡಿ
ಅರಿಸೂದನನೆ, ಎದುರಿಸಲಿ ಹೋರಾಡಿ?

5.

ಗುರೂನಹತ್ವಾ ಹಿ ಮಹಾನುಭಾವಾನ್
ಶ್ರೇಯೋ ಭೋಕ್ತುಂ ಭೈಕ್ಷ್ಯ ಮಪೀಹ ಲೋಕೇ ।
ಹತ್ವಾರ್ಥಕಾಮಾಂಸ್ತು ಗುರೂನಿಹೈವ
ಭುಂಜೀಯ ಭೋಗಾನ್ ರುಧಿರಪ್ರದಿಗ್ಧಾನ್ ॥

ಗುರುಗಳನು, ಮಹಾನುಭಾವರನು ಕೊಂದು,
ಸುಖಿಸುವುದಕಿಂತ ಶ್ರೇಯ ತಿರಿಯುವುದು
ಸಿರಿಗಾಗಿ ಗುರುಗಳ ಕೊಲಲು ನಾವಿರುತ
ಊಣಲು ಸಿಗುವುದು ಭೋಗ ರಕ್ತಸಿಕ್ತ

6.

ನ ಚೈತದ್ ವಿದ್ಮಃ ಕತರನ್ನೋ ಗರೀಯೋ

ಯದ್ವಾ ಜಯೇಮ ಯದಿ ವಾ ನೋ ಜಯೇಯುಃ।

ಯಾನೇವ ಹತ್ವಾ ನ ಜಿಜೀವಿಷಾಮ

ಸ್ತೇಽವಸ್ಥಿತಾಃ ಪ್ರಮುಖೇ ಧಾರ್ತರಾಷ್ಟ್ರಾಃ ॥

ನಾವಿರಬಯಸೆವೋ ಯಾರನ್ನು ಕೊಂದು

ಆ ಧೃತರಾಷ್ಟ್ರಸುತರಿಹರೆದುರು ಬಂದು

ಅವರೆದುರು ಗೆಲುವೊ, ಅವರಿಂದ ಸೋಲೋ

ತಿಳಿಯದು ನಮಗೆ ಯಾವುದದು ಮೇಲೋ?

7.

ಕಾರ್ಪಣ್ಯದೋಷೋಪಹತಸ್ವಭಾವಃ

ಪೃಚ್ಛಾಮಿ ತ್ವಾಂ ಧರ್ಮಸಂಮೂಢಚೇತಾಃ।

ಯಚ್ಛ್ರೇಯಃ ಸ್ಯಾನ್ನಿಶ್ಚಿತಂ ಬ್ರೂಹಿ ತನ್ಮೇ

ಶಿಷ್ಯಸ್ತೇಹಂ ಶಾಧಿ ಮಾಂ ತ್ವಾಂ ಪ್ರಪನ್ನಮ್ ॥

ಎನದು ಧರ್ಮದ ಕುರಿತು ಮೂಢಭಾವ

ಕಾರ್ಪಣ್ಯದೋಷವು ಕವಿದ ಸ್ವಭಾವ

ಶರಣಾದೆ ಬೋಧಿಸು ಶಿಷ್ಯ ನಾ ನಿನಗೆ

ನಿಶ್ಚಿತ ಶ್ರೇಯವಾವುದು ಹೇಳೆನಗೆ

8.

ನ ಹಿ ಪ್ರಪಶ್ಯಾಮಿ ಮಮಾಪನುದ್ಯಾದ್

ಯಚ್ಛೋಕಮುಚ್ಛೋಷಣಮಿಂದ್ರಿಯಾಣಾಂ।

ಅವಾಪ್ಯ ಭೂಮಾವಸಪತ್ನಮೃದ್ಧಂ

ರಾಜ್ಯಂ ಸುರಾಣಾಮಪಿ ಚಾಧಿಪತ್ಯಮ್ ॥

ಇಂದ್ರಿಯಗಳನು ಶೋಷಿಸುತಿದೆ ಶೋಕ

ದೂರವಿಡುವ ದಾರಿ ತೋರುವ ತನಕ

ದೊರೆಯಲು ಅರಿರಹಿತ ಸಿರಿಸಹಿತ ಲೋಕ

9.

ಸಂಜಯ ಉವಾಚ ।

ಏವಮುಕ್ತ್ವಾ ಹೃಷೀಕೇಶಂ ಗುಡಾಕೇಶಃ ಪರಂತಪಃ ।

ನ ಯೋತ್ಸ್ಯ ಇತಿ ಗೋವಿಂದಮುಕ್ತ್ವಾ ತೂಷ್ಣೀಂ ಬಭೂವ ಹ ॥

ಸಂಜಯ ಉವಾಚ :

ಹೃಷೀಕೇಶನಿಗೆ ಈ ರೀತಿಯಲ್ಲಿ

ಅರಿಗಳ ತರಿವ ಗುಡಾಕೇಶನು ಹೇಳಿ

"ಮಾಡಲಾಗದು ಯುದ್ಧ, ಹೇ ಗೋವಿಂದ"

ಎಂದೆನ್ನುತಲಿ ಮೌನವನು ತಾಳಿದ

10.

ತಮುವಾಚ ಹೃಷೀಕೇಶಃ ಪ್ರಹಸನ್ನಿವ ಭಾರತ ।

ಸೇನಯೋರುಭಯೋರ್ಮಧ್ಯೇ ವಿಷೀದಂತಮಿದಂ ವಚಃ ॥

ಉಭಯ ಸೇನೆಗಳ ನಡುವಿನಲಿ ಕುಳಿತು

ವಿಷಾದದಲಿರುತಿಹ ಅವನನು ಕುರಿತು

ಹೃಷೀಕೇಶನು ಈ ಮುಂದಿನ ಮಾತ

ನಗುತಲೇ ಹೇಳಿದನು, ಹೇ ಭಾರತ

11.

ಶ್ರೀಭಗವಾನುವಾಚ ।

ಅಶೋಚ್ಯಾನನ್ವಶೋಚಸ್ತ್ವಂ ಪ್ರಜ್ಞಾವಾದಾಂಶ್ಚ ಭಾಷಸೇ ।

ಗತಾಸೂನಗತಾಸೂಂಶ್ಚ ನಾನುಶೋಚಂತಿ ಪಂಡಿತಾಃ ॥

ಶ್ರೀ ಭಗವಾನುವಾಚ :

ನುಡಿಯುತಲೇ ಜ್ಞಾನಿಗಳಂತೆ ವಿವೇಕ

ಅಳಬಾರದುದಕೆ ನೀ ಪಡುತಿಹೆ ಶೋಕ

ಜೀವಿಯು ಅಳಿದಿರಲೂ ಉಳಿದಿರಲೂ

ತಿಳಿದವರಿಗಿರದು ಅವರಿಗಾಗಿ ಅಳಲು

12.

ನ ತ್ವೇವಾಹಂ ಜಾತು ನಾಸಂ ನ ತ್ವಂ ನೇಮೇ ಜನಾಧಿಪಾಃ |

ನ ಚೈವ ನ ಭವಿಷ್ಯಾಮಃ ಸರ್ವೇ ವಯಮತಃ ಪರಮ್ ||

ನಾನು ಇರದಿರುವ ಕಾಲವೇ ಇರದಲ್ಲ

ನೀನು ನಿಜದಿ ಎಂದೂ ಇರದಿರಲಿಲ್ಲ

ಹಿಂದೂ ಮುಂದೂ ಎಂದೂ ಈ ಎಲ್ಲ

ಅರಸರೂ ನಾವೂ ಇರದುದೇ ಇಲ್ಲ

13.

ದೇಹಿನೋಸ್ಮಿನ್ಯಥಾ ದೇಹೇ ಕೌಮಾರಂ ಯೌವನಂ ಜರಾ |

ತಥಾ ದೇಹಾಂತರಪ್ರಾಪ್ತಿರ್ಧೀರಸ್ತತ್ರ ನ ಮುಹ್ಯತಿ ||

ಕೌಮಾರ್ಯ, ಯೌವನ, ಜರೆಗಳ ತೆರದಲಿ

ಶರೀರಾಂತರ ಪ್ರಾಪ್ತಿಯು ಇರುವಲಿ

ಧೀರನಾರೂ ಶರೀರ ತೊರೆವೆಂದು

ಹೊಂದನು ತಾ ಮೋಹದಲಿರುತ ಕುಂದು

14.

ಮಾತ್ರಾಸ್ಪರ್ಶಾಸ್ತು ಕೌಂತೇಯ ಶೀತೋಷ್ಣಸುಖದುಃಖದಾಃ |

ಆಗಮಾಪಾಯಿನೋನಿತ್ಯಾಸ್ತಾಂಸ್ತಿತಿಕ್ಷಸ್ವ ಭಾರತ ||

ಕೌಂತೇಯ, ಕೇವಲ ವಿಷಯಸಂಪರ್ಕ

ಶೀತ, ಉಷ್ಣ, ಸುಖ-ದುಃಖ ಪ್ರದಾಯಕ

ತೋರಿ ಮರೆಯಾಗುತ ಅವು ಅಶಾಶ್ವತ

ಇರು ಅವೆಲ್ಲವನು ಸಹಿಸುತ, ಭಾರತ

15.

ಯಂ ಹಿ ನ ವ್ಯಥಯನ್ತ್ಯೇತೇ ಪುರುಷಂ ಪುರುಷರ್ಷಭ ।
ಸಮದುಃಖಸುಖಂ ಧೀರಂ ಸೋಮೃತತ್ವಾಯ ಕಲ್ಪತೇ ॥

ಪುರುಷರ್ಷಭನೇ, ಇವೆಲ್ಲವೂ ಸಹಿತ

ಯಾವ ಪುರುಷನನು ವ್ಯಧಿಸದೇ ಇರುತ

ಸುಖ-ದುಃಖಗಳಲಿ ಸಮತೆಯ ಆ ಧೀರ

ಅಮೃತತ್ವಕೆ ತಾನಾಗುವ ಅರ್ಹ

16.

ನಾಸತೋ ವಿದ್ಯತೇ ಭಾವೋ ನಾಭಾವೋ ವಿದ್ಯತೇ ಸತಃ ।
ಉಭಯೋರಪಿ ದೃಷ್ಟೋಂತಸ್ತ್ವ ನಯೋಸ್ತತ್ತ್ವ ದರ್ಶಿಭಿಃ ॥

ಇರದೇ ಇರುವುದಕಿರುವುದೇ ಉಳಿವು?

ಶಾಶ್ವತದಿರುವಿಗೆ ಬಾರದದು ಅಳಿವು

ಎರಡನೂ ಅರಿತಿಹರಂತಿಮ ತಿಳಿವು

ಅರಿತವರೆ ಒರೆದರು ಸತ್ಯದ ಸುಳಿವು

17.

ಅವಿನಾಶಿ ತು ತದ್ವಿದ್ಧಿ ಯೇನ ಸರ್ವಮಿದಂ ತತಮ್ ।
ವಿನಾಶಮವ್ಯಯಸ್ಯಾಸ್ಯ ನ ಕಶ್ಚಿತ್ಕರ್ತುಮರ್ಹತಿ ॥

ಯಾರು ವ್ಯಾಪಿಸಿಹರೋ ಎಲ್ಲವನೂ

ತಿಳಿದುಕೋ ಇದನು - ಅವಿನಾಶಿ ಅವನು

ಅವ್ಯಯ ಅವನ ವಿನಾಶವದೆಂದೂ

ಮಾಡಲು ಯಾರಿಗೂ ಸಾಧ್ಯವಿರದೆಂದು

18.

ಅಂತವಂತ ಇಮೇ ದೇಹಾ ನಿತ್ಯಸ್ಯೋಕ್ತಾಃ ಶರೀರಿಣಃ ।
ಅನಾಶಿನೋಪ್ರಮೇಯಸ್ಯ ತಸ್ಮಾದ್ಯುಧ್ಯಸ್ಯ ಭಾರತ ॥

ಈ ದೇಹಗಳಿಗೆಲ್ಲ ಇರುವುದು ಅಂತ್ಯ

ಇವುಗಳ ಧರಿಸಿರುವಾತನವ ನಿತ್ಯ

ಎನುವರು ಅಳಿಯದ ಅಪ್ರಮೇಯನಾತ

ಇಂತಿರಲು ಯುದ್ಧಮಾಡು, ಹೇ ಭಾರತ

19.

ಯ ಏನಂ ವೇತ್ತಿ ಹಂತಾರಂ ಯಶ್ಚೈನಂ ಮನ್ಯತೇ ಹತಮ್ ।

ಉಭೌ ತೌ ನ ವಿಜಾನೀತೋ ನಾಯಂ ಹನ್ತಿ ನ ಹನ್ಯತೇ ॥

ಕೊಲುವುದೆಂದಿದನು ಗಣಿಸುವರಾರೂ

ಹತವಾಗುವುದೆಂದೆಣಿಸುವರಾರೂ

ಅರಿಯರು – ಈರ್ವರೂ ಕೂಡಾ ಎಂದೂ

ಅದು ತಾ ಸಾವಪ್ಪದು ಸಾವುಣಿಸದು

20.

ನ ಜಾಯತೇ ಮ್ರಿಯತೇ ವಾ ಕದಾಚಿತ್

ನಾಯಂ ಭೂತ್ವಾ ಭವಿತಾ ವಾ ನ ಭೂಯಃ ।

ಅಜೋ ನಿತ್ಯಃ ಶಾಶ್ವತೋಯಂ ಪುರಾಣೋ

ನ ಹನ್ಯತೇ ಹನ್ಯಮಾನೇ ಶರೀರೇ ॥

ಹಿಂದೂ ಇಂದೂ ಮುಂದೂ ಎಂದೂ

ಭವಿಸದು ಇದು ಉಳಿದಳಿಯದೂ ಮುಂದು

ಅಜ ನಿತ್ಯ ಶಾಶ್ವತ ಪುರಾತನ ಅದು

ಹತ್ಯವದಾಗದು ಸತ್ತರೂ ತನುವಿದು

21.

ವೇದಾವಿನಾಶಿನಂ ನಿತ್ಯಂ ಯ ಏನಮಜಮವ್ಯಯಮ್ ।

ಅಥಂ ಸ ಪುರುಷಃ ಪಾರ್ಥ ಕಂ ಘಾತಯತಿ ಹನ್ತಿ ಕಮ್ ॥

ಹುಟ್ಟ-ಸಾವಿರದ ಮೊದಲು-ಬದಲಿರದ

ರೂಹಿರದ, ನಿತ್ಯದಸ್ತಿತ್ವ ತತ್ವದ

ವೇದ್ಯವಿರುವ ಪುರುಷನು ಯಾರನು ತಾ

ಕೊಂದಾನು ಕೊಲು ಎಂತೆಂದಾನು ಪಾರ್ಥ?

22.

ವಾಸಾಂಸಿ ಜೀರ್ಣಾನಿ ಯಥಾ ವಿಹಾಯ

ನವಾನಿ ಗೃಹ್ಣಾತಿ ನರೋಪರಾಣಿ |

ತಥಾ ಶರೀರಾಣಿ ವಿಹಾಯ ಜೀರ್ಣಾ

ನ್ಯನ್ಯಾನಿ ಸಂಯಾತಿ ನವಾನಿ ದೇಹೀ ||

ಹರಿದ ಬಟ್ಟೆಯ ಬಿಟ್ಟೆಸೆಯುವರಷ್ಟೇ?

ಬೇರೆ ಹೊಸತು ನರ ಪಡೆಯುವನಷ್ಟೇ?

ಗತದೇಹಿಯು ಇದೇ ವಿಧದಲಿ ನೂತನ

ದೇಹವ ಧರಿಸುತ ಪಡೆವನು ಜೀವನ

23.

ನೈನಂ ಥಿಂದಂತಿ ಶಸ್ತ್ರಾಣಿ ನೈನಂ ದಹತಿ ಪಾವಕಃ |

ನ ಚೈನಂ ಕ್ಲೇದಯನ್ಮಾಪೋ ನ ಶೋಷಯತಿ ಮಾರುತಃ ||

ಶಸ್ತ್ರಗಳಿದನೆಂದೂ ಕತ್ತರಿಸವು

ಇದನೆಂದೂ ದಹಿಸದು ಬೆಂಕಿಯ ಕಾವು

ನೆನೆಯಿಸಲಾಗದು ಇದನು ನೀರಿಂದ

ಇದ ಒಣಗಿಸಲಾಗದು ಮರುತನಿಂದ

24.

ಅಚ್ಛೇದ್ಯೋಯಮದಾಹ್ಯೋಯಮಕ್ಲೇದ್ಯೋಶೋಷ್ಯ ಏವ ಚ |

ನಿತ್ಯಃ ಸರ್ವಗತಃ ಸ್ಥಾಣುರಚಲೋಯಂ ಸನಾತನಃ ||

ಒಡಲಿನ ಒಡೆಯನ ಒಡೆಯಲೂ ಆಗದು

ಸುಡಲಾಗದು, ಅದು ಕರಗದು ಒಣಗದು

ನಿತ್ಯವಿದು ಅಚಲವೇ ಸರ್ವವ್ಯಾಪಿ

ಬದಲಾಗದ ಈ ಸನಾತನ ರೂಪಿ

25.

ಅವ್ಯಕ್ತೋಯಮಚಿಂತ್ಯೋಯಮವಿಕಾರ್ಯೋಯಮುಚ್ಯತೇ ।

ತಸ್ಮಾದೇವಂ ವಿದಿತ್ವೈನಂ ನಾನುಶೋಚಿತುಮರ್ಹಸಿ ॥

ಅಚಿಂತ್ಯನವನು ಅವಿಕಾರಿ ಅಗೋಚರ

ಎಂದೆನುತ ಹೇಳಲ್ಪಡುವುದು ವಿಚಾರ

ಹಾಗಾಗಿಯೇ ಈ ರೀತಿ ಸರಿಯರಿತು

ಶೋಕಿಸಲೇಬಾರದು ಅವನ ಕುರಿತು

26.

ಅಥ ಚೈನಂ ನಿತ್ಯಜಾತಂ ನಿತ್ಯಂ ವಾ ಮನ್ಯಸೇ ಮೃತಮ್ ।

ತಥಾಪಿ ತ್ವಂ ಮಹಾಬಾಹೋ ನೈವಂ ಶೋಚಿತುಮರ್ಹಸಿ ॥

ಜೀವನು ಎಂದೂ ಜನಿಸುವನೆಂದರೂ

ಜನಿಸಿ ಎಂದಿಗೂ ಸಾವಿಗೆ ಸಂದರೂ

ಹೇ ಮಹಾಬಾಹು, ಹಾಗೆ ಭಾವಿಸಲೂ

ಆವ ಕಾರಣವೂ ಇರದು ಶೋಕಿಸಲು

27.

ಜಾತಸ್ಯ ಹಿ ಧ್ರುವೋ ಮೃತ್ಯುರ್ಧ್ರುವಂ ಜನ್ಮ ಮೃತಸ್ಯ ಚ ।

ತಸ್ಮಾದಪರಿಹಾರ್ಯೇರ್ಥೇ ನ ತ್ವಂ ಶೋಚಿತುಮರ್ಹಸಿ ॥

ಜನಿಸಿದವರಿಗೆ ಮೃತ್ಯುವದು ನಿಶ್ಚಿತ

ಮರಣ ಹೊಂದಲು ಮರುಜನನವು ಖಂಡಿತ

ಅನಿವಾರ್ಯದ ಈ ವಿಚಾರದಲಿ ಪಾರ್ಥ

ನೀ ಶೋಕಿಸುವುದಕೆ ಇಲ್ಲವು ಅರ್ಥ

28.

ಅವ್ಯಕ್ತಾದೀನಿ ಭೂತಾನಿ ವ್ಯಕ್ತಮಧ್ಯಾನಿ ಭಾರತ ।
ಅವ್ಯಕ್ತನಿಧನಾನ್ಯೇವ ತತ್ರ ಕಾ ಪರಿದೇವನಾ ॥

ಆದಿಯಲ್ಲಿ ಈ ಸೃಷ್ಟಿ ಅವ್ಯಕ್ತ
ಮಧ್ಯದಲಿ ವ್ಯಕ್ತವಿದು, ಹೇ ಭಾರತ
ನಶಿಸಿ ಅವ್ಯಕ್ತವಾದಾಗ ಮತ್ತೆ
ಅದಕಾಗಿ ಶೋಕಕೆ ಕಾರಣವಿತ್ತೆ?

29.

ಆಶ್ಚರ್ಯವತ್ ಪಶ್ಯತಿ ಕಶ್ಚಿದೇನಮ್
ಆಶ್ಚರ್ಯವದ್ ವದತಿ ತಥೈವ ಚಾನ್ಯಃ ।
ಆಶ್ಚರ್ಯವಚ್ಚೈನಮನ್ಯಃ ಶೃಣೋತಿ
ಶ್ರುತ್ವಾಪ್ಯೇನಂ ವೇದ ನ ಚೈವ ಕಶ್ಚಿತ್ ॥

ಕಾಣುವರಿದ ಅಚ್ಚರಿಯಲಿ ಕೆಲವರು
ಹಲವರಿದಚ್ಚರಿ ಎನುತಲಿ ಒರೆವರು
ಆಲಿಸಲು ಬೇರೊಬ್ಬನಿಗೆ ಆಶ್ಚರ್ಯ
ಆಲಿಸಿಯೂ ಯಾರೊಬ್ಬನೂ ತಿಳಿಯ

30.

ದೇಹೀ ನಿತ್ಯಮವಧ್ಯೋಯಂ ದೇಹೇ ಸರ್ವಸ್ಯ ಭಾರತ ।
ತಸ್ಮಾತ್ಸರ್ವಾಣಿ ಭೂತಾನಿ ನ ತ್ವಂ ಶೋಚಿತುಮರ್ಹಸಿ ॥

ಎಲ್ಲ ದೇಹಗಳ ಒಳಗೆ ಇರುವಾತ
ಶಾಶ್ವತನು, ಅವಧ್ಯನು, ಹೇ ಭಾರತ
ಹೀಗಿರಲು ನೀನು ಇದರಂತೆ ಅರಿತು
ಶೋಕಿಸದಿರು ಎಲ್ಲ ಜೀವಿಗಳ ಕುರಿತು

31.

ಸ್ವಧರ್ಮಮಪಿ ಚಾವೇಕ್ಷ್ಯ ನ ವಿಕಂಪಿತುಮರ್ಹಸಿ ।
ಧರ್ಮ್ಯಾದ್ಧಿ ಯುದ್ಧಾಚ್ಛ್ರೇಯೋನ್ಯತ್ಕ್ಷತ್ರಿಯಸ್ಯ ನ ವಿದ್ಯತೇ ॥

ಸ್ವಧರ್ಮವ ಗಣಿಸಿದರೂ ನೀ ಯುದ್ಧ

ಮಾಡಲು ಹಿಂಜರಿಯದೇ ಇರು ಸಿದ್ಧ

ಇನ್ನಾವುದಿದೆ ಇದಕಿಂತಲೂ ಶ್ರೇಯ?

ಕ್ಷತ್ರಿಯನಿಗೆ ಇರದು ಬೇರೆ ಉಪಾಯ

32.

ಯದೃಚ್ಛಯಾ ಚೋಪಪನ್ನಂ ಸ್ವರ್ಗದ್ವಾರಮಪಾವೃತಮ್ ।
ಸುಖಿನಃ ಕ್ಷತ್ರಿಯಾಃ ಪಾರ್ಥ ಲಭಂತೇ ಯುದ್ಧಮೀದೃಶಮ್ ॥

ತಾನೇ ಧುರದವಕಾಶವು ಕರೆದಿದೆ

ಸ್ವರ್ಗಕೆ ನುಗ್ಗಲು ಬಾಗಿಲು ತೆರೆದಿದೆ

ಇಂತಹ ಸಮರದಲಿ ಸಿಗಲದು ಪಾತ್ರ

ಪಾರ್ಥನೇ, ಸುಖಿ ಆ ಕ್ಷತ್ರಿಯ ಮಾತ್ರ

33.

ಅಥ ಚೇತ್ತ್ವಮಿಮಂ ಧರ್ಮ್ಯಂ ಸಂಗ್ರಾಮಂ ನ ಕರಿಷ್ಯಸಿ ।
ತತಃ ಸ್ವಧರ್ಮಂ ಕೀರ್ತಿಂ ಚ ಹಿತ್ವಾ ಪಾಪಮವಾಪ್ಸ್ಯಸಿ ॥

ಹೀಗಿರಲು ಈ ಧರ್ಮಯುದ್ಧವ ಈಗ

ಒಂದೊಮ್ಮೆ ಮಾಡದಿರಲು ನೀನಾಗ

ಎರವಾಗುವೆ ಕೀರ್ತಿಗೆ ಸ್ವಧರ್ಮಕೆ

ದೊರೆಯುವುದು ನಿನಗೆ ಪಾಪದ ಗಳಿಕೆ

34.

ಅಕೀರ್ತಿಂ ಚಾಪಿ ಭೂತಾನಿ ಕಥಯಿಷ್ಯಂತಿ ತೇವ್ಯಯಾಮ್ ।
ಸಂಭಾವಿತಸ್ಯ ಚಾಕೀರ್ತಿರ್ಮರಣಾದತಿರಿಚ್ಯತೇ ॥

ಮಿಗಿಲಾಗಿ ನಿನ್ನ ಅಪಕೀರ್ತಿಯ ಕಥನ

ಕೊನೆಯಿರದಂತೆ ಆಡಿಕೊಳ್ಳುವರು ಜನ

ಸಂಭಾವಿತನಿಗೆ ಅಂಟಲು ಅಪಕೀರ್ತಿ

ಮರಣಕಿಂತಲೂ ಸಹ ಅಧಿಕ ದುಸ್ಥಿತಿ

35.

ಭಯಾದ್ರಣಾದುಪರತಂ ಮಂಸ್ಯಂತೇ ತ್ವಾಂ ಮಹಾರಥಾಃ ।

ಯೇಷಾಂ ಚ ತ್ವಂ ಬಹುಮತೋ ಭೂತ್ವಾ ಯಾಸ್ಯಸಿ ಲಾಘವಮ್ ॥

ನಿನ್ನನು ಮಾನ್ಯ ಮಾಡುವ ಮಹಾರಥರು

ನೀ ಹೆದರಿಕೆಯಲಿ ರಣ ತೊರೆದ ಭೀರು

ಎಂದು ನಿನ್ನ ಪರಿಗಣಿಸುವಂತಾಗಿ

ನೀನು ಆಗ ಹೋಗುವೆ ಹಗುರವಾಗಿ

36.

ಅವಾಚ್ಯವಾದಾಂಶ್ಚ ಬಹೂನ್ವದಿಷ್ಯಂತಿ ತವಾಹಿತಾಃ ।

ನಿಂದಂತಸ್ತವ ಸಾಮರ್ಥ್ಯಂ ತತೋ ದುಃಖತರಂ ನು ಕಿಮ್ ॥

ತರವಲ್ಲದ ಶಬ್ದಗಳನು ಬಹುವಿಧದಿ

ಆಡುತ ನಿನ್ನ ಅರಿಗಳಾದ ಮಂದಿ

ನಿಂದಿಸುತಿರಲವರು ನಿನ್ನ ಸಾಮರ್ಥ್ಯ

ಅದಕಿಂತ ಮಿಗಿಲು ಇನ್ನೇನಿದೆ ಹೇಯ?

37.

ಹತೋ ವಾ ಪ್ರಾಪ್ಸ್ಯಸಿ ಸ್ವರ್ಗಂ ಜಿತ್ವಾ ವಾ ಭೋಕ್ಷ್ಯಸೇ ಮಹೀಂ ।

ತಸ್ಮಾದುತ್ತಿಷ್ಠ ಕೌಂತೇಯ ಯುದ್ಧಾಯ ಕೃತನಿಶ್ಚಯಃ ॥

ಯುದ್ಧದಲಿ ಗೆದ್ದರೆ ಭೂಮಿಯ ಭೋಗ

ಪ್ರಾಣವು ಹೋದರೆ ಪ್ರಾಪ್ತಿಯು ಸ್ವರ್ಗ

ಇಂತು ತಿಳಿದು ಮಾಡಿರುತಲಿ ನಿಶ್ಚಯ

ಯುದ್ಧಕೆ ಮೇಲೆದ್ದೇಳು ಕೌಂತೇಯ

38.

ಸುಖದುಃಖೇ ಸಮೇ ಕೃತ್ವಾ ಲಾಭಾಲಾಭೌ ಜಯಾಜಯೌ ।

ತತೋ ಯುದ್ಧಾಯ ಯುಜ್ಯಸ್ವ ನೈವಂ ಪಾಪಮವಾಪ್ಸ್ಯಸಿ ॥

ಸುಖ-ದುಃಖ, ಲಾಭ-ನಷ್ಟಗಳ ಸಹಿತ

ಜಯಾಪಜಯಗಳಲೂ ಸಮತೆ ತೋರುತ

ಇರುತ ಯುದ್ಧದಲಿ ಹೋರಲು ನಿನಗೆ

ಪಾಪದ ಲೇಪವು ತಾಗದದು ಕೊನೆಗೆ

39.

ಏಷಾ ತೇಭಿಹಿತಾ ಸಾಂಖ್ಯೇ ಬುದ್ಧಿಯೋಗೇ ತ್ವಿಮಾಂ ಶೃಣು ।

ಬುದ್ಧ್ಯಾ ಯುಕ್ತೋ ಯಯಾ ಪಾರ್ಥ ಕರ್ಮಬನ್ಧಂ ಪ್ರಹಾಸ್ಯಸಿ ॥

ವಿವರದಿ ಹೇಳಿದೆ ಸಾಂಖ್ಯವಿದೆಲ್ಲವ

ಬುದ್ಧಿಯೋಗದಲಿ ಮತ್ತೆ ವಿವರಿಸುವ

ಮಾತಲಿ ಬುದ್ಧಿಯನಿರಿಸಿ ನೀ ಕೇಳು

ಕರ್ಮಬಂಧದಿಂದ ಮುಕ್ತಿಯ ತಾಳು

40.

ನೇಹಾಭಿಕ್ರಮನಾಶೋಸ್ತಿ ಪ್ರತ್ಯವಾಯೋ ನ ವಿದ್ಯತೇ ।

ಸ್ವಲ್ಪಮಪ್ಯಸ್ಯ ಧರ್ಮಸ್ಯ ತ್ರಾಯತೇ ಮಹತೋ ಭಯಾತ್ ॥

ಈ ಮಾರ್ಗದ ಯತ್ನದಲಿಲ್ಲ ನಷ್ಟ

ಇರದು ಯಾವ ದುಷ್ಪರಿಣಾಮದ ಕಷ್ಟ

ತುಸುವೇ ಈ ಧರ್ಮ ಪಾಲಿಸಲೂ

ಕಾಪಾಡುವುದು ಮಹಾಭಯದಿಂದಲೂ

41.

ವ್ಯವಸಾಯಾತ್ಮಿಕಾ ಬುದ್ಧಿರೇಕೇಹ ಕುರುನಂದನ ।

ಬಹುಶಾಖಾ ಹ್ಯನಂತಾಶ್ಚ ಬುದ್ಧಯೋಽವ್ಯವಸಾಯಿನಾಮ್ ॥

ಇದರಲಿ ನಿಶ್ಚಯದಲಿ ತೊಡಗಿರುವವನ

ಬುದ್ಧಿಯು ಒಮ್ಮುಖಿ, ಹೇ ಕುರುನಂದನ

ನಿಶ್ಚಯದಲಿರದ ಬುದ್ಧಿಗೆ ಅನಂತ

ಬಹುಶಾಖೆಯ ದಾರಿಗಳಿವೆ ತೋರುತ

42.

ಯಾಮಿಮಾಂ ಪುಷ್ಪಿತಾಂ ವಾಚಂ ಪ್ರವದಂತ್ಯವಿಪಶ್ಚಿತಃ ।

ವೇದವಾದರತಾಃ ಪಾರ್ಥ ನಾನ್ಯದಸ್ತೀತಿ ವಾದಿನಃ ॥

ವೇದಗಳ ಕುರಿತು ವಾದದಲಿ ತೊಡಗುತ

ಏನೆಲ್ಲ ಹೂಮಾತುಗಳನು ಗಳಹುತ

ಅಲ್ಪಜ್ಞಾನಿಗಳಾದವರು, ಹೇ ಪಾರ್ಥ

ಬೇರಿರದೇನೂ ಎಂಬರು ವಾದಿಸುತ-

43.

ಕಾಮಾತ್ಮಾನಃ ಸ್ವರ್ಗಪರಾ ಜನ್ಮಕರ್ಮಫಲಪ್ರದಾಮ್ ।

ಕ್ರಿಯಾವಿಶೇಷಬಹುಲಾಂ ಭೋಗೈಶ್ವರ್ಯಗತಿಂ ಪ್ರತಿ ॥

-ಐಶ್ವರ್ಯ-ಭೋಗದ ಪ್ರಗತಿಯ ಗಳಿಸುವ

ಬಗಬಗೆ ಕರ್ಮಕಲಾಪಗಳ ವಿಷಯವ

ಬಯಸಿ ಕಾಮನೆಗಳನೂ ಸ್ವರ್ಗವನೂ

ಪಡೆವರು ಜನ್ಮವೀವ ಕರ್ಮಫಲವನು

44.

ಭೋಗೈಶ್ವರ್ಯಪ್ರಸಕ್ತಾನಾಂ ತಯಾಪಹೃತಚೇತಸಾಮ್ ।

ವ್ಯವಸಾಯಾತ್ಮಿಕಾ ಬುದ್ಧಿಃ ಸಮಾಧೌ ನ ವಿಧೀಯತೇ ॥

ವಿಷಯ - ವಿಲಾಸದಿ ಅಪಹೃತ ಚಿತ್ತ

ಭೋಗ್ಯೈಶ್ವರ್ಯದಿ ಪರಮಾಸಕ್ತ

ಇರಲವಗೆ ದೃಢ ಸಂಕಲ್ಪದ ಬುದ್ಧಿ

ತಾ ಎರವಾಗಿ ಉಂಟಾಗದು ಸಮಾಧಿ

45.

ತ್ರೈಗುಣ್ಯವಿಷಯಾ ವೇದಾ ನಿಸ್ತ್ರೈಗುಣ್ಯೋ ಭವಾರ್ಜುನ ।

ನಿರ್ದ್ವಂದ್ವೋ ನಿತ್ಯಸತ್ತ್ವಸ್ಥೋ ನಿರ್ಯೋಗಕ್ಷೇಮ ಆತ್ಮವಾನ್ ॥

ಇರಲು ವೇದಗಳ ವಿಷಯಗಳು ತ್ರಿಗುಣ

ಮೂರೂ ಗುಣಗಳ ಮೀರಿ ನೀನರ್ಜುನ

ನಿತ್ಯಸತ್ತ್ವ ನಿರ್ದ್ವಂದ್ವದ ಸ್ಥಿತಿಯಲಿ

ಇರು ಯೋಗಕ್ಷೇಮದಾಚೆ ಆತ್ಮನಲಿ

46.

ಯಾವಾನರ್ಥ ಉದಪಾನೇ ಸರ್ವತಃ ಸಂಪ್ಲುತೋದಕೇ ।

ತಾವಾನ್ಸರ್ವೇಷು ವೇದೇಷು ಬ್ರಾಹ್ಮಣಸ್ಯ ವಿಜಾನತಃ ॥

ಎಲ್ಲೆಡೆ ನೀರ ಪ್ರವಾಹವಿರುವಾಗ

ಬಾವಿನೀರಿಂದ ಏನು ಉಪಯೋಗ?

ಬ್ರಹ್ಮಜ್ಞಾನಿಗೆ ಅದೇ ರೀತಿಯಲಿ

ಎಲ್ಲ ವೇದಗಳೂ ಇರುವವೆಂದು ತಿಳಿ

47.

ಕರ್ಮಣ್ಯೇವಾಧಿಕಾರಸ್ತೇ ಮಾ ಫಲೇಷು ಕದಾಚನ ।

ಮಾ ಕರ್ಮಫಲಹೇತುರ್ಭೂರ್ಮಾ ತೇ ಸಂಗೋಸ್ತ್ವಕರ್ಮಣಿ ॥

ಖಂಡಿತ ನಿನ್ನದು ಕರ್ಮಕೆ ಅಧಿಕಾರ

ಎಂದೂ ಫಲದಾಸೆಯ ಬಿಟ್ಟಿರು ದೂರ

ಆಗದಿರು ಕರ್ಮಫಲಗಳ ಕಾರಣ

ಕರ್ಮ ತೊರೆವುದೂ ಸೆಳೆಯದಿರಲಿ ನಿನ್ನ

48.
ಯೋಗಸ್ಥಃ ಕುರು ಕರ್ಮಾಣಿ ಸಂಗಂ ತ್ಯಕ್ತ್ವಾ ಧನಂಜಯ ।
ಸಿದ್ಧ್ಯ ಸಿದ್ಧ್ಯೋಃ ಸಮೋ ಭೂತ್ವಾ ಸಮತ್ವಂ ಯೋಗ ಉಚ್ಯತೇ ॥

ಯೋಗದಲಿ ಸ್ಥಿತನಿರುತ ಆಸಕ್ತಿಯ

ತೊರೆದು ಕರ್ಮಗಳ ಮಾಡು ಧನಂಜಯ

ಸಿದ್ಧಿ-ಅಸಿದ್ಧಿಗಳು ಸಮವೆಂದಾಗ

ಆ ಸಮಚಿತ್ತಕೆ ಕರೆಯುವರು - ಯೋಗ

49.
ದೂರೇಣ ಹ್ಯವರಂ ಕರ್ಮ ಬುದ್ಧಿಯೋಗಾದ್ಧನಂಜಯ ।
ಬುದ್ಧೌ ಶರಣಮನ್ವಿಚ್ಛ ಕೃಪಣಾಃ ಫಲಹೇತವಃ ॥

ಆಸಕ್ತಕರ್ಮವು ಬಲು ಹೀನಾಯ

ಬುದ್ಧಿಯೋಗಕಿಂತ, ಹೇ ಧನಂಜಯ

ಆಶ್ರಯವ ಅರಸಾ ಬುದ್ಧಿಯ ನೆರಳಲಿ

ಫಲಾಪೇಕ್ಷಿಗಳು ಕೃಪಣರೆಂದು ತಿಳಿ

50.
ಬುದ್ಧಿಯುಕ್ತೋ ಜಹಾತೀಹ ಉಭೇ ಸುಕೃತದುಷ್ಕೃ ತೇ ।
ತಸ್ಮಾದ್ಯೋಗಾಯ ಯುಜ್ಯಸ್ವ ಯೋಗಃ ಕರ್ಮಸು ಕೌಶಲಮ್ ॥

ಇಹದಲಿಯೇ ಸುಕೃತ ಮತ್ತು ದುಷ್ಕೃ ತ

ಉಭಯವ ದೂರ ಮಾಡುವ ಬುದ್ಧಿಯುಕ್ತ

ಆದ್ದರಿಂದ ತೊಡಗಿಕೋ ಯೋಗದಲಿ

ಯೋಗವು ಕರ್ಮಕೌಶಲವೆಂದು ತಿಳಿ

51.

ಕರ್ಮಜಂ ಬುದ್ಧಿಯುಕ್ತಾ ಹಿ ಫಲಂ ತ್ಯಕ್ತ್ವಾ ಮನೀಷಿಣಃ ।
ಜನ್ಮಬಂಧವಿನಿರ್ಮುಕ್ತಾಃ ಪದಂ ಗಚ್ಛನ್ತ್ಯನಾಮಯಮ್ ॥

ಮನೀಷಿಗಣರಾಗುತ ಬುದ್ಧಿಯುಕ್ತ

ಕರ್ಮಗಳೀವ ಫಲಗಳನು ತ್ಯಜಿಸುತ

ಪಡೆದು ಜನ್ಮಬಂಧನದಿಂದ ವಿಮುಕ್ತಿ

ತಲುಪುವರು ಕ್ಲೇಶರಹಿತ ಪದದ ಗತಿ

52.

ಯದಾ ತೇ ಮೋಹಕಲಿಲಂ ಬುದ್ಧಿರ್ವ್ಯತಿತರಿಷ್ಯತಿ ।
ತದಾ ಗನ್ತಾಸಿ ನಿರ್ವೇದಂ ಶ್ರೋತವ್ಯಸ್ಯ ಶ್ರುತಸ್ಯ ಚ ॥

ಮೋಹದ ಕತ್ತಲು ಸುತ್ತಲು ಮುತ್ತಲು

ಬುದ್ಧಿಯು ನಿನ್ನನು ದಾಟಿಸಿ ಎತ್ತಲು

ಮುಂದೆ ಕೇಳುವುದಕ್ಕಿರದು ಅಪೇಕ್ಷೆ

ಕೇಳಿ ಬಿಟ್ಟುದಕೂ ಬರಲು ಉಪೇಕ್ಷೆ

53.

ಶ್ರುತಿವಿಪ್ರತಿಪನ್ನಾ ತೇ ಯದಾ ಸ್ಥಾಸ್ಯತಿ ನಿಶ್ಚಲಾ ।
ಸಮಾಧಾವಚಲಾ ಬುದ್ಧಿಸ್ತದಾ ಯೋಗಮವಾಪ್ಸ್ಯಸಿ ॥

ಬಲು ಶ್ರುತಿಗಳಿಂದ ಅಪ್ರತಿಭನಾಗಿ

ಉಳಿಯದೆ ಸಮಾಧಿಯಲಿ ನಿಶ್ಚಲನಾಗಿ

ನಿಲಲು ಸ್ಥಿರವಾಗಿ ನಿನ್ನಯ ಬುದ್ಧಿ

ನೆಲೆಸುವೆ ನೀನಾಗ ಯೋಗವನು ಹೊಂದಿ

54.

ಅರ್ಜುನ ಉವಾಚ ।

ಸ್ಥಿತಪ್ರಜ್ಞಸ್ಯ ಕಾ ಭಾಷಾ ಸಮಾಧಿಸ್ಥಸ್ಯ ಕೇಶವ ।
ಸ್ಥಿತಧೀಃ ಕಿಂ ಪ್ರಭಾಷೇತ ಕಿಮಾಸೀತ ವ್ರಜೇತ ಕಿಮ್ ॥

ಅರ್ಜುನ ಉವಾಚ :

ಸಮಾಧಿಯಲ್ಲಿ ಸ್ಥಿರ ಸಮಾವಿಷ್ಟನವ
ಸ್ಥಿತಪ್ರಜ್ಞನದೆಂಥ ಸ್ಥಿತಿ ಕೇಶವ?
ಆತನ ಮಾತದು ಎಂತಿರುವುದು? ಹೇಗೆ?
ಕುಂತಿರುವ, ನಡೆದಾಡುವುದಾವ ಬಗೆ?

55.

ಶ್ರೀಭಗವಾನುವಾಚ ।

ಪ್ರಜಹಾತಿ ಯದಾ ಕಾಮಾನ್ಸರ್ವಾನ್ಪಾರ್ಥ ಮನೋಗತಾನ್ ।
ಆತ್ಮನ್ಯೇವಾತ್ಮನಾ ತುಷ್ಟಃ ಸ್ಥಿತಪ್ರಜ್ಞಸ್ತದೋಚ್ಯತೇ ॥

ಶ್ರೀ ಭಗವಾನುವಾಚ :

ಮನದಲಿ ಉದಯಿಸುವ ಕಾಮನೆಯ ಅಲೆ
ಎಲ್ಲವ ಗೆಲ್ಲುತ, ಎಂದು ಆತ್ಮನು ನೆಲೆ
ನಿಲ್ಲುವನೋ ಆತ್ಮನಲಾಗಿ ತೃಪ್ತ,
ಆಗವನು ಸ್ಥಿತಪ್ರಜ್ಞ, ಹೇ ಪಾರ್ಥ

56.

ದುಃಖೇಷ್ವನುದ್ವಿಗ್ನಮನಾಃ ಸುಖೇಷು ವಿಗತಸ್ಪೃಹಃ ।
ವೀತರಾಗಭಯಕ್ರೋಧಃ ಸ್ಥಿತಧೀರ್ಮುನಿರುಚ್ಯತೇ ॥

ದುಃಖಗಳಲ್ಲಿ ಹೊಂದದೇ ಉದ್ವೇಗ
ಸುಖಗಳಲ್ಲಿ ಪಡೆಯದೇ ಅನುರಾಗ
ರಾಗ-ಕೋಪ-ಭಯ ನೀಗುತಲೇ ನಿಂತ

ಅಚಲಬುದ್ಧಿಯವಗೆನುವರು ಮುನಿ-ಸಂತ

57.

ಯಃ ಸರ್ವತ್ರಾನಭಿಸ್ನೇಹಸ್ತತ್ತತ್ಪ್ರಾಪ್ಯ ಶುಭಾಶುಭಮ್ ।
ನಾಭಿನನ್ದತಿ ನ ದ್ವೇಷ್ಟಿ ತಸ್ಯ ಪ್ರಜ್ಞಾ ಪ್ರತಿಷ್ಠಿತಾ ॥

ಒದಗಿ ಬರಲು ಯಾವ ಒಳಿತು-ಕೆಡುಕುಗಳು

ಅಂಟಿಕೊಳದಿರುತ ಎಲ್ಲ ಸಮಯದಲೂ

ಮೆಚ್ಚು-ರೊಚ್ಚುಗಳ ನೆಚ್ಚಿಕೊಳದವನ

ಪ್ರಜ್ಞೆ ಸ್ಥಿರವಾಗಿರುವುದೆಂಬೆನು ನಾ

58.

ಯದಾ ಸಂಹರತೇ ಚಾಯಂ ಕೂರ್ಮೋಂಗಾನೀವ ಸರ್ವಶಃ ।
ಇಂದ್ರಿಯಾಣೀಂದ್ರಿಯಾರ್ಥೇಭ್ಯಸ್ತಸ್ಯ ಪ್ರಜ್ಞಾ ಪ್ರತಿಷ್ಠಿತಾ ॥

ಆಮೆಯು ಅವಯವ ಒಳಗೆಳೆಯುವವೊಲು

ಇಂದ್ರಿಯಗಳ ಎಲ್ಲ ವಿಷಯಗಳಿಂದಲು

ಹಿಂದಕೆ ಸೆಳೆದೆಳೆಯುವ ಅಳವ ತಳೆವ

ಅಂತಹವನೇ ಸ್ಥಿರ ಅರಿವಲಿ ನಿಂತವ

59.

ವಿಷಯಾ ವಿನಿವರ್ತನ್ತೇ ನಿರಾಹಾರಸ್ಯ ದೇಹಿನಃ ।
ರಸವರ್ಜಂ ರಸೋಽಪ್ಯಸ್ಯ ಪರಂ ದೃಷ್ಟ್ವಾ ನಿವರ್ತತೇ ॥

ವಿಷಯಗಳನು ನಿರೋಧಿಸಿ ದೇಹಿಯವ

ದೂರ ಮಾಡುವನು ವಿಷಯಗಳಲ್ಲವ

ಪರಮ ಅನುಭವವ ಪಡೆದೊಡನೆ ಎಲ್ಲ

ವಿಷಯ ರುಚಿ ಕೂಡ ಬಿಟ್ಟೋಡುವುದಲ್ಲ!

60.

ಯತತೋ ಹ್ಯಪಿ ಕೌಂತೇಯ ಪುರುಷಸ್ಯ ವಿಪಶ್ಚಿತಃ ।
ಇಂದ್ರಿಯಾಣಿ ಪ್ರಮಾಥೀನಿ ಹರಂತಿ ಪ್ರಸಭಂ ಮನಃ ॥

ವಿವೇಕಿ ಪುರುಷ ಪ್ರಯತ್ನವನು ಸಕಲ

ಮಾಡಲೂ, ಪೀಡಕ ಇಂದ್ರಿಯ ಸಂಕುಲ

ಬಲವಂತವಾಗಿ ಸೆಳೆದು ಪ್ರಜ್ಞೆಯ

ಅಪಹರಿಸಿಕೊಳುವುವು, ಹೇ ಕೌಂತೇಯ

61.

ತಾನಿ ಸರ್ವಾಣಿ ಸಂಯಮ್ಯ ಯುಕ್ತ ಆಸೀತ ಮತ್ಪರಃ ।
ವಶೇ ಹಿ ಯಸ್ಯೇಂದ್ರಿಯಾಣಿ ತಸ್ಯ ಪ್ರಜ್ಞಾ ಪ್ರತಿಷ್ಠಿತಾ ॥

ಆ ಇಂದ್ರಿಯಗಳನೆಲ್ಲ ಸಂಯಮದಲಿರಿಸಿ

ಮನವ ಪರಮನೆಂದೆನ್ನಲಿ ತೊಡಗಿಸಿ

ಯಾರ ವಶದಲಿ ಇಂದ್ರಿಯಗಳು ಪೂರ

ಇರುವುವೋ ಅವನ ಪ್ರಜ್ಞೆಯು ಸ್ಥಿರ

62.

ಧ್ಯಾಯತೋ ವಿಷಯಾನ್ಪುಂಸಃ ಸಂಗಸ್ತೇಷೂಪಜಾಯತೇ ।
ಸಜ್ಗಾತ್ಸಜ್ಞಾಯತೇ ಕಾಮಃ ಕಾಮಾತ್ಕ್ರೋಧೋಭಿಜಾಯತೇ ॥

ಚಿಂತಿಸಲು ವಿಷಯಗಳ ಕುರಿತು ವ್ಯಕ್ತಿ

ಬೆಳೆವುದು ಅವನಲಿ ಅವುಗಳ ಆಸಕ್ತಿ

ಆಸಕ್ತಿಯು ಮಾಡಿ ಕಾಮವನು ಶಕ್ತ

ಕಾಮದಾಸರೆಯಲಿ ಕೋಪವು ವ್ಯಕ್ತ

63.

ಕ್ರೋಧಾದ್ಭವತಿ ಸಂಮೋಹಃ ಸಂಮೋಹಾತ್ಸ್ಮೃತಿವಿಭ್ರಮಃ ।
ಸ್ಮೃತಿಭ್ರಂಶಾದ್ ಬುದ್ಧಿನಾಶೋ ಬುದ್ಧಿನಾಶಾತ್ಪ್ರಣಶ್ಯತಿ ॥

ಕೋಪದಿಂ ಉದಯಿಸುವುದು ಸಂಮೋಹ

ಸಂಮೋಹವು ಸ್ಮೃತಿವಿಭ್ರಮೆಗೆ ಗೇಹ

ಸ್ಮೃತಿವಿಭ್ರಮೆ ಬುದ್ಧಿವಿನಾಶದ ಮೂಲ

ಬುದ್ಧಿಗೇಡಿಗಿಲ್ಲವೋ ಉಳಿಗಾಲ

64.

ರಾಗದ್ವೇಷವಿಮುಕ್ತೈಸ್ತು ವಿಷಯಾನಿಂದ್ರಿಯೈಶ್ಚರನ್ ।

ಆತ್ಮವಶ್ಯೈರ್ವಿಧೇಯಾತ್ಮಾ ಪ್ರಸಾದಮಧಿಗಚ್ಛತಿ ॥

ರಾಗದ್ವೇಷಗಳಳಿಸಿದ ವಿಮುಕ್ತ

ವಿಷಯಗಳಲಿ ಸಂಚರಿಸುವಲೂ ಆತ

ಇಂದ್ರಿಯಗಳಲಿ ತಾ ಇರಿಸಿ ನಿಗ್ರಹ

ಆ ಆತ್ಮಸಂಯಮಿ ಪಡೆವ ಅನುಗ್ರಹ

65.

ಪ್ರಸಾದೇ ಸರ್ವದುಃಖಾನಾಂ ಹಾನಿರಸ್ಯೋಪಜಾಯತೇ ।

ಪ್ರಸನ್ನಚೇತಸೋ ಹ್ಯಾಶು ಬುದ್ಧಿಃ ಪರ್ಯವತಿಷ್ಠತೇ ॥

ಅಂತರ್ಯಾಮಿಯನುಗ್ರಹ ಇರುತಿರೆ

ಅವನ ಸರ್ವ ದುಃಖಗಳೂ ಆಗಿ ಮರೆ

ಬೇಗನೆ ಆಗುವನು ಪ್ರಸನ್ನಚಿತ್ತ

ಬುದ್ಧಿ ಇರುವುದು ಆಂತರ್ಯದಿ ಸ್ಥಾಪಿತ

66.

ನಾಸ್ತಿ ಬುದ್ಧಿರಯುಕ್ತಸ್ಯ ನ ಚಾಯುಕ್ತಸ್ಯ ಭಾವನಾ ।

ನ ಚಾಭಾವಯತಃ ಶಾಂತಿರಶಾಂತಸ್ಯ ಕುತಃ ಸುಖಮ್ ॥

ದಿವ್ಯಪ್ರಜ್ಞೆಯಲಿ ತಾದಾತ್ಮ್ಯ ಹೊಂದಿ

ಇರದವನಿಗೆ ಇರದು ತಾ ತಿಳಿಬುದ್ಧಿ,

ಸ್ಥಿರಚಿತ್ತವಿರದು, ಶಾಂತಿಯಿಂದ ವಿಮುಖ

ಶಾಂತಿಯಿರದೆ ಅವನಿಗೆಲ್ಲಿಹುದು ಸುಖ?

67.

ಇಂದ್ರಿಯಾಣಾಂ ಹಿ ಚರತಾಂ ಯನ್ಮನೋನುವಿಧೀಯತೇ ।

ತದಸ್ಯ ಹರತಿ ಪ್ರಜ್ಞಾಂ ವಾಯುರ್ನಾವಮಿವಾಂಭಸಿ ॥

ನೀರಲಿ ತೇಲುವ ನಾವೆಯನು ಹೇಗೆ

ಗಾಳಿಯು ಬಿಡದಲೇ ಸೆಳೆವುದೋ ಹಾಗೆ

ವಿಷಯಗಳಲಲೆವ ಇಂದ್ರಿಯಗಳ ಕೂಡಿ

ಮನವು ಅರಿವ ಅಪಹರಿಸಿವುದು ಕಾಡಿ

68.

ತಸ್ಮಾದ್ಯಸ್ಯ ಮಹಾಬಾಹೋ ನಿಗೃಹೀತಾನಿ ಸರ್ವಶಃ ।

ಇಂದ್ರಿಯಾಣೇಂದ್ರಿಯಾರ್ಥೇಭ್ಯಸ್ತಸ್ಯ ಪ್ರಜ್ಞಾ ಪ್ರತಿಷ್ಠಿತಾ ॥

ಹೀಗಿರಲು ಹೇ ಮಹಾಬಾಹುವೆ ಯಾರ

ಇಂದ್ರಿಯಗಳ ವಿಷಯಗಳಿಂದ ದೂರ

ನಿಗ್ರಹಿಸಿ ನಿಲಿಸಲಾಗುವುದೋ ಅವನ

ಪ್ರಜ್ಞೆಯು ಪಡೆಯುವುದು ಸ್ಥಿರಸ್ಥಾನ

69.

ಯಾ ನಿಶಾ ಸರ್ವಭೂತಾನಾಂ ತಸ್ಯಾಂ ಜಾಗರ್ತಿ ಸಂಯಮೀ ।

ಯಸ್ಯಾಂ ಜಾಗ್ರತಿ ಭೂತಾನಿ ಸಾ ನಿಶಾ ಪಶ್ಯತೋ ಮುನೇಃ ॥

ಜೀವಲೋಕವನೇ ಇರುಳು ಕವಿದಿರಲು

ಜಿತೇಂದ್ರಿಯ ಜೀವಿಗೆ ಅದೇ ನಿಜ ಹಗಲು

ಎಚ್ಚರದಿಂದಿರಲೆಲ್ಲ ಜೀವವರ್ಗ

ಮುಚ್ಚಿ ಹೊರಗಣ್ಣ ಮುನಿ ಮರೆವನು ಜಗ

70.

ಆಪೂರ್ಯಮಾಣಮಚಲಪ್ರತಿಷ್ಠಂ

ಸಮುದ್ರಮಾಪಃ ಪ್ರವಿಶನ್ತಿ ಯದ್ವತ್।

ತದ್ವತ್ಕಾಮಾ ಯಂ ಪ್ರವಿಶನ್ತಿ ಸರ್ವೇ

ಸ ಶಾನ್ತಿಮಾಪ್ನೋತಿ ನ ಕಾಮಕಾಮೀ ॥

ತುಂಬಿ ತುಳುಕದಿರುವ ಅಂಬುಧಿಯ ತರ

ಕಾಮಗಳು ಆರುವವೋ ಸೇರಿ ಯಾರ

ಆ ಮನುಜನಿಹ ಅಂತರ್ಯ ಶಾಂತಿಯಲಿ

ಬಯಕೆ ಬೆಂಬಿಡದವಗೋ ಶಾಂತಿ ಎಲ್ಲಿ?

71.

ವಿಹಾಯ ಕಾಮಾನ್ಯಃ ಸರ್ವಾನ್ಪುಮಾಂಶ್ಚರತಿ ನಿಃಸ್ಪೃಹಃ।

ನಿರ್ಮಮೋ ನಿರಹಂಕಾರಃ ಸ ಶಾನ್ತಿಮಧಿಗಚ್ಛತಿ ॥

ಯಾವ ಮನುಜನು ಕಾಮನೆಗಳನೆಲ್ಲ

ತ್ಯಜಿಸಿ, ಹಂಬಲಿಕೆ ಹೊರತಾಗಿ ಬಾಳ

ಬದುಕಿ, ಇರೆ ನಿರ್ಮಮ ನಿರಹಂಕಾರಿ

ಅವನು ಶಾಂತಿಯ ಹೊಂದಲು ಅಧಿಕಾರಿ

72.

ಏಷಾ ಬ್ರಾಹ್ಮೀ ಸ್ಥಿತಿಃ ಪಾರ್ಥ ನೈನಾಂ ಪ್ರಾಪ್ಯ ವಿಮುಹ್ಯತಿ।

ಸ್ಥಿತ್ವಾಸ್ಯಾಮಂತಕಾಲೇಪಿ ಬ್ರಹ್ಮನಿರ್ವಾಣಮೃಚ್ಛತಿ ॥

ಬ್ರಹ್ಮಜ್ಞಾನಿಯ ಸ್ಥಿತಿಯಿದು ಪಾರ್ಥ

ಇದನು ಪಡೆದು ಆಗನು ಮೋಹಭ್ರಾಂತ

ಸಾವ ಕ್ಷಣಕೂ ಈ ಸ್ಥಿತಿ ತಲುಪಿದರೆ

ಹೊಂದುವನವನು ಪರಮಾತ್ಮನಾಸರೆ

ಓಂ ತತ್ಸದಿತಿ ಶ್ರೀಮದ್ಭಗವದ್ಗೀತಾಸೂಪನಿಷತ್ಸು
ಬ್ರಹ್ಮವಿದ್ಯಾಯಾಂ ಯೋಗಶಾಸ್ತ್ರೇ ಶ್ರೀಕೃಷ್ಣಾರ್ಜುನಸಂವಾದೇ
ಸಾಂಖ್ಯಯೋಗೋ ನಾಮ ದ್ವಿತೀಯೋಧ್ಯಾಯಃ ॥

ತೃತೀಯಾಧ್ಯಾಯ:

1.

ಅರ್ಜುನ ಉವಾಚ ।

ಜ್ಯಾಯಸೀ ಚೇತ್ಕರ್ಮಣಸ್ತೇ ಮತಾ ಬುದ್ಧಿರ್ಜನಾರ್ದನ ।

ತತ್ಕಿಂ ಕರ್ಮಣಿ ಘೋರೇ ಮಾಂ ನಿಯೋಜಯಸಿ ಕೇಶವ ॥

ಅರ್ಜುನ ಉವಾಚ :

ಕಾಯಕಕಿಂತಲೂ ಬುದ್ಧಿಯೇ ಹೆಚ್ಚು

ಎಂಬುದು ಕೇಶವ ನಿನಗದುವೆ ಮೆಚ್ಚು

ಹೀಗಿರಲು ಘೋರ ಸಮರದೊಳು ಎನ್ನ

ಏತಕೆ ನೂಕುವೆ ಹೇಳು ಜನಾರ್ಧನ

2.

ವ್ಯಾಮಿಶ್ರೇಣೇವ ವಾಕ್ಯೇನ ಬುದ್ಧಿಂ ಮೋಹಯಸೀವ ಮೇ ।

ತದೇಕಂ ವದ ನಿಶ್ಚಿತ್ಯ ಯೇನ ಶ್ರೇಯೋಹಮಾಪ್ನುಯಾಮ್ ॥

ಇದೇನು ಇಬ್ಬಗೆಯ ಮಾತಿನ ಹದರು

ಬುದ್ಧಿಗೆ ಭ್ರಾಂತಿಯ ಬರಿಸುವ ಚದುರು

ನಿಶ್ಚಯಿಸಿ ಒಂದನೇ ದಯದಲಿ ಹೇಳು

ಶ್ರೇಯವೆನಗಿಹುದು ಯಾವ ಮಾರ್ಗದೊಳು

3.

ಶ್ರೀಭಗವಾನುವಾಚ ।

ಲೋಕೇಸ್ಮಿಂದ್ವಿವಿಧಾ ನಿಷ್ಠಾ ಪುರಾ ಪ್ರೋಕ್ತಾ ಮಯಾನಘ ।

ಜ್ಞಾನಯೋಗೇನ ಸಾಂಖ್ಯಾನಾಂ ಕರ್ಮಯೋಗೇನ ಯೋಗಿನಾಂ ॥

ಶ್ರೀ ಭಗವಾನುವಾಚ:

ಹೇ ಅನಘ, ನಾ ಹಿಂದೆಯೇ ಹೇಳಿದೆ

- ಈ ಲೋಕದಲಿ ಎರಡು ವಿಧ ಶ್ರದ್ಧೆ

ಜ್ಞಾನಿಗಳಿಗೆ ಇಹುದು ಜ್ಞಾನವಿಧಾನ

ಯೋಗಿಗಳಿಗೆ ಕರ್ಮದನುಸಂಧಾನ

4.

ನ ಕರ್ಮಣಾಮನಾರಂಭಾನ್ನೈಷ್ಕರ್ಮ್ಯಂ ಪುರುಷೋಶ್ನುತೇ ।

ನ ಚ ಸಂನ್ಯಸನಾದೇವ ಸಿದ್ಧಿಂ ಸಮಧಿಗಚ್ಛತಿ ॥

ಕರ್ಮಗಳನು ತೊರೆದಾಗಲೇ ಒಡನೆ

ಪುರುಷಗಿರದು ನೈಷ್ಕರ್ಮ್ಯ ಸಾಧನೆ

ಆಚರಿಸಲು ಬರಿಯ ಕರ್ಮಸನ್ಯಾಸ

ಯಾರೂ ಸಾಧಿಸರು ಸಿದ್ಧಿವಿಶೇಷ

5.

ನ ಹಿ ಕಶ್ಚಿತ್ಕ್ಷಣಮಪಿ ಜಾತು ತಿಷ್ಠತ್ಯಕರ್ಮಕೃತ್ ।

ಕಾರ್ಯತೇ ಹ್ಯವಶಃ ಕರ್ಮ ಸರ್ವಃ ಪ್ರಕೃತಿಜೈರ್ಗುಣೈಃ ॥

ಹುಟ್ಟಿದ ಗುಣಗಳು ದಟ್ಟಯಿಸಿ ಇರಲು

ಅಟ್ಟಿ ಬರುವುವು ನಿನ್ನ ಕರ್ಮ ಹೊರಲು

ಮುಟ್ಟೆನು ಕೆಲಸ, ಬಿಟ್ಟೆನೆಂದೆಲ್ಲವನು

ಕಟ್ಟಿ ಕೈ ಇರಲಾಗದು ಕ್ಷಣ ನೀನು

6.

ಕರ್ಮೇಂದ್ರಿಯಾಣಿ ಸಂಯಮ್ಯ ಯ ಆಸ್ತೇ ಮನಸಾ ಸ್ಮರನ್ ।

ಇಂದ್ರಿಯಾರ್ಥಾನ್ವಿಮೂಢಾತ್ಮಾ ಮಿಥ್ಯಾಚಾರಃ ಸ ಉಚ್ಯತೇ ॥

ಹೊರಗಿಂದ್ರಿಯಗಳ ಸಂಯಮಿಸಿ ಸಂತ

ಒಳಗಿರಲು ವಿಷಯ ಸ್ಮರಣೆಯಲಿ ನಿರತ

ವಿಮೂಢ ಮನುಜನವ - ಮಿಥ್ಯಾಚಾರಿ

ಎಂದೆನುವುದು ಜಗವು ಬೆರಳನು ತೋರಿ

7.

ಯಸ್ತ್ವಿಂದ್ರಿಯಾಣಿ ಮನಸಾ ನಿಯಮ್ಯಾರಭತೇರ್ಜುನ |

ಕರ್ಮೇಂದ್ರಿಯ್ಕೃಃ ಕರ್ಮಯೋಗಮಸಕ್ತಃ ಸ ವಿಶಿಷ್ಯತೇ ||

ಬದಲು, ಇಂದ್ರಿಯಗಳನು, ಹೇ ಅರ್ಜುನ,

ಮಾಡುತಿರುತ ಮನದಿಂದ ನಿಯಂತ್ರಣ

ಫಲ ತೊರೆದು ಕರ್ಮಯೋಗದಲುದ್ಯುಕ್ತ

ವ್ಯಕ್ತಿಯೇ ಉತ್ತಮನೆನ್ನಲು ಸೂಕ್ತ

8.

ನಿಯತಂ ಕುರು ಕರ್ಮ ತ್ವಂ ಕರ್ಮ ಜ್ಯಾಯೋ ಹ್ಯಕರ್ಮಣಃ |

ಶರೀರಯಾತ್ರಾಪಿ ಚ ತೇ ನ ಪ್ರಸಿದ್ಧ್ಯೇದಕರ್ಮಣಃ ||

ನೀ ಮಾಡುತಿರು ನಿನ್ನ ನಿಯತ ಕರ್ಮ

ನಿಷ್ಕ್ರಿಯತೆಗಿಂತ ಕರ್ಮವೇ ಉತ್ತಮ

ಕಾಯಕವ ಕೈಗೊಳದೆಯೇ ಇರುತ

ಆಗದು ಕಾಯವ ಕಾಪಾಡಲು ಸಹಿತ

9.

ಯಜ್ಞಾರ್ಥಾತ್ಕರ್ಮಣೋನ್ಯತ್ರ ಲೋಕೋಯಂ ಕರ್ಮಬಂಧನಃ |

ತದರ್ಥಂ ಕರ್ಮ ಕೌಂತೇಯ ಮುಕ್ತಸಙ್ಗಃ ಸಮಾಚರ ||

ಯಜ್ಞವೆಂದೆಸಗುವ ಕರ್ಮಗಳ ವಿನಾ

ಅನ್ಯವುಗಳಿಂದುಂಟು ಕರ್ಮಬಂಧನ

ಯಜ್ಞವೆಂದೆನುತ ಎಸಗು ಕರ್ಮಾಚರಣೆ

ಫಲದಾಸೆ ತೊರೆದು, ಹೇ ಕೌಂತೇಯನೆ

10.
ಸಹಯಜ್ಞಾಃ ಪ್ರಜಾಃ ಸೃಷ್ಟ್ವಾ ಪುರೋವಾಚ ಪ್ರಜಾಪತಿಃ ।
ಅನೇನ ಪ್ರಸವಿಷ್ಯಧ್ವಮೇಷ ವೋಸ್ತ್ವಿಷ್ಟಕಾಮಧುಕ್ ॥

ಪ್ರಜೆಗಳ ಸಹಿತ ಯಜ್ಞಗಳ ಪೂರ್ವದಲಿ
ಸೃಜಿಸಿದ ಪ್ರಜಾಪತಿ ಇಂತೆನ್ನುತಲಿ
"ಇದರಿಂದ ಹೊಂದಿರಿ ಸಮೃದ್ಧಿಯನೇ
ಪೂರೈಸುವುದಿದು ನಿಮ್ಮ ಇಷ್ಟಕಾಮನೆ-

11.
ದೇವಾನ್ಭಾವಯತಾನೇನ ತೇ ದೇವಾ ಭಾವಯಂತು ವಃ ।
ಪರಸ್ಪರಂ ಭಾವಯಂತಃ ಶ್ರೇಯಃ ಪರಮವಾಪ್ಸ್ಯಥ ॥

-ಇವನು ನೀವಾಚರಿಸಲು ದೇವತೆಗಳು
ತೃಪ್ತಿಯನು ತಳೆದೊಲಿಯುತ ಕರುಣಿಸಲು
ಪರಸ್ಪರರಿಗಿಂತು ಸಂತಸವ ಕೊಡುತ
ಬಾಳಿರಿ ಪರಮ ಶ್ರೇಯವ ಹೊಂದುತ

12.
ಇಷ್ಟಾನ್ಭೋಗಾನ್ಹಿ ವೋ ದೇವಾ ದಾಸ್ಯಂತೇ ಯಜ್ಞಭಾವಿತಾಃ ।
ತೈರ್ದತ್ತಾನಪ್ರದಾಯೈಭ್ಯೋ ಯೋ ಭುಙ್ಕ್ತೇ ಸ್ತೇನ ಏವ ಸಃ ॥

ಯಜ್ಞಾಚರಣೆಗಳಿಂದಾಗಿ ಸುಪ್ರೀತ
ದೇವತೆಗಳು ಇಷ್ಟ ಭೋಗಗಳ ಸಹಿತ
ಕೊಡುವರು, ಅವರಿಂದ ತಾ ಬಂದುದನು
ಅರ್ಪಿಸದವರಿಗೆ ತಿಂಬುವನು ಕಳ್ಳನು"

13.
ಯಜ್ಞಶಿಷ್ಟಾಶಿನಃ ಸಂತೋ ಮುಚ್ಯಂತೇ ಸರ್ವಕಿಲ್ಬಿಷೈಃ ।
ಭುಂಜತೇ ತೇ ತ್ವಘಂ ಪಾಪಾ ಯೇ ಪಚನ್ತ್ಯಾತ್ಮಕಾರಣಾತ್ ॥

ಯಜ್ಞಶಿಷ್ಟವನು ಉಣ್ಣುವ ಸಂತರು

ಎಲ್ಲ ಪಾಪಗಳಿಂದ ಪಾರಾಗುವರು

ಪಾಪಿಗಳು ಯಾರು ತಮಗಷ್ಟೇ ಪಾಕ

ಮಾಡುವರೋ ಅವರುಣುವರು ಪಾತಕ

14.
ಅನ್ನಾದ್ಭವಂತಿ ಭೂತಾನಿ ಪರ್ಜನ್ಯಾದನ್ನಸಂಭವಃ ।
ಯಜ್ಞಾದ್ಭವತಿ ಪರ್ಜನ್ಯೋ ಯಜ್ಞಃ ಕರ್ಮಸಮುದ್ಭವಃ ॥

ಅನ್ನದಿಂದ ಒಡಮೂಡುವುವು ಜೀವ

ಆಹಾರದ ಬೆಳೆ ಮಳೆಯಿಂದ ಸಂಭವ

ಯಜ್ಞವ ಮಾಡಲು ಉಂಟಾಗುವುದು ಮಳೆ

ಯಜ್ಞವ ನಿರ್ವಹಿಸುವುದು ಕರ್ಮಗಳೇ

15.
ಕರ್ಮ ಬ್ರಹ್ಮೋದ್ಭವಂ ವಿದ್ಧಿ ಬ್ರಹ್ಮಾಕ್ಷರಸಮುದ್ಭವಮ್ ।
ತಸ್ಮಾತ್ಸರ್ವಗತಂ ಬ್ರಹ್ಮ ನಿತ್ಯಂ ಯಜ್ಞೇ ಪ್ರತಿಷ್ಠಿತಮ್ ॥

ಕರ್ಮಗಳ ಉದ್ಭವ ವೇದಗಳಿಂದ

ವೇದಗಳು ಅಕ್ಷರತತ್ತ್ವದ ಕಂದ

ಸರ್ವವ್ಯಾಪಿ ಬ್ರಹ್ಮವೇ ಶಾಶ್ವತ

ನೆಲೆಸಿ ಯಜ್ಞಗಳಲ್ಲಿ ಪ್ರತಿಷ್ಠಿತ

16.
ಏವಂ ಪ್ರವರ್ತಿತಂ ಚಕ್ರಂ ನಾನುವರ್ತಯತೀಹ ಯಃ ।
ಅಘಾಯುರಿಂದ್ರಿಯಾರಾಮೋ ಮೋಘಂ ಪಾರ್ಥ ಸ ಜೀವತಿ ॥

ಇಂತು ಸುತ್ತುತಿಹ ಚಕ್ರದ ಚಲನೆಗೆ

ಅನುವರ್ತಿಸಿ ನಡೆದು ಬಾಳುವೀ ಬಗೆ

ತೊರೆಯುತ ಇಂದ್ರಿಯ ಸುಖದಲೇ, ಪಾರ್ಥ,

ವಿರಮಿಸುವ ಪಾಪಿಯ ಜೀವನ ವೃಥ

17.
ಯಸ್ತ್ವಾತ್ಮರತಿರೇವ ಸ್ಯಾದಾತ್ಮತೃಪ್ತಶ್ಚ ಮಾನವಃ ।
ಆತ್ಮನ್ಯೇವ ಚ ಸಂತುಷ್ಟಸ್ತಸ್ಯ ಕಾರ್ಯಂ ನ ವಿದ್ಯತೇ ॥

ಪರಂತು ಮಾನವ ಆತ್ಮತೃಪ್ತಿಯಲಿ

ಆತ್ಮದ ಅರಿವಲಿ ಆತ್ಮರತಿಯಲ್ಲಿ

ಆತ್ಮದಲಿಯೇ ಆಗಿ ಆನಂದಮಯ

ನೆಲೆಸಲು ಅವನಿಗೆ ಇರದಾವ ಕಾರ್ಯ

18.
ನೈವ ತಸ್ಯ ಕೃತೇನಾರ್ಥೋ ನಾಕೃತೇನೇಹ ಕಶ್ಚನ ।
ನ ಚಾಸ್ಯ ಸರ್ವಭೂತೇಷು ಕಶ್ಚಿದರ್ಥವ್ಯಪಾಶ್ರಯಃ ॥

ಅವಗಿಲ್ಲ ಕೆಲಸದಲಿ ಸ್ವಂತದ ಇಷ್ಟ

ಮಾಡದಿರಲೂ ಇರದಾವುದೇ ಕಷ್ಟ

ಯಾವ ಜೀವಿಗಳಲೂ ಸಹಾ ಅವಶ್ಯ

ಎಂದೂ ಅವಗಿರದು ಪಡೆಯಲು ಆಶ್ರಯ

19.
ತಸ್ಮಾದಸಕ್ತಃ ಸತತಂ ಕಾರ್ಯಂ ಕರ್ಮ ಸಮಾಚರ ।
ಅಸಕ್ತೋ ಹ್ಯಾಚರನ್ಕರ್ಮ ಪರಮಾಪ್ನೋತಿ ಪೂರುಷಃ ॥

ಹೀಗಿರಲು ತಾ ತೊರೆಯುತ ಫಲದಾಶೆ

ಕರ್ತವ್ಯವೆಂದು ಕರ್ಮವ ಆಚರಿಸೆ

ಪುರುಷನು ಪಡೆಯುವ ಪದವಿಹುದು ಪರಮ

ಫಲದ ನಂಟಿಗಂಟದೆ ಮಾಡಿ ಕರ್ಮ

20.

ಕರ್ಮಣೈವ ಹಿ ಸಂಸಿದ್ಧಿಮಾಸ್ಥಿತಾ ಜನಕಾದಯಃ ।
ಲೋಕಸಂಗ್ರಹಮೇವಾಪಿ ಸಂಪಶ್ಯನ್ಕರ್ತುಮರ್ಹಸಿ ॥

ಕರ್ಮದ ಹಾದಿಯ ಹಿಡಿದೇ ಜನಕಾದಿ

ಗಣ್ಯರೂ ಕೂಡ ಪಡೆದರು ಸಂಸಿದ್ಧಿ

ಲೋಕದ ಜನರಿಗೆ ದಾರಿ ತೋರಲು ಸಹ

ಕಾರ್ಯವೆಸಗಲು ನೀನಾಗುವೆ ಅರ್ಹ

21.

ಯದ್ಯದಾಚರತಿ ಶ್ರೇಷ್ಠಸ್ತತ್ತದೇವೇತರೋ ಜನಃ ।
ಸ ಯತ್ಪ್ರಮಾಣಂ ಕುರುತೇ ಲೋಕಸ್ತದನುವರ್ತತೇ ॥

ಯಾವುದೆಲ್ಲ ಆಚರಿಪರೋ ಶ್ರೇಷ್ಠರು

ತಾವದ ಕೈಗೊಳುವರು ಸಾಮಾನ್ಯರು

ಉತ್ತಮ ಮಾಡುವ ಕಾರ್ಯವು ನಿದರ್ಶನ

ಎಂದೇ ಲೋಕ ಗೈವುದು ಅನುಸರಣ

22.

ನ ಮೇ ಪಾರ್ಥಾಸ್ತಿ ಕರ್ತವ್ಯಂ ತ್ರಿಷು ಲೋಕೇಷು ಕಿಞ್ಚನ ।
ನಾನವಾಪ್ತಮವಾಪ್ತವ್ಯಂ ವರ್ತ ಏವ ಚ ಕರ್ಮಣಿ ॥

ಮೂರು ಲೋಕದೊಳಗಾವ ರೀತಿಯಲೂ

ಇರದು ಎನಗಾವ ಕರ್ತವ್ಯ ಮಾಡಲು

ಇರದುದು ಪಡೆಯುವುದು ಇರದೆನಗೇನೂ

ಆದರೂ ಕರ್ಮದಲಿ ತೊಡಗಿಹೆ ನಾನು

23.

ಯದಿ ಹ್ಯಹಂ ನ ವರ್ತೇಯಂ ಜಾತು ಕರ್ಮಣ್ಯತಂದ್ರಿತಃ ।
ಮಮ ವತ್ಮಾರ್ನುವರ್ತಂತೇ ಮನುಷ್ಯಾಃ ಪಾರ್ಥ ಸರ್ವಶಃ ॥

ಆದರೆ ನಾನೇ ಎಚ್ಚರದಿಂದಲಿ

ಕರ್ಮವ ನಿರತವೂ ಆಚರಿಸುತಲಿ

ಇರದಿರಲು ನನ್ನ ದಾರಿಯನೇ ಪೂರ್ತ

ಅನುಸರಿಸುವರು ಮನುಜರು, ಹೇ ಪಾರ್ಥ

24.

ಉತ್ಸೀದೇಯುರಿಮೇ ಲೋಕಾ ನ ಕುರ್ಯಾಂ ಕರ್ಮ ಚೇದಹಮ್ ।

ಸಂಕರಸ್ಯ ಚ ಕರ್ತಾ ಸ್ಯಾಮುಪಹನ್ಯಾಮಿಮಾಃ ಪ್ರಜಾಃ ॥

ನಾನು ಕರ್ಮಗಳ ಮಾಡದಿರಲಾಗ

ನಾಶವಾಗುವುದು ಈ ಎಲ್ಲಾ ಜಗ

ಸಂಕರಕರ್ತ ಕೂಡ ನಾನಾಗುವೆನು

ಈ ಜೀವಿಗಳಡವಲು ಎಡೆಯಾಗುವೆನು

25.

ಸಕ್ತಾಃ ಕರ್ಮಣ್ಯವಿದ್ವಾಂಸೋ ಯಥಾ ಕುರ್ವಂತಿ ಭಾರತ ।

ಕುರ್ಯಾದ್ವಿದ್ವಾಂಸ್ತಥಾಸಕ್ತಶ್ಚಿಕೀರ್ಷುರ್ಲೋಕಸಂಗ್ರಹಮ್ ॥

ಅಜ್ಞಾನಿಗಳು ಫಲಾಸಕ್ತಿ ಸಹಿತ

ಎಂತು ಕರ್ಮನಿರತರೋ, ಹೇ ಭಾರತ,

ಅಂತೆ ಜ್ಞಾನಿಗಳು ಅನಾಸಕ್ತಿಯಲಿ

ಲೋಕವ ತಿದ್ದಲು ಆಚರಿಸುತಿರಲಿ

26.

ನ ಬುದ್ಧಿಭೇದಂ ಜನಯೇದಜ್ಞಾನಾಂ ಕರ್ಮಸಂಗಿನಾಮ್ ।

ಜೋಷಯೇತ್ಸರ್ವಕರ್ಮಾಣಿ ವಿದ್ವಾನ್ಯುಕ್ತಃ ಸಮಾಚರನ್ ॥

ಅಂಟಿಕೊಂಡಿರುತ ಫಲಕೆಂದು ಕರ್ಮಕೆ

ಆಚರಿಸುವ ಅಜ್ಞಾನಿಗಳ ನಂಬಿಕೆ

ನಲುಗಿಸದೆ ಸರ್ವಕರ್ಮಗಳಲಿ ನಿರತ

ಇರಬೇಕು ಜ್ಞಾನಿ ಪ್ರೇರಣೆ ಕೊಡುತ

27.
ಪ್ರಕೃತೇಃ ಕ್ರಿಯಮಾಣಾನಿ ಗುಣ್ಯೈಃ ಕರ್ಮಾಣಿ ಸರ್ವಶಃ ।
ಅಹಂಕಾರವಿಮೂಢಾತ್ಮಾ ಕರ್ತಾಹಮಿತಿ ಮನ್ಯತೇ ॥

ಪ್ರಕೃತಿಯ ಗುಣಗಳಿಂದ ಎಲ್ಲ ತರಹ

ಕರ್ಮಗಳೂ ಮಾಡಲ್ಪಡುವುವು ಸಹ

ಹಮ್ಮನು ಭ್ರಮೆಯನು ಹೊದ್ದ ಚೇತನಕೆ

ತಾನೇ ಕರ್ತನೆಂದೆಂಬ ಕನವರಿಕೆ

28.
ತತ್ತ್ವವಿತ್ತು ಮಹಾಬಾಹೋ ಗುಣಕರ್ಮವಿಭಾಗಯೋಃ ।
ಗುಣಾ ಗುಣೇಷು ವರ್ತಂತ ಇತಿ ಮತ್ವಾ ನ ಸಜ್ಜತೇ ॥

ಆದರೆ ಮಹಾಬಾಹುವೇ, ಗುಣಕರ್ಮ

ವಿಭಾಗದ ಸತ್ಯವ ಅರಿತವನು ತಮ್ಮ

ಗುಣಗಳೇ ಗುಣಗಳಲಿ ತೊಡಗುವವೆನುತ

ತಿಳಿದು ಅವುಗಳಲಾಗನು ಅನುರಕ್ತ

29.
ಪ್ರಕೃತೇರ್ಗುಣಸಂಮೂಢಾಃ ಸಜ್ಜಂತೇ ಗುಣಕರ್ಮಸು ।
ತಾನಕೃತ್ಸ್ನವಿದೋ ಮಂದಾನ್ಕೃತ್ಸ್ನವಿನ್ನ ವಿಚಾಲಯೇತ್ ॥

ಪ್ರಕೃತಿಯ ಗುಣಗಳಿಂದ ಮೂಢನಿರಲು

ಮಂದಮತಿಯು ನಿರತ ಗುಣಕರ್ಮದೊಳು

ಹೊಂದಿರಲು ವಿವೇಕಿ ನಿಜಜ್ಞಾನವನು

ವಿಚಲಿಸಕೂಡದಾ ಅಜ್ಞಾನಿಗಳನು

30.

ಮಯಿ ಸರ್ವಾಣಿ ಕರ್ಮಾಣಿ ಸಂನ್ಯಸ್ಯಾಧ್ಯಾತ್ಮಚೇತಸಾ ।
ನಿರಾಶೀರ್ನಿರ್ಮಮೋ ಭೂತ್ವಾ ಯುಧ್ಯಸ್ವ ವಿಗತಜ್ವರಃ ॥

ಸರ್ವಕರ್ಮಗಳನು ಅರ್ಪಿಸುತಲೆನಗೆ

ನಿಲುತ ಹಂಬಲ ಮಮಕಾರಗಳಾಟೆಗೆ

ಆತ್ಮಜ್ಞಾನದ ಪ್ರಜ್ಞೆಯಲಿ ತೊಡಗು

ಜಡತೆಯನು ತೊರೆದು ಹೋರಲನುವಾಗು

31.

ಯೇ ಮೇ ಮತಮಿದಂ ನಿತ್ಯಮನುತಿಷ್ಠಂತಿ ಮಾನವಾಃ ।
ಶ್ರದ್ಧಾವಂತೋನಸೂಯಂತೋ ಮುಚ್ಯಂತೇ ತೇಪಿ ಕರ್ಮಭಿಃ ॥

ನಿತ್ಯವೂ ಮನುಜರು ನನ್ನೀ ಬೋಧನೆ

ಸೂಕ್ತವೆಂದರಿತು ತಪ್ಪದೆ ಪಾಲನೆ

ಭಕ್ತಿಯಲಿ ಮಾಡಲು ಅವರೆಲ್ಲ ಸಹಿತ

ಕರ್ಮಬಂಧನದಿಂದಾಗುವರು ಮುಕ್ತ

32.

ಯೇ ತ್ವೇತದಭ್ಯಸೂಯಂತೋ ನಾನುತಿಷ್ಠಂತಿ ಮೇ ಮತಮ್ ।
ಸರ್ವಜ್ಞಾನವಿಮೂಢಾಂಸ್ತಾನ್ವಿದ್ಧಿ ನಷ್ಟಾನಚೇತಸಃ ॥

ಆಕ್ಷೇಪವ ಈ ಬೋಧನೆಯಲಿ ಅರಸುತ

ಉಪೇಕ್ಷಿಸಿ ಕ್ರಮದಲಿ ಅನುಸರಿಸದಾತ

ಎಲ್ಲ ತಿಳಿವಿಗೆರವಾದವನೆಂದು ತಿಳಿ

ವಿನಾಶವದಷ್ಟೇ ಉಳಿವುದವನ ಬಳಿ

33.

ಸದೃಶಂ ಚೇಷ್ಟತೇ ಸ್ವಸ್ಯಾಃ ಪ್ರಕೃತೇರ್ಜ್ಞಾನವಾನಪಿ ।
ಪ್ರಕೃತಿಂ ಯಾನ್ತಿ ಭೂತಾನಿ ನಿಗ್ರಹಃ ಕಿಂ ಕರಿಷ್ಯತಿ ॥

ಸಂತ ಸಹ ಸ್ವಂತ ಪ್ರಕೃತಿಯ ಪರಿ
ನಡೆಯುವನಾಚರಿಸಿ ಕಾರ್ಯವೈಖರಿ
ಪ್ರಕೃತಿಯಂತೇ ಇರೆ ಜೀವಿಗಳೆಲ್ಲ
ಬರಿದೇ ನಿಗ್ರಹದಿಂದಲಾವ ಫಲ?

34.
ಇಂದ್ರಿಯಸ್ಯೇಂದ್ರಿಯಸ್ಯಾರ್ಥೇ ರಾಗದ್ವೇಷೌ ವ್ಯವಸ್ಥಿತೌ ।
ತಯೋರ್ನ ವಶಮಾಗಛ್ಛೇತ್ತೌ ಹ್ಯಸ್ಯ ಪರಿಪಂಥಿನೌ ॥

ಇಂದ್ರಿಯಗಳು ಇಂದ್ರಿಯವಿಷಯಗಳಲಿ
ಸಹಜದಲಿವೆ ರಾಗದ್ವೇಷ ವಶದಲಿ
ಬಲಿಯಾಗಬಾರದು ಅವುಗಳಿಗೆ ಸಿಕ್ಕಿ
ಅವು ನಿಲುವುವು ದಾರಿಗೆ ಅಡ್ಡವಿಕ್ಕಿ

35.
ಶ್ರೇಯಾನ್ಸ್ವಧರ್ಮೋ ವಿಗುಣಃ ಪರಧರ್ಮಾತ್ಸ್ವನುಷ್ಠಿತಾತ್ ।
ಸ್ವಧರ್ಮೇ ನಿಧನಂ ಶ್ರೇಯಃ ಪರಧರ್ಮೋ ಭಯಾವಹಃ ॥

ಸ್ವಧರ್ಮವು ಪಾಲನೆಯಲಿ ಕುಂದಿರಲೂ
ಸರಿ ಪಾಲಿಸಿದ ಪರಧರ್ಮಕೂ ಮಿಗಿಲು
ಸ್ವಧರ್ಮದಲೇ ಸಾವಾದರೂ ಮೇಲು
ಪರಧರ್ಮಕಿಳಸಲು ಭಯವದು ಬಾಳು

36.
ಅರ್ಜುನ ಉವಾಚ ।

ಅಥ ಕೇನ ಪ್ರಯುಕ್ತೋಯಂ ಪಾಪಂ ಚರತಿ ಪೂರುಷಃ ।
ಅನಿಚ್ಛನ್ನಪಿ ವಾರ್ಷ್ಣೇಯ ಬಲಾದಿವ ನಿಯೋಜಿತಃ ॥

ಅರ್ಜುನ ಉವಾಚ:
ಪಾಪವನು ಮಾಡುವುದಾವ ಪ್ರಯುಕ್ತ?

ಇಚ್ಛೆ ಇರದೆಯೂ ಮನುಜ ಪ್ರಚೋದಿತ
ಎಂಬಂತೆಸಗುವನು ಸಲ್ಲದ ಕಾರ್ಯ
ಯಾವುದರಿಂದ ಹೀಗಿಹುದು ವಾಷ್ಣೇಯ?

37.

ಶ್ರೀಭಗವಾನುವಾಚ ।

ಕಾಮ ಏಷ ಕ್ರೋಧ ಏಷ ರಜೋಗುಣಸಮುದ್ಭವಃ ।
ಮಹಾಶನೋ ಮಹಾಪಾಪ್ಮಾ ವಿದ್ಧ್ಯೇನಮಿಹ ವೈರಿಣಮ್ ॥

ಶ್ರೀ ಭಗವಾನುವಾಚ:

ಕಾಮವದು, ರಜೋಗುಣದಲದರ ಹುಟ್ಟು
ಮತ್ತದರ ರೂಪಾಂತರವದು ಸಿಟ್ಟು
ತಿಂದಷ್ಟೂ ತೀರದು ಬಯಕೆಯ ಹಸಿವು
ಇಹದಲಿದು ವೈರಿ, ಪಾಪಕಿದು ತಾವು

38.

ಧೂಮೇನಾವ್ರಿಯತೇ ವಹ್ನಿರ್ಯಥಾದರ್ಶೋ ಮಲೇನ ಚ ।
ಯಥೋಲ್ಬೇನಾವೃತೋ ಗರ್ಭಸ್ತಥಾ ತೇನೇದಮಾವೃತಮ್ ॥

ಹೊಗೆಯು ಅಗ್ನಿಯನು ಆವರಿಸುವ ಹಾಗೆ
ಕೊಳೆಯು ಕನ್ನಡಿಯನು ಕವಿಯುವ ಹಾಗೆ
ಗರ್ಭವು ಭ್ರೂಣವನು ಮುಚ್ಚುವ ಹಾಗೆ
ಜೀವಿಯು ಕಾಮದಲಾವೃತನಿಹ ಬಗೆ

39.

ಆವೃತಂ ಜ್ಞಾನಮೇತೇನ ಜ್ಞಾನಿನೋ ನಿತ್ಯವೈರಿಣಾ ।
ಕಾಮರೂಪೇಣ ಕೌಂತೇಯ ದುಷ್ಪೂರೇಣಾನಲೇನ ಚ ॥

ಜ್ಞಾನಿಯ ಜ್ಞಾನವನಾವರಿಸುತಲಿದು
ಕಾಮರೂಪದ ನಿತ್ಯಶತ್ರುವಿಹುದು

ದಾಹದ ಕೊನೆಯನೇ ಕಾಣದ ದಳ್ಳುರಿ

ಎಂದಿದನು ಕೌಂತೇಯನೇ ನೀನರಿ

40.

ಇಂದ್ರಿಯಾಣಿ ಮನೋ ಬುದ್ಧಿರಸ್ಯಾಧಿಷ್ಠಾನಮುಚ್ಯತೇ ।

ಏತೈರ್ವಿಮೋಹಯತ್ಯೇಷ ಜ್ಞಾನಮಾವೃತ್ಯ ದೇಹಿನಮ್ ॥

ಇಂದ್ರಿಯ, ಬುದ್ಧಿ, ಮನಸು – ಇವು ನೆಲೆದಾಣ

-ಎಂದೆನುವರು, ಕಾಮನೆಗವೇ ಸ್ಥಾನ

ತನ್ಮೂಲಕ ದೇಹಿಯ ಅರಿವನು ಮುಸುಕಿ

ಕಂಗೆಡಿಸುವವು ಅವು ಭ್ರಮೆಯಲಿ ನೂಕಿ

41.

ತಸ್ಮಾತ್ತ್ವ ಮಿಂದ್ರಿಯಾಣ್ಯಾದೌ ನಿಯಮ್ಯ ಭರತರ್ಷಭ ।

ಪಾಪ್ಮಾನಂ ಪ್ರಜಹಿ ಹ್ಯೇನಂ ಜ್ಞಾನವಿಜ್ಞಾನನಾಶನಮ್ ॥

ಅದರಿಂದಾಗಿ ನೀ, ಹೇ ಭರತರ್ಷಭ,

ಮಾಡು ಇಂದ್ರಿಯ ನಿಯಂತ್ರಣದಾರಂಭ

ಒದ್ದೋಡಿಸು ಈ ಪಾಪದಾಯಕನ

ಜ್ಞಾನ-ವಿಜ್ಞಾನ ನಾಶಕಾರಕನ

42.

ಇಂದ್ರಿಯಾಣಿ ಪರಾಣ್ಯಾಹುರಿಂದ್ರಿಯೇಭ್ಯಃ ಪರಂ ಮನಃ ।

ಮನಸಸ್ತು ಪರಾ ಬುದ್ಧಿರ್ಯೋ ಬುದ್ಧೇಃ ಪರತಸ್ತು ಸಃ

ಹೇಳುವರು ಇಂದ್ರಿಯಗಳೇ ವಿಶಿಷ್ಟ

ಮನಸು ಇಂದ್ರಿಯಗಳಿಗಿಂತಲೂ ಶ್ರೇಷ್ಠ

ಮನಸಿಗಿಂತಲೂ ಬುದ್ಧಿ ಬಲು ಗರಿಮೆ

ಬುದ್ಧಿಯ ಮೀರಿ ಆತ್ಮನಿಗೇ ಹಿರಿಮೆ

43.

ಏವಂ ಬುದ್ಧೇಃ ಪರಂ ಬುದ್ಧ್ವಾ ಸಂಸ್ತಭ್ಯಾತ್ಮಾನಮಾತ್ಮನಾ ।
ಜಹಿ ಶತ್ರುಂ ಮಹಾಬಾಹೋ ಕಾಮರೂಪಂ ದುರಾಸದಮ್ ॥

ಇಂತು ಬುದ್ಧಿಗೂ ಹಿರಿದಿರುವುದಕೆಳಸಿ

ಅರಿತು ಅದರಲೇ ಮನವ ಸ್ಥಿರಗೊಳಿಸಿ

ಜಯಿಸು ಈ ಕಾಮರೂಪದಲಿರುವ ಬಹು

ದುರ್ದಮ ವೈರಿಯ, ಹೇ ಮಹಾಬಾಹು

ಓಂ ತತ್ಸದಿತಿ ಶ್ರೀಮದ್ಭಗವದ್ಗೀತಾಸೂಪನಿಷತ್ಸು
ಬ್ರಹ್ಮವಿದ್ಯಾಯಾಂ ಯೋಗಶಾಸ್ತ್ರೇ ಶ್ರೀಕೃಷ್ಣಾರ್ಜುನಸಂವಾದೇ
ಕರ್ಮಯೋಗೋ ನಾಮ ತೃತೀಯೋಧ್ಯಾಯಃ ॥

ಚತುರ್ಥಾಧ್ಯಯ:

1.

ಶ್ರೀಭಗವಾನುವಾಚ ।

ಇಮಂ ವಿವಸ್ವತೇ ಯೋಗಂ ಪ್ರೋಕ್ತವಾನಹಮವ್ಯಯಮ್ ।

ವಿವಸ್ವಾನ್ಮನವೇ ಪ್ರಾಹ ಮನುರಿಕ್ಷ್ವಾ ಕವೇಬ್ರವೀತ್ ॥

ಶ್ರೀಭಗವಾನುವಾಚ :

ಅವ್ಯಯವೀ ಯೋಗವನು ನನ್ನಿಂದ

ವಿವಸ್ವಾನನು ಉಪದೇಶವ ಪಡೆದ

ವಿವಸ್ವಾನನಿದನು ಮನುವಿಗೆ ಹೇಳಿದ

ಇಕ್ಷ್ವಾಕುವಿಗೆ ಮನು ಉಪದೇಶಿಸಿದ

2.

ಏವಂ ಪರಂಪರಾಪ್ರಾಪ್ತಮಿಮಂ ರಾಜರ್ಷಯೋ ವಿದುಃ ।

ಸ ಕಾಲೇನೇಹ ಮಹತಾ ಯೋಗೋ ನಷ್ಟಃ ಪರಂತಪ ॥

ಹೀಗೆ ಪ್ರಾಪ್ತವಿರಲು ಪರಂಪರೆಯಲಿ

ರಾಜರ್ಷಿಗಳೀ ಜ್ಞಾನ ಗ್ರಹಿಸುತಲಿ

ಕಾಲಕ್ರಮದಲಿ ಇಹೆಯಿಂದ ಲೋಪ

ಆಯಿತೀ ಮಹಾಯೋಗವು, ಪರಂತಪ

3.

ಸ ಏವಾಯಂ ಮಯಾ ತೇದ್ಯ ಯೋಗಃ ಪ್ರೋಕ್ತಃ ಪುರಾತನಃ ।

ಭಕ್ತೋಸಿ ಮೇ ಸಖಾ ಚೇತಿ ರಹಸ್ಯಂ ಹ್ಯೇತದುತ್ತಮಮ್ ॥

ಅದೇ ಪುರಾತನಯೋಗವೇ ಇಂದು

ನೀನೆನ್ನ ಭಕ್ತನು, ಗೆಳೆಯನು ಎಂದು

ನನ್ನಿಂದ ನಿನಗೆ ಹೇಳಲ್ಪಡುತಿದೆ

ಉತ್ತಮವಾದ ರಹಸ್ಯ ಇದಾಗಿದೆ

4.

ಅರ್ಜುನ ಉವಾಚ |

ಅಪರಂ ಭವತೋ ಜನ್ಮ ಪರಂ ಜನ್ಮ ವಿವಸ್ವತಃ |

ಕಥಮೇತದ್ವಿಜಾನೀಯಾಂ ತ್ವಮಾದೌ ಪ್ರೋಕ್ತವಾನಿತಿ ||

ಅರ್ಜುನ ಉವಾಚ :

ವಿವಸ್ವತನ ಜನ್ಮವಾದುದು ಮೊದಲಲಿ

ನಿನ್ನ ಜನ್ಮವಾಯಿತು ನಂತರದಲಿ

ನೀನವನಿಗೆ ನುಡಿದೆಯೆನಲು ಆದಿಯಲಿ

ಅದರ ಅರ್ಥವದೆಂತು ನಾ ತಿಳಿಯಲಿ

5.

ಶ್ರೀಭಗವಾನುವಾಚ |

ಬಹೂನಿ ಮೇ ವ್ಯತೀತಾನಿ ಜನ್ಮಾನಿ ತವ ಚಾರ್ಜುನ |

ತಾನ್ಯಹಂ ವೇದ ಸರ್ವಾಣಿ ನ ತ್ವಂ ವೇತ್ಥ ಪರಂತಪ ||

ಶ್ರೀ ಭಗವಾನುವಾಚ :

ಬಹುವಾಗಿ ಕಳೆದಿವೆ ನನ್ನಯ ಜನನ

ನಿನಗೂ ಅಂತೆಯೇ ಗತಿಸಿವೆ ಅರ್ಜುನ

ಅವೆಲ್ಲವೂ ಸಹ ನನಗಿರುವುದು ವೇದ್ಯ

ಪರಂತಪನೇ ನೀ ಅರಿತಿರಲಸಾಧ್ಯ

6.

ಅಜೋಪಿ ಸನ್ನವ್ಯಯಾತ್ಮಾ ಭೂತಾನಾಮೀಶ್ವರೋಪಿ ಸನ್ |

ಪ್ರಕೃತಿಂ ಸ್ವಾಮಧಿಷ್ಠಾಯ ಸಂಭವಾಮ್ಯಾತ್ಮಮಾಯಯಾ ||

ನಾನು ಅಜನೂ ಅವ್ಯಯನೂ ಇರಲೂ

ಜೀವಿಗಳ ಈಶ್ವರನು ಆಗಿರಲೂ

ನನ್ನಂತರಂಗಮಾಯೆಯನು ಬೀರಿ

ಅವತರಿಸುವೆ ನನ್ನ ಪ್ರಕೃತಿಯ ಸೇರಿ

7.

ಯದಾ ಯದಾ ಹಿ ಧರ್ಮಸ್ಯ ಗ್ಲಾನಿರ್ಭವತಿ ಭಾರತ ।

ಅಭ್ಯುತ್ಥಾನಮಧರ್ಮಸ್ಯ ತದಾತ್ಮಾನಂ ಸೃಜಾಮ್ಯಹಮ್ ॥

ಎಂದು ತೋರುವುದೋ ಧರ್ಮದ ಅವನತಿ

ಎಂದು ಪಡೆವುದೋ ಅಧರ್ಮವು ಉನ್ನತಿ

ಆ ಕಾಲದಲಿ ನಾನೇ, ಹೇ ಭಾರತ

ಅವತಾರವ ತಳೆದಾಗುವೆ ವ್ಯಕ್ತ

8.

ಪರಿತ್ರಾಣಾಯ ಸಾಧೂನಾಂ ವಿನಾಶಾಯ ಚ ದುಷ್ಕೃತಾಮ್ ।

ಧರ್ಮಸಂಸ್ಥಾಪನಾರ್ಥಾಯ ಸಂಭವಾಮಿ ಯುಗೇ ಯುಗೇ ॥

ಸಾಧು-ಸಜ್ಜನರನು ಮಾಡಲುದ್ಧರ

ವಿನಾಶಗೊಳಿಸಲೆಂದೇ ದುರ್ಜನರ

ಧರ್ಮವನು ಸ್ಥಾಪಿಸಲೋಸುಗ ಮರಳಿ

ಅವತರಿಸಿ ತೋರುವೆ ಯುಗಯುಗಗಳಲಿ

9.

ಜನ್ಮ ಕರ್ಮ ಚ ಮೇ ದಿವ್ಯಮೇವಂ ಯೋ ವೇತ್ತಿ ತತ್ತ್ವತಃ ।

ತ್ಯಕ್ತ್ವಾ ದೇಹಂ ಪುನರ್ಜನ್ಮ ನೈತಿ ಮಾಮೇತಿ ಸೋಽರ್ಜುನ ॥

ನನ್ನೀ ಅಲೌಕಿಕ ಜನ್ಮವ, ಕಾರ್ಯವ

ಇಂತು ಯಥಾರ್ಥದಲಿ ತಿಳಿದಾತನವ

ತೊರೆಯಲು ದೇಹ ಇರದವಗೆ ಮರು ಜನನ

ನನ್ನನೇ ಹೊಂದುವನು, ತಿಳಿ ಅರ್ಜುನ

10.

ವೀತರಾಗಭಯಕ್ರೋಧಾ ಮನ್ಮಯಾ ಮಾಮುಪಾಶ್ರಿತಾಃ ।
ಬಹವೋ ಜ್ಞಾನತಪಸಾ ಪೂತಾ ಮದ್ಭಾವಮಾಗತಾಃ ॥

ಕೆಲವರು ರಾಗಭಯಕ್ರೋಧವ ಬಿಟ್ಟು

ಶರಣಾಗಿ ನನ್ನಲಿಯೇ ಮನವಿಟ್ಟು

ಜ್ಞಾನದ ತಪಸಿನಲಿ ಪರಿಶುದ್ಧರಾಗಿ

ನನ್ನ ಭಾವ ಹೊಂದಿದರು ಒಂದಾಗಿ

11.

ಯೇ ಯಥಾ ಮಾಂ ಪ್ರಪದ್ಯಂತೇ ತಾಂಸ್ತಥೈವ ಭಜಾಮ್ಯಹಮ್ ।
ಮಮ ವತ್ರ್ಮಾನುವರ್ತಂತೇ ಮನುಷ್ಯಾಃ ಪಾರ್ಥ ಸರ್ವಶಃ ॥

ಯಾರು ಎಂತು ಸೇವಿಸುವರೋ ಎನ್ನ

ಅಂತೇ ನಾ ಅನುಗ್ರಹಿಸುವೆನು ಅವನ

ಪಥಿಸುವ ಸರ್ವ ದಾರಿಗಳಲೂ, ಪಾರ್ಥ

ಎಲ್ಲ ಮನುಜರೂ ಬರುವರು ನನ್ನತ್ತ

12.

ಕಾಂಕ್ಷಂತಃ ಕರ್ಮಣಾಂ ಸಿದ್ಧಿಂ ಯಜಂತ ಇಹ ದೇವತಾಃ ।
ಕ್ಷಿಪ್ರಂ ಹಿ ಮಾನುಷೇ ಲೋಕೇ ಸಿದ್ಧಿರ್ಭವತಿ ಕರ್ಮಜಾ ॥

ಅಪೇಕ್ಷಿಸುತ ಸಿದ್ಧಿಯನು ಕರ್ಮಗಳಲಿ

ದೇವತೆಗಳ ಪೂಜಿಸುವರು ಇಳೆಯಲಿ

ಕೈಗೂಡುವುದು ಕರ್ಮವನು ಕೈಗೊಳಲು

ಮನುಜಲೋಕದಲಿ ಬಲುಬೇಗ ಫಸಲು

13.

ಚಾತುರ್ವರ್ಣ್ಯಂ ಮಯಾ ಸೃಷ್ಟಂ ಗುಣಕರ್ಮವಿಭಾಗಶಃ |
ತಸ್ಯ ಕರ್ತಾರಮಪಿ ಮಾಂ ವಿದ್ಧಿ ಕರ್ತಾರಮವ್ಯಯಮ್ ||

ಗುಣಕರ್ಮಗಳ ವಿಭಾಗದಲಿ ದೃಷ್ಟಿ

ಇಟ್ಟು ನಾ ಗೈದೆ ಚತುರ್ವರ್ಣ ಸೃಷ್ಟಿ

ಅದರ ಕರ್ತಾರನಾದರೂ, ನಿಜದಲಿ

ಅವ್ಯಯ ನಾನು, ಮಾಡದವನೆಂದು ತಿಳಿ

14.

ನ ಮಾಂ ಕರ್ಮಾಣಿ ಲಿಂಪಂತಿ ನ ಮೇ ಕರ್ಮಫಲೇ ಸ್ಪೃಹಾ |
ಇತಿ ಮಾಂ ಯೋಭಿಜಾನಾತಿ ಕರ್ಮಭಿರ್ನ ಸ ಬಧ್ಯತೇ ||

ಕರ್ಮಗಳು ನನ್ನನ್ನು ಅಂಟುವುದಿಲ್ಲ

ಕರ್ಮಫಲದ ಬಯಕೆಯೂ ನನಗಿಲ್ಲ

ಇಂತೆಂದು ಎನ್ನ ಅರಿತಿರುವವ ತಾನು

ಕರ್ಮದ ಸೆರೆಯಲಿ ಸಿಲುಕಿಸಿಕೊಳ್ಳನು

15.

ಏವಂ ಜ್ಞಾತ್ವಾ ಕೃತಂ ಕರ್ಮ ಪೂರ್ವೈರಪಿ ಮುಮುಕ್ಷುಭಿಃ |
ಕುರು ಕರ್ಮೈವ ತಸ್ಮಾತ್ತ್ವಂ ಪೂರ್ವೈಃ ಪೂರ್ವತರಂ ಕೃತಮ್ ||

ಹೀಗೆ ಪೂರ್ವದಲೇ ಮುಮುಕ್ಷುಗಳಿಂದ

ತಿಳಿಯಲುಪಡುತ ಆಚರಣೆಗೆ ಬಂದ

ಪುರಾತನ ಪೂರ್ವಜರು ನಡೆಸಿದ ತರಹ

ಕರ್ಮಗಳನಾಚರಿಸು ನೀನೂ ಸಹ

16.

ಕಿಂ ಕರ್ಮ ಕಿಮಕರ್ಮೇತಿ ಕವಯೋಪ್ಯತ್ರ ಮೋಹಿತಾಃ |
ತತ್ತೇ ಕರ್ಮ ಪ್ರವಕ್ಷ್ಯಾಮಿ ಯಜ್ಞಾತ್ವಾ ಮೋಕ್ಷ್ಯಸೇಶುಭಾತ್ ||

ಯಾವುದು ಅಕರ್ಮವು ಯಾವುದು ಕರ್ಮವು

ಬಲ್ಲವರೂ ಈ ಗೊಂದಲದಲಿ ತಾವು

ಇರುತಿರಲು ಕರ್ಮವ ವಿವರಿಸಿ ಅರುಹುವೆ

ತಿಳಿದು ನೀ ಕೇಡಿಂದ ಪಾರಾಗುವೆ

17.

ಕರ್ಮಣೋ ಹ್ಯಪಿ ಬೋದ್ಧವ್ಯಂ ಬೋದ್ಧವ್ಯಂ ಚ ವಿಕರ್ಮಣಃ ।

ಅಕರ್ಮಣಶ್ಚ ಬೋದ್ಧವ್ಯಂ ಗಹನಾ ಕರ್ಮಣೋ ಗತಿಃ ॥

ಅರಿಯುವುದು ಕಠಿಣ ಕರ್ಮದ ಬಗೆ

ತಿಳಿಯಬೇಕು ಸಹ ವಿಕರ್ಮದ ಬಗ್ಗೆ

ಮತ್ತು ಅರಿತು ಪಡೆ ಅಕರ್ಮದ ಜ್ಞಾನ

ಇಂತು ಕರ್ಮದ ನಡೆ ಇದೆ ಬಹು ಗಹನ

18.

ಕರ್ಮಣ್ಯಕರ್ಮ ಯಃ ಪಶ್ಯೇದಕರ್ಮಣಿ ಚ ಕರ್ಮ ಯಃ ।

ಸ ಬುದ್ಧಿಮಾನ್ಮನುಷ್ಯೇಷು ಸ ಯುಕ್ತಃ ಕೃತ್ಸ್ನ ಕರ್ಮಕೃತ್ ॥

ಯಾರು ಕರ್ಮದಲಿ ಅಕರ್ಮವ ಕಾಣುವ

ಅಕರ್ಮದಲಿಯೂ ಕರ್ಮವ ಕಾಣುವ

ಇಹನೋ ಅಂತಹ ಮನುಜ ಬುದ್ಧಿವಂತ

ಅವನು ಕರ್ಮಫಲವೆಲ್ಲ ಪಡೆವಾತ

19.

ಯಸ್ಯ ಸರ್ವೇ ಸಮಾರಂಭಾಃ ಕಾಮಸಂಕಲ್ಪವರ್ಜಿತಾಃ ।

ಜ್ಞಾನಾಗ್ನಿದಗ್ಧಕರ್ಮಾಣಂ ತಮಾಹುಃ ಪಂಡಿತಂ ಬುಧಾಃ ॥

ಯಾರ ಸರ್ವ ಪ್ರಯತ್ನಗಳೂ ಸಹಿತ

ಇಹವೋ ಕಾಮಸಂಕಲ್ಪ ವರ್ಜಿತ

ಜ್ಞಾನಾಗ್ನಿಯ ಧಗೆಯಲಿ ಕರ್ಮವು ದಗ್ಧ

ಇರಲು ಬುಧರು ಕರೆವರವನ 'ಬಲ್ಲಿದ'

20.

ತ್ಯಕ್ತ್ವಾ ಕರ್ಮಫಲಾಸಂಗಂ ನಿತ್ಯತೃಪ್ತೋ ನಿರಾಶ್ರಯಃ ।

ಕರ್ಮಣ್ಯಭಿಪ್ರವೃತ್ತೋಪಿ ನೈವ ಕಿಂಚಿತ್ಕರೋತಿ ಸಃ ॥

ಕರ್ಮಫಲಗಳಲಾಸಕ್ತಿಯನು ಬಿಡುತ

ನಿತ್ಯತೃಪ್ತ ನಿರಾಶ್ರಯನಾಗಿರುತ

ಆತನು ಕರ್ಮದಲ್ಲಿ ಪೂರಾ ನಿರತ

ಇರುವಲೂ ಮಾಡಿರನೇನೂ ಖಂಡಿತ

21.

ನಿರಾಶೀರ್ಯತಚಿತ್ತಾತ್ಮಾ ತ್ಯಕ್ತಸರ್ವಪರಿಗ್ರಹಃ ।

ಶಾರೀರಂ ಕೇವಲಂ ಕರ್ಮ ಕುರ್ವನ್ನಾಪ್ನೋತಿ ಕಿಲ್ಬಿಷಮ್ ॥

ಚಿತ್ತವನು ಆತ್ಮದ ಹಿಡಿತದಲಿ ಇರಿಸಿ

ಎಲ್ಲ ಪರಿಗ್ರಹಭಾವವ ತ್ಯಜಿಸಿ

ಬಿಟ್ಟಾಶೆ, ಕಾಯ ಕಾಯಲಿಷ್ಟು ಕೆಲಸ

ಕೈಗೊಂಬವ ಹೊಂದನು ಇಷ್ಟೂ ದೋಷ

22.

ಯದೃಚ್ಛಾಲಾಭಸಂತುಷ್ಟೋ ದ್ವಂದ್ವಾತೀತೋ ವಿಮತ್ಸರಃ ।

ಸಮಃ ಸಿದ್ಧಾವಸಿದ್ಧೌ ಚ ಕೃತ್ವಾಪಿ ನ ನಿಬಧ್ಯತೇ ॥

ತಾನೇ ಒದಗಿದ ಲಾಭಕೇ ತೃಪ್ತ

ಮತ್ಸರ ಮೀರಿದ ದ್ವಂದ್ವಾತೀತ

ಸಿದ್ಧಿ-ಅಸಿದ್ಧಿಗಳಲಿರಲು ಸಮಚಿತ್ತ

ಆಗನು ಕರ್ಮದಲಿದ್ದೂ ಬಾಧಿತ

23.

ಗತಸಂಗಸ್ಯ ಮುಕ್ತಸ್ಯ ಜ್ಞಾನಾವಸ್ಥಿತಚೇತಸಃ ।
ಯಜ್ಞಾಯಾಚರತಃ ಕರ್ಮ ಸಮಗ್ರಂ ಪ್ರವಿಲೀಯತೇ ॥

ಸಂಗದಲಾಸ್ಥೆಯನು ತೋರದ ಮುಕ್ತನು

ದಿವ್ಯಜ್ಞಾನದಲಿ ಸ್ಥಿತ ಚೇತನನು

ಯಜ್ಞದವೊಲು ಕರ್ಮವನಾಚರಿಸಲು

ಲಯವಾಗುವುವು ಎಲ್ಲಾ ಕರ್ಮಗಳು

24.

ಬ್ರಹ್ಮಾರ್ಪಣಂ ಬ್ರಹ್ಮ ಹವಿರ್ಬ್ರಹ್ಮಾಗ್ನೌ ಬ್ರಹ್ಮಣಾ ಹುತಮ್ ।
ಬ್ರಹ್ಮೈವ ತೇನ ಗಂತವ್ಯಂ ಬ್ರಹ್ಮಕರ್ಮಸಮಾಧಿನಾ ॥

ಅರ್ಪಣೆಯೊ ಬ್ರಹ್ಮ, ಆಜ್ಯವೂ ಬ್ರಹ್ಮ,

ಅಗ್ನಿಯೂ ಬ್ರಹ್ಮ, ಅರ್ಪಿಸುವವ ಬ್ರಹ್ಮ,

ಬ್ರಹ್ಮದಲ್ಲಿಯೇ ಮಗ್ನನಾಗಿ ಕರ್ಮ

ಕೈಗೊಂಡವನು ಹೊಂದುವುದೂ ಬ್ರಹ್ಮ

25.

ದೈವಮೇವಾಪರೇ ಯಜ್ಞಂ ಯೋಗಿನಃ ಪರ್ಯುಪಾಸತೇ ।
ಬ್ರಹ್ಮಾಗ್ನಾವಪರೇ ಯಜ್ಞಂ ಯಜ್ಞೇನೈವೋಪಜುಹ್ವತಿ ॥

ಇಂತು ಯಜ್ಞವಗೈದು ಕೆಲ ಸಾಧಕರು

ದೇವತೆಗಳ ಪರಿಪರಿ ಪೂಜಿಸುವರು

ಬ್ರಹ್ಮಾಗ್ನಿಯಲಿ ತಮ್ಮನೇ ಅರ್ಪಿಸಿ

ಉಳಿದವರು ಇಹರು ಯಜ್ಞವನು ನಡೆಸಿ

26.

ಶ್ರೋತ್ರಾದೀನೀಂದ್ರಿಯಾಣ್ಯನ್ಯೇ ಸಂಯಮಾಗ್ನಿಷು ಜುಹ್ವತಿ ।
ಶಬ್ದಾದೀನ್ವಿಷಯಾನನ್ಯ ಇಂದ್ರಿಯಾಗ್ನಿಷು ಜುಹ್ವತಿ ॥

ಶ್ರವಣಾದಿ ಇಂದ್ರಿಯಗಳನು ಹಲವರು

ಸಂಯಮದಗ್ನಿಗಳಲಾಹುತಿ ಗೈವರು

ಶಬ್ದಾದಿ ವಿಷಯಗಳನು ಇನ್ನಿತರರು

ಇಂದ್ರಿಯಗಳಗ್ನಿಯಲರ್ಪೀಸುತಿಹರು

27.

ಸರ್ವಾಣೀಂದ್ರಿಯಕರ್ಮಾಣಿ ಪ್ರಾಣಕರ್ಮಾಣಿ ಚಾಪರೇ ।

ಆತ್ಮಸಂಯಮಯೋಗಾಗ್ನೌ ಜುಹ್ವತಿ ಜ್ಞಾನದೀಪಿತೇ ॥

ಕೆಲವರು ಸರ್ವ ಇಂದ್ರಿಯ ಕರ್ಮಗಳನು

ಅಲ್ಲದೆ ಪ್ರಾಣವಾಯು ಕ್ರಿಯಗಳನು

ಜ್ಞಾನವು ಬೆಳಗಿದ ಆತ್ಮಸಂಯಮದ

ಯೋಗಾಗ್ನಿಯಲರ್ಪೀಸುವುದವರ ವಿಧ

28.

ದ್ರವ್ಯಯಜ್ಞಾಸ್ತಪೋಯಜ್ಞಾ ಯೋಗಯಜ್ಞಾಸ್ತಥಾಪರೇ ।

ಸ್ವಾಧ್ಯಾಯಜ್ಞಾನಯಜ್ಞಾಶ್ಚ ಯತಯಃ ಸಂಶಿತವ್ರತಾಃ ॥

ದ್ರವ್ಯ ಯಜ್ಞದಲಿ ತಪೋ ಯಜ್ಞದಲಿ

ಕೆಲರಿರಲು, ಇತರರು ಯೋಗಯಜ್ಞದಲಿ

ಕರಿಣ ವ್ರತದಲಿಹ ಯತಿಗಳೆಂಬುವರು

ಸ್ವಾಧ್ಯಾಯದ ಜ್ಞಾನಯಜ್ಞ ಗೈವರು

29.

ಅಪಾನೇ ಜುಹ್ವತಿ ಪ್ರಾಣಂ ಪ್ರಾಣೇಪಾನಂ ತಥಾಪರೇ ।

ಪ್ರಾಣಾಪಾನಗತೀ ರುದ್ಧ್ವಾ ಪ್ರಾಣಾಯಾಮಪರಾಯಣಾಃ ॥

ಅಪಾನದಲಿ ಪ್ರಾಣವನರ್ಪೀಸುತಲಿ

ಪ್ರಾಣವನಪಾನದಲಿ ಹೋಮಿಸುತಲಿ

ಪ್ರಾಣ ಅಪಾನಗಳ ನಡೆಯ ತಡೆಯುವರು

ಪ್ರಾಣಾಯಾಮದ ಪರಾಯಣರವರು

30.
ಅಪರೇ ನಿಯತಾಹಾರಾಃ ಪ್ರಾಣಾನ್ಪ್ರಾಣೇಷು ಜುಹ್ವತಿ ।
ಸರ್ವೇಪ್ಯೇತೇ ಯಜ್ಞವಿದೋ ಯಜ್ಞಕ್ಷಪಿತಕಲ್ಮಷಾಃ ॥

ನಿಯತ ಆಹಾರದಲಿರುತಲಿ ಹಲವರು

ಪ್ರಾಣದಲೇ ಪ್ರಾಣಗಳರ್ಪಿಸುತಿಹರು

ಯಜ್ಞವಿದರೆ ಸರಿ ಈ ವಿಧರೆಲ್ಲರೂ

ಯಜ್ಞವಾಚರಿಸಿ ಕಲ್ಮಷ ಕಳೆವರು

31.
ಯಜ್ಞಶಿಷ್ಟಾಮೃತಭುಜೋ ಯಾಂತಿ ಬ್ರಹ್ಮ ಸನಾತನಮ್ ।
ನಾಯಂ ಲೋಕೋಸ್ತ್ಯಯಜ್ಞಸ್ಯ ಕುತೋನ್ಯಃ ಕುರುಸತ್ತಮ ॥

ಯಜ್ಞಶಿಷ್ಟ ಅಮೃತವ ಭುಜಿಸುತಲಿ

ಸೇರುವರು ಸನಾತನ ಬ್ರಹ್ಮದಲಿ

ಕುರುಶ್ರೇಷ್ಠನೇ, ಯಜಿಸದವಗಂತೂ

ಈ ಲೋಕವಿರದು, ಅನ್ಯ ಜಗವೆಂತು?

32.
ಏವಂ ಬಹುವಿಧಾ ಯಜ್ಞಾ ವಿತತಾ ಬ್ರಹ್ಮಣೋ ಮುಖೇ ।
ಕರ್ಮಜಾನ್ವಿದ್ಧಿ ತಾನ್ಸರ್ವಾನೇವಂ ಜ್ಞಾತ್ವಾ ವಿಮೋಕ್ಷ್ಯ ಸೇ ॥

ಹರಡಿವೆ ಬಹುವಿಧದ ಯಜ್ಞಗಳಿಂತು

ವೇದಗಳಲಿ, ಬೊಮ್ಮನ ಬಾಯಲಿ ನಿಂತು

ಕರ್ಮಗಳಿಂದಾಗುವುವು ಇವು ಸರ್ವ

ಎಂದರಿತು ನೀ ಪಡೆಯುವೆ ಮೋಕ್ಷವ

33.

ಶ್ರೇಯಾಂದ್ರವ್ಯಮಯಾದ್ಯಜ್ಞಾಜ್ಞಾನಯಜ್ಞಃ ಪರಂತಪ ।
ಸರ್ವಂ ಕರ್ಮಾಖಿಲಂ ಪಾರ್ಥ ಜ್ಞಾನೇ ಪರಿಸಮಾಪ್ಯತೇ ॥

ದ್ರವ್ಯಮಯವಾದ ಯಜ್ಞಕ್ಕಿಂತಲೂ,

ಪರಂತಪನೆ, ಜ್ಞಾನಯಜ್ಞವೆ ಮಿಗಿಲು

ಸರ್ವಕರ್ಮಗಳ ಸಮಗ್ರ ವ್ಯಾಪ್ತಿ

ಅದೆಲ್ಲಕೂ ಜ್ಞಾನದಲಿ ಪರಿಸಮಾಪ್ತಿ

34.

ತದ್ವಿದ್ಧಿ ಪ್ರಣಿಪಾತೇನ ಪರಿಪ್ರಶ್ನೇನ ಸೇವಯಾ ।
ಉಪದೇಕ್ಷ್ಯಂತಿ ತೇ ಜ್ಞಾನಂ ಜ್ಞಾನಿನಸ್ತತ್ವ ದರ್ಶಿನಃ ॥

ಇದ ತಿಳಿ ಜ್ಞಾನಿಗಳನ್ನು ಸಮೀಪಿಸಿ

ಸೇವೆಯ ಸಲ್ಲಿಸಿ ಪರಿಪರಿ ಪ್ರಶ್ನಿಸಿ

ಸತ್ಯದರ್ಶನವ ಪಡೆದ ಜ್ಞಾನಿಗಳು

ಉಪದೇಶಗೈವರು ನಿಜತಿಳಿವಿನೊಳು

35.

ಯಜ್ಞಾತ್ವಾ ನ ಪುನರ್ಮೋಹಮೇವಂ ಯಾಸ್ಯಸಿ ಪಾಂಡವ ।
ಯೇನ ಭೂತಾನ್ಯಶೇಷೇಣ ದ್ರಕ್ಷ್ಯಸ್ಯಾತ್ಮನ್ಯಥೋ ಮಯಿ ॥

ಯಾವುದ ತಿಳಿದು ತದನಂತರ ಮತ್ತವ

ಮೋಹಕೂ ಬಲಿಯಾಗೆಯೋ ಪಾಂಡವ

ಆ ತಿಳಿವ ಬೆಳಕಲಿ ಜೀವಿಗಳೆಲ್ಲವು

ನನ್ನೊಳೂ ನಿನ್ನೊಳೂ ಕಾಣುತಿರುವುವು

36.

ಅಪಿ ಚೇದಸಿ ಪಾಪೇಭ್ಯಃ ಸರ್ವೇಭ್ಯಃ ಪಾಪಕೃತ್ತಮಃ ।
ಸರ್ವಂ ಜ್ಞಾನಪ್ಲವೇನೈವ ವೃಜಿನಂ ಸಂತರಿಷ್ಯಸಿ ॥

ಪಾಪಿಗಳಲೇ ಮಹಾಪಾಪಿ ಇರಲೂ

ಸುತ್ತ ಮುತ್ತಿದರೂ ಪಾಪದ ಕಡಲು

ದಿವ್ಯಜ್ಞಾನದ ನೌಕೆಯನು ಏರಿ

ದಾಟುವೆ ನೀನದರ ಎಲ್ಲೆಯ ಮೀರಿ

37.

ಯಥೈಧಾಂಸಿ ಸಮಿದ್ಧೋಗ್ನಿರ್ಭಸ್ಮಸಾತ್ಕುರುತೇರ್ಜುನ ।

ಜ್ಞಾನಾಗ್ನಿಃ ಸರ್ವಕರ್ಮಾಣಿ ಭಸ್ಮಸಾತ್ಕುರುತೇ ತಥಾ ॥

ಉರಿಯುತಿಹ ಬೆಂಕಿ ಉರುವಲನು ಸೋಂಕಿ

ಬೂದಿಗೈಯುವುದು ಉಳಿಸದೇ ಬಾಕಿ

ಜ್ಞಾನದ ಅಗ್ನಿಯ ತಾಗಿದ ಕರ್ಮ

ಅರ್ಜುನನೆ, ಅಂತೆಯೇ ಕಡೆಗದು ಭಸ್ಮ

38.

ನ ಹಿ ಜ್ಞಾನೇನ ಸದೃಶಂ ಪವಿತ್ರಮಿಹ ವಿದ್ಯತೇ ।

ತತ್ಸ್ವಯಂ ಯೋಗಸಂಸಿದ್ಧಃ ಕಾಲೇನಾತ್ಮನಿ ವಿಂದತಿ ॥

ಜ್ಞಾನವೇ ಖಂಡಿತ ಪರಮ ಪಾವನ

ಇಹದಲಿ ಅದಕೆ ಎಲ್ಲಿಹುದು ಸಮಾನ

ಇದನು ಯೋಗದಲಿ ಸ್ವಯಂ ಸಂಸಿದ್ಧ

ತನ್ನಲಿಯೇ ತಿಳಿವನು ಅನುಭವದಿಂದ

39.

ಶ್ರದ್ಧಾವಾಂಲ್ಲಭತೇ ಜ್ಞಾನಂ ತತ್ಪರಃ ಸಂಯತೇಂದ್ರಿಯಃ ।

ಜ್ಞಾನಂ ಲಬ್ಧ್ವಾ ಪರಾಂ ಶಾಂತಿಮಚಿರೇಣಾಧಿಗಚ್ಛತಿ ॥

ಶ್ರದ್ಧಾವಂತನು ಇರುತಿರೆ ತತ್ಪರ

ನಿಗ್ರಹದಲಿರಿಸಿ ಇಂದ್ರಿಯ ಪೂರಾ

ಬಿಡದೇ ಪಡೆಯುವನಂಥ ಜ್ಞಾನವನು

ಒಡನೆ ತಡವಿರದೆ ಪರಮ ಶಾಂತಿಯನೂ

40.

ಅಜ್ಞಶ್ಚಾಶ್ರದ್ದಧಾನಶ್ಚ ಸಂಶಯಾತ್ಮಾ ವಿನಶ್ಯತಿ ।

ನಾಯಂ ಲೋಕೋಸ್ತಿ ನ ಪರೋ ನ ಸುಖಂ ಸಂಶಯಾತ್ಮನಃ ॥

ಅಜ್ಞನೂ ನಂಬಿಕೆಯೇ ಇರದವನೂ

ಸಂಶಯಾತ್ಮನೂ ಪತನ ಹೊಂದುವನು

ಸಂಶಯಗಳ ಸುಳಿಗಳಲಿ ಸಿಲುಕಿದವ

ಇಹಕು ಪರಕು ಸುಖಕೂ ಎರವಾಗುವ

41.

ಯೋಗಸಂನ್ಯಸ್ತಕರ್ಮಾಣಂ ಜ್ಞಾನಸಂಛಿನ್ನಸಂಶಯಮ್ ।

ಆತ್ಮವಂತಂ ನ ಕರ್ಮಾಣಿ ನಿಬಧ್ನಂತಿ ಧನಂಜಯ ॥

ಯೋಗದಲಿ ತೊಡಗಿ ಕರ್ಮವ ತ್ಯಜಿಸಿದ

ಜ್ಞಾನದಿಂದ ಸಂಶಯ ಕತ್ತರಿಸಿದ

ಆತ್ಮಸ್ಥಿತನಿಗೋ ಕರ್ಮಗಳಿಂದ

ಹೇ ಧನಂಜಯ, ಉಂಟಾಗದು ಬಂಧ

42.

ತಸ್ಮಾದಜ್ಞಾನಸಂಭೂತಂ ಹೃತ್ಸ್ಥಂ ಜ್ಞಾನಾಸಿನಾತ್ಮನಃ ।

ಛಿತ್ತ್ವೈನಂ ಸಂಶಯಂ ಯೋಗಮಾತಿಷ್ಠೋತ್ತಿಷ್ಠ ಭಾರತ ॥

ಅಜ್ಞಾನಸಂಭೂತವು ಸಂಶಯ ಸಸಿ

ಹೃದಯ ಹೊಕ್ಕಿರಲು ನೀ ಜ್ಞಾನದ ಅಸಿ

ಧರಿಸಿ ಕತ್ತರಿಸಿ, ಯೋಗದಲಿ ನೆಲೆಸುತ

ಉತ್ತಿಷ್ಠಿತಗೊಳು ನೀ, ಹೇ ಭಾರತ

ಓಂ ತತ್ಸದಿತಿ ಶ್ರೀಮದ್ಭಗವದ್ಗೀತಾಸೂಪನಿಷತ್ಸು
ಬ್ರಹ್ಮವಿದ್ಯಾಯಾಂ ಯೋಗಶಾಸ್ತ್ರೇ ಶ್ರೀಕೃಷ್ಣಾರ್ಜುನಸಂವಾದೇ
ಜ್ಞಾನಕರ್ಮಸಂನ್ಯಾಸಯೋಗೋ ನಾಮ ಚತುರ್ಥೋಧ್ಯಾಯಃ॥

ಪಂಚಮೋಧ್ಯಾಯ:

1.

ಅರ್ಜುನ ಉವಾಚ ।

ಸಂನ್ಯಾಸಂ ಕರ್ಮಣಾಂ ಕೃಷ್ಣ ಪುನರ್ಯೋಗಂ ಚ ಶಂಸಸಿ ।

ಯಚ್ಛ್ರೇಯ ಏತಯೋರೇಕಂ ತನ್ಮೇ ಬ್ರೂಹಿ ಸುನಿಶ್ಚಿತಮ್ ॥

   ಅರ್ಜುನ ಉವಾಚ :

   ಕರ್ಮಸನ್ಯಾಸಕೂ ಕೊಡುತ ಸ್ಥಾನ

   ಕರ್ಮಯೋಗವ ಹೊಗಳುತಿಹೆ ಕೃಷ್ಣ

   ಎರಡಿವುಗಳಲಿ ಎನಗಾವುದು ಶ್ರೇಯ?

   ಪರಿ ನಿಶ್ಚಯಿಸಿ ದಯದಿಂ ಹೇಳುವೆಯ?

2.

ಶ್ರೀಭಗವಾನುವಾಚ ।

ಸಂನ್ಯಾಸಃ ಕರ್ಮಯೋಗಶ್ಚ ನಿಃಶ್ರೇಯಸಕರಾವುಭೌ ।

ತಯೋಸ್ತು ಕರ್ಮಸಂನ್ಯಾಸಾತ್ಕರ್ಮಯೋಗೋ ವಿಶಿಷ್ಯತೇ ॥

   ಶ್ರೀ ಭಗವಾನುವಾಚ :

   ಸನ್ಯಾಸ, ಕರ್ಮಯೋಗಗಳೂ ಉಭಯ

   ಸರಿ ಮಾರ್ಗಗಳೇ ಗಳಿಸಲು ಶ್ರೇಯ

   ಪರಂತು ಕರ್ಮಸನ್ಯಾಸವನು ಮೀರಿ

   ಕರ್ಮಯೋಗವದೇ ಉತ್ತಮ ದಾರಿ

3.

ಜ್ಞೇಯಃ ಸ ನಿತ್ಯಸಂನ್ಯಾಸೀ ಯೋ ನ ದ್ವೇಷ್ಟಿ ನ ಕಾಂಕ್ಷತಿ ।

ನಿರ್ದ್ವಂದ್ವೋ ಹಿ ಮಹಾಬಾಹೋ ಸುಖಂ ಬಂಧಾತ್ಪ್ರಮುಚ್ಯತೇ ॥

ಆಶಿಸದವನೂ ದ್ವೇಷಿಸದವನೂ
ದ್ವಂದ್ವವ ಮೀರುತಲಿರುತಿರುವವನೂ
ನಿತ್ಯಸನ್ಯಾಸಿಯವ, ಹೇ ಮಹಶಕ್ತ,
ಸುಲಭದಲಿ ಐಹಿಕ ಬಂಧನಮುಕ್ತ

4.
ಸಾಂಖ್ಯಯೋಗೌ ಪೃಥಗ್ಬಾಲಾಃ ಪ್ರವದಂತಿ ನ ಪಂಡಿತಾಃ ।
ಏಕಮಪ್ಯಾಸ್ಥಿತಃ ಸಮ್ಯಗುಭಯೋರ್ವಿಂದತೇ ಫಲಮ್ ॥

ಸಾಂಖ್ಯವು ಯೋಗವು ವಿಭಿನ್ನವೆಂಬರು
ಮಂದಮತಿ ಮಂದಿ, ಪಂಡಿತರೆನ್ನರು
ಒಂದಾಗಲು ಪೂರ್ಣ ಆವುದೊಂದರಲು
ಉಂಬರುಭಯ ಮಾರ್ಗಗಳದೂ ಫಸಲು

5.
ಯತ್ಸಾಂಖ್ಯೈಃ ಪ್ರಾಪ್ಯತೇ ಸ್ಥಾನಂ ತದ್ಯೋಗೈರಪಿ ಗಮ್ಯತೇ ।
ಏಕಂ ಸಾಂಖ್ಯಂ ಚ ಯೋಗಂ ಚ ಯಃ ಪಶ್ಯತಿ ಸ ಪಶ್ಯತಿ ॥

ಸಾಂಖ್ಯದಿಂದಾವ ಸ್ಥಾನವೋ ಪ್ರಾಪ್ತ
ಹೊಂದುವೆ ಅದನು ಯೋಗದಿಂದ ಸಹಿತ
ಸಾಂಖ್ಯವ, ಯೋಗವ ಒಂದೇ ಎನ್ನುತ
ಅಂದುಕೊಂಡವ ವಾಸ್ತವ ತಿಳಿದಾತ

6.
ಸಂನ್ಯಾಸಸ್ತು ಮಹಾಬಾಹೋ ದುಃಖಮಾಪ್ತುಮಯೋಗತಃ ।
ಯೋಗಯುಕ್ತೋ ಮುನಿರ್ಬ್ರಹ್ಮ ನಚಿರೇಣಾಧಿಗಚ್ಛತಿ ॥

ಮಹಾಬಾಹುವೆ, ಆದರೋ ಸನ್ಯಾಸ-
ಸಹ ಇರದೇ ಯೋಗವು, ಬಹು ಕ್ಲೇಶ

ಮಹಾಮುನಿಯು ಯೋಗದಲಿರಲು ನೋಡಾ

ಬ್ರಹ್ಮನ ಹೊಂದುವ ಅದಕಿಲ್ಲವು ತಡ

7.

ಯೋಗಯುಕ್ತೋ ವಿಶುದ್ಧಾತ್ಮಾ ವಿಜಿತಾತ್ಮಾ ಜಿತೇಂದ್ರಿಯಃ ।

ಸರ್ವಭೂತಾತ್ಮಭೂತಾತ್ಮಾ ಕುರ್ವನ್ನಪಿ ನ ಲಿಪ್ಯತೇ ॥

ಯೋಗಯುಕ್ತನಿಹ ಪರಿಶುದ್ಧಾತ್ಮನು

ನಿಗ್ರಹಿಸಿರೆ ಅಹಂ ಇಂದ್ರಿಯಗಳನು

ಬಗೆದು ಸರ್ವಭೂತಾತ್ಮ ತಾನೆಂದು

ಮಗ್ನವಿರುತಿರಲು ಕರ್ಮವು ಅಂಟದು

8.

ನೈವ ಕಿಞ್ಚಿತ್ಕರೋಮೀತಿ ಯುಕ್ತೋ ಮನ್ಯೇತ ತತ್ತ್ವವಿತ್ ।

ಪಶ್ಯನ್ಶೃಣ್ವನ್ಸ್ಪೃಶಞ್ಜಿಘ್ರನ್ನಶ್ನನ್ಗಚ್ಛನ್ಸ್ವಪನ್ಶ್ವಸನ್ ॥

ದೈವೀಪ್ರಜ್ಞೆಯಲಿಹ ಸತ್ಯಸಾಧಕನು

ಸವಿಯೆ, ನಡೆಯೆ, ಕನಸೆ, ಉಸಿರಿಡೆ ತಾನು

ಕಿವಿಗೊಡುತ, ಮುಟ್ಟುತ, ಮೂಸುತ, ನೋಡುತ

ಭಾವಿಸ ಕಿಂಚಿತ್ತು ಮಾಡಿದೆನೆನುತ

9.

ಪ್ರಲಪನ್ವಿಸೃಜನ್ಗೃಹ್ಣನ್ನುನ್ಮಿಷನ್ನಿಮಿಷನ್ನಪಿ ।

ಇಂದ್ರಿಯಾಣೀಂದ್ರಿಯಾರ್ಥೇಷು ವರ್ತಂತ ಇತಿ ಧಾರಯನ್ ॥

ತೋರೆಯಲು, ಪಡೆಯಲು, ಒರೆಯಲು ನುಡಿಗಳ

ತೆರೆಯಲು, ಮುಚ್ಚಲು, ನಯನಗಳೆವೆಗಳ

ಕರಣಗಳು ನಿರತ ಕಾರ್ಯಗಳಲೆಂದು

ಪರಿಗಣಿಸುತಿರುವನು ಅರಿವಲಿ ನಿಂದು

10.

ಬ್ರಹ್ಮಣ್ಯಾಧಾಯ ಕರ್ಮಾಣಿ ಸಂಗಂ ತ್ಯಕ್ತ್ವಾ ಕರೋತಿ ಯಃ ।
ಲಿಪ್ಯತೇ ನ ಸ ಪಾಪೇನ ಪದ್ಮಪತ್ರಮಿವಾಂಭಸಾ ॥

ಕರ್ಮಗಳನೆಲ್ಲ ಬ್ರಹ್ಮನಿಗರ್ಪಿಸಿ

ನಿರತನಾಗಿರಲು ನಂಟನು ತ್ಯಜಿಸಿ

ಪರಿಪರಿ ಪಾಪದ ತಾಪವು ತಾಕದು

ನೀರು ನೀರಜದೆಲೆ ಮೇಲೆ ನಿಲ್ಲದು

11.

ಕಾಯೇನ ಮನಸಾ ಬುದ್ಧ್ಯಾ ಕೇವಲೈರಿಂದ್ರಿಯೈರಪಿ ।
ಯೋಗಿನಃ ಕರ್ಮ ಕುರ್ವಂತಿ ಸಂಗಂ ತ್ಯಕ್ತ್ವಾ ತ್ಮಶುದ್ಧಯೇ ॥

ಮನಸು ಬುದ್ಧಿಗಳಿಂದ, ಕಾಯದಿಂದ

ಅಂತೇ ಕೇವಲ ಇಂದ್ರಿಯಗಳಿಂದ

ಅನವರತ ಕರ್ಮನಿರತನಿಹ ಯೋಗಿ

ಸಂಗ ತ್ಯಜಿಸಿ ಆತ್ಮಶುದ್ಧಿಗಾಗಿ

12.

ಯುಕ್ತಃ ಕರ್ಮಫಲಂ ತ್ಯಕ್ತ್ವಾ ಶಾಂತಿಮಾಪ್ನೋತಿ ನೈಷ್ಠೀಕೀಮ್ ।
ಅಯುಕ್ತಃ ಕಾಮಕಾರೇಣ ಫಲೇ ಸಕ್ತೋ ನಿಬಧ್ಯತೇ ॥

ಶ್ರದ್ಧಾಯುಕ್ತನು ತ್ಯಜಿಸಿ ಕರ್ಮಫಲ

ಹೊಂದುವನವ ದೃಢಶಾಂತಿಯ ಫಸಲ

ಅಂತಿರದವನು ಕಾಮದ ಕಾರಣದಲಿ

ಬಂಧಿಯಾಗುವನು ಫಲಾಸಕ್ತಿಯಲಿ

13.

ಸರ್ವಕರ್ಮಾಣಿ ಮನಸಾ ಸಂನ್ಯಸ್ಯಾಸ್ತೇ ಸುಖಂ ವಶೀ ।
ನವದ್ವಾರೇ ಪುರೇ ದೇಹೀ ನೈವ ಕುರ್ವನ್ನ ಕಾರಯನ್ ॥

ಸರ್ವ ಕಾರ್ಯಗಳ ಮನದಿಂದ ತೊರೆದು

ಅವಿರತ ಸುಖಿಯು ಜಿತೇಂದ್ರಿಯನೆಂದೂ

ಜೀವಿಯವ ನವದ್ವಾರಪುರದಲಿರುತ

ಯಾವುದೂ ಮಾಡನು, ಮಾಡಿಸನು ಸಹಿತ

14.

ನ ಕರ್ತೃತ್ವಂ ನ ಕರ್ಮಾಣಿ ಲೋಕಸ್ಯ ಸೃಜತಿ ಪ್ರಭುಃ ।

ನ ಕರ್ಮಫಲಸಂಯೋಗಂ ಸ್ವಭಾವಸ್ತು ಪ್ರವರ್ತತೇ ॥

ಕರ್ತೃತ್ವಗಳನ್ನು, ಕರ್ಮಗಳನ್ನು

ಮರ್ತ್ಯದ ಜನರಲಿ ಪ್ರಭುವು ಸೃಜಿಸನು

ಅರ್ತಿಯನು ಕೊಡನು ಕರ್ಮಫಲದಲೂ

ವರ್ತಿಸುವುದು ಪ್ರಕೃತಿ ಅನಿತರಲೂ

15.

ನಾದತ್ತೇ ಕಸ್ಯಚಿತ್ಪಾಪಂ ನ ಚೈವ ಸುಕೃತಂ ವಿಭುಃ ।

ಅಜ್ಞಾನೇನಾವೃತಂ ಜ್ಞಾನಂ ತೇನ ಮುಹ್ಯಂತಿ ಜಂತವಃ ॥

ಯಾರ ಪಾಪವನೂ ವಿಭುವು ಮುಟ್ಟನು

ಯಾರ ಸುಕೃತವ ನಿಜಕೂ ತಟ್ಟನು

ಅರಿವು ಅಜ್ಞಾನದಿಂದಿಹುದು ಆವೃತ

ನರರಿಹರು ಹಾಗಾಗಿ ಭ್ರಮೆಗೊಳುತ

16.

ಜ್ಞಾನೇನ ತು ತದಜ್ಞಾನಂ ಯೇಷಾಂ ನಾಶಿತಮಾತ್ಮನಃ ।

ತೇಷಾಮಾದಿತ್ಯವಜ್ಞಾನಂ ಪ್ರಕಾಶಯತಿ ತತ್ಪರಮ್ ॥

ಆದರೆ ಯಾರಿಗಾ ಆತ್ಮದ ಜ್ಞಾನ

ಉದಿಸಲಾಗಿ ನಶಿಸುವುದೊ ಅಜ್ಞಾನ

ಆದಿತ್ಯನು ಬೆಳಗುವವವೊಲು ಜ್ಞಾನವು

ಉದ್ದೀಪಿಸುವುದು ಪರತತ್ತ್ವ ದರಿವು

17.

ತದ್ಬುದ್ಧಯಸ್ತದಾತ್ಮಾನಸ್ತನ್ನಿಷ್ಠಾಸ್ತತ್ಪರಾಯಣಾః ।

ಗಚ್ಛಂತ್ಯಪುನರಾವೃತ್ತಿಂ ಜ್ಞಾನನಿರ್ಧೂತಕಲ್ಮಷಾః ॥

ಬುದ್ಧಿ-ಆತ್ಮಗಳ ಪರತತ್ತ್ವ ದಲಿರಿಸೆ

ಬದ್ಧ ನಿಷ್ಠೆಯಲಿ ಪರಾಯಣಗೊಳಿಸೆ

ಶುದ್ಧ ಜ್ಞಾನದಿಂ ಕಲ್ಮಷವ ನೀಗಿ

ಸಿದ್ಧಿ ಪಡೆವನವ ಮೋಕ್ಷದೆಡೆ ಸಾಗಿ

18.

ವಿದ್ಯಾವಿನಯಸಂಪನ್ನೇ ಬ್ರಾಹ್ಮಣೇ ಗವಿ ಹಸ್ತಿನಿ ।

ಶುನಿ ಚೈವ ಶ್ವಪಾಕೇ ಚ ಪಂಡಿತಾః ಸಮದರ್ಶಿನಃ ॥

ವಿದ್ಯಾವಿನಯವಿರುತಿಹ ಬ್ರಾಹ್ಮಣನಲಿ

ಮದ್ದಾನೆಗಳಲಿ ಮತ್ತು ದನಗಳಲಿ

ಅದರಂತೆಯೇ ಶ್ವಾನ, ಶ್ವಪಚರಲಿ

ಭೇದ ತೋರ, ಪಂಡಿತನಿಹ ಸಮತೆಯಲಿ

19.

ಇಹೈವ ತೈರ್ಜಿತಃ ಸರ್ಗೋ ಯೇಷಾಂ ಸಾಮ್ಯೇ ಸ್ಥಿತಂ ಮನಃ ।

ನಿರ್ದೋಷಂ ಹಿ ಸಮಂ ಬ್ರಹ್ಮ ತಸ್ಮಾದ್ಬ್ರಹ್ಮಣಿ ತೇ ಸ್ಥಿತಾಃ ॥

ಯಾರದೇ ಮನ ಸಮಭಾವ ತಳೆದಿರಲು

ಮರಣ-ಜನನ ಗೆಲುವರವರೀ ಇಹದಲು

ತೋರಿ ಬ್ರಹ್ಮನಂತೇ ದೋಷರಹಿತ

ಇರುವರವರು ಬ್ರಹ್ಮನೊಳೊಂದಾಗುತ

20.

ನ ಪ್ರಹೃಷ್ಯೇತ್ಪ್ರಿಯಂ ಪ್ರಾಪ್ಯ ನೋದ್ವಿಜೇತ್ಪ್ರಾಪ್ಯ ಚಾಪ್ರಿಯಮ್ ।
ಸ್ಥಿರಬುದ್ಧಿರಸಂಮೂಢೋ ಬ್ರಹ್ಮವಿದ್ ಬ್ರಹ್ಮಣಿ ಸ್ಥಿತಃ ॥

ಒದಗಲು ಪ್ರಿಯವಾದುದು ಹರ್ಷಿಸನವ

ಉದ್ವಿಗ್ನಗೊಳನು ಪಡೆದು ಅಪ್ರಿಯವ

ಬುದ್ಧಿಯು ಸ್ಥಿರ, ಭ್ರಮೆಗೊಳಗಾಗನವ

ಇದ್ದು ಬ್ರಹ್ಮನಲೇ ಬ್ರಹ್ಮವರಿತವ

21.

ಬಾಹ್ಯಸ್ಪರ್ಶೇಷ್ವಸಕ್ತಾತ್ಮಾ ವಿಂದತ್ಯಾತ್ಮನಿ ಯತ್ಸುಖಮ್ ।
ಸ ಬ್ರಹ್ಮಯೋಗಯುಕ್ತಾತ್ಮಾ ಸುಖಮಕ್ಷಯಮಶ್ನುತೇ ॥

ಬಾಹ್ಯ ಇಂದ್ರಿಯಸುಖದಲನಾಸಕ್ತ

ಇಹನು ಆತ್ಮಸುಖವನಾನಂದಿಸುತ

ಬ್ರಹ್ಮಯೋಗದಲಿ ಯುಕ್ತನಾಗಿರುತ

ವಿಹರಿಸುವನವ ಸುಖದಲಿ ಅಪರಿಮಿತ

22.

ಯೇ ಹಿ ಸಂಸ್ಪರ್ಶಜಾ ಭೋಗಾ ದುಃಖಯೋನಯ ಏವ ತೇ ।
ಆದ್ಯಂತವಂತಃ ಕೌಂತೇಯ ನ ತೇಷು ರಮತೇ ಬುಧಃ ॥

ಸಂಸ್ಪರ್ಶ ವಿಷಯದಲಾದ ಭೋಗಗಳು

ಖಂಡಿತವೂ ದುಃಖಗಳ ಮೂಲಗಳು

ಅಮಿತವಲ್ಲವು, ಆದ್ಯಂತ ಅನಿವಾರ್ಯ

ರಮಿಸನದರಲಿ ಬುಧನು, ಹೇ ಕೌಂತೇಯ

23.

ಶಕ್ನೋತೀಹೈವ ಯಃ ಸೋಢುಂ ಪ್ರಾಕ್ಷರೀರವಿಮೋಕ್ಷಣಾತ್ ।
ಕಾಮಕ್ರೋಧೋದ್ಭವಂ ವೇಗಂ ಸ ಯುಕ್ತಃ ಸ ಸುಖೀ ನರಃ ॥

ತೊರೆವ ತುದಿವರೆಗು ಶರೀರವಿದರಲಿ

ಯಾರು ಕಾಮಕ್ರೋಧಗಳ ಒಡಲಲಿ

ತೋರುವಾವೇಗ ತಡೆಹಿಡಿವ ಶಕ್ತ

ನರನವನೇ ಸುಖಿ ಮತ್ತು ಯೋಗಯುಕ್ತ

24.

ಯೋಂತಃಸುಖೋಂತರಾರಾಮಸ್ತಥಾಂತಜ್ಯೋತಿರೇವ ಯಃ ।

ಸ ಯೋಗೀ ಬ್ರಹ್ಮನಿರ್ವಾಣಂ ಬ್ರಹ್ಮಭೂತೋಧಿಗಚ್ಛತಿ ॥

ಯಾರು ಆಂತರ್ಯದಾರಾಮ ಸುಖಿದಿ

ವಿರಮಿಸಿ ಅಂತಜ್ಯೋ‍‍ರ್ತಿಯಲಿ ಮುದದಿ

ಇರುವಂತಹ ಯೋಗಿ ಬ್ರಹ್ಮನಿರ್ವಾಣ

ಪರಿ ಹೊಂದುತ ಸೇರುವ ಬ್ರಹ್ಮತಾಣ

25.

ಲಭಂತೇ ಬ್ರಹ್ಮನಿರ್ವಾಣಮೃಷಯಃ ಕ್ಷೀಣಕಲ್ಮಷಾಃ ।

ಭಿನ್ನದ್ವೈಧಾ ಯತಾತ್ಮಾನಃ ಸರ್ವಭೂತಹಿತೇ ರತಾಃ ॥

ಕಲ್ಮಷಗಳ ಕೊಳೆಯನೆಲ್ಲ ಕೊನೆಗೊಳಿಸಿ

ಅಳಿಸಿ ದ್ವಂದ್ವವ, ಚಿತ್ತವನು ಪಳಗಿಸಿ

ಒಳಿತನು ಸರ್ವಭೂತಗಳಿಗೆ ಗಣಿಸಿ

ಗಳಿಸುವ ಬ್ರಹ್ಮನಿರ್ವಾಣವನು ಖುಡಿ

26.

ಕಾಮಕ್ರೋಧವಿಯುಕ್ತಾನಾಂ ಯತೀನಾಂ ಯತಚೇತಸಾಮ್ ।

ಅಭಿತೋ ಬ್ರಹ್ಮನಿರ್ವಾಣಂ ವರ್ತತೇ ವಿದಿತಾತ್ಮನಾಮ್ ॥

ಪಡೆದು ಕಾಮಕ್ರೋಧಗಳಿಂ ವಿಮುಕ್ತಿ

ಹಿಡಿಯುತ ಮನವನು ನಿಗ್ರಹಿಸಿದ ಯತಿ

ತಡೆಯಿರದೆ ಆತ್ಮಸಾಕ್ಷಾತ್ಕಾರದೆಡೆ
ನಡೆದು ಹೊಂದುವ ಬ್ರಹ್ಮನನೆಲ್ಲ ಕಡೆ

27.
ಸ್ಪರ್ಶಾನ್ಕೃತ್ವಾ ಬಹಿರ್ಬಾಹ್ಯಾಂಶ್ಚಕ್ಷುಶ್ಚೈವಾಂತರೇ ಭ್ರುವೋಃ |
ಪ್ರಾಣಾಪಾನೌ ಸಮೌ ಕೃತ್ವಾ ನಾಸಾಭ್ಯಂತರಚಾರಿಣೌ ||

ಹೊರಗಣ ಸಂಪರ್ಕಗಳ ಹೊರಗಿಡುತ
ಇರಿಸಿ ಚಕ್ಷುಗಳ ಭ್ರೂ ನಡುವಲಾತ
ಹೊರಳೆಗಳೊಳಗೆ ಹರಿದಾಡುವ ಉಸಿರಲಿ
ಪ್ರಾಣಾಪಾನಗಳ ಸಮಗೊಳಿಸುತಲಿ

28.
ಯತೇಂದ್ರಿಯಮನೋಬುದ್ಧಿರ್ಮುನಿರ್ಮೋಕ್ಷಪರಾಯಣಃ |
ವಿಗತೇಚ್ಛಾಭಯಕ್ರೋಧೋ ಯಃ ಸದಾ ಮುಕ್ತ ಏವ ಸಃ ||

ನಿಯತದಲಿರಿಸಿ ಇಂದ್ರಿಯ, ಬುದ್ಧಿ, ಮನ
ಗೆಯ್ಯುವನೆಲ್ಲ ಮುನಿ- ಮೋಕ್ಷಪರಾಯಣ
ಭಯ, ಕ್ರೋಧ, ಇಚ್ಛೆಗಳ ದೂರಿಡುತ
ಆ ಯತಿ ಸದಾ ಮುಕ್ತನವ ಖಂಡಿತ

29.
ಭೋಕ್ತಾರಂ ಯಜ್ಞತಪಸಾಂ ಸರ್ವಲೋಕಮಹೇಶ್ವರಮ್ |
ಸುಹೃದಂ ಸರ್ವಭೂತಾನಾಂ ಜ್ಞಾತ್ವಾ ಮಾಂ ಶಾಂತಿಮೃಚ್ಛತಿ ||

ಅರಿಯಲು ಯಜ್ಞ-ತಪ ಭೋಕ್ತಾರನೆಂದು
ಸರ್ವ ಲೋಕ ಮಹೇಶ್ವರ ನಾನೆಂದು
ಸರ್ವ ಭೂತಗಳ ಸುಸ್ನೇಹಿತನೆಂದು,
ಪರಮ ಶಾಂತಿಯನು ಹೊಂದುವನು ಅಂದು

ಓಂ ತತ್ಸದಿತಿ ಶ್ರೀಮದ್ಭಗವದ್ಗೀತಾಸೂಪನಿಷತ್ಸು
ಬ್ರಹ್ಮವಿದ್ಯಾಯಾಂ ಯೋಗಶಾಸ್ತ್ರೇ ಶ್ರೀಕೃಷ್ಣಾರ್ಜುನಸಂವಾದೇ
ಕರ್ಮಸಂನ್ಯಾಸಯೋಗೋ ನಾಮ ಪಂಚಮೋಧ್ಯಾಯಃ ॥

ಷಷ್ಟೋೇಧ್ಯಾಯ:

1.

ಶ್ರೀಭಗವಾನುವಾಚ ।

ಅನಾಶ್ರಿತಃ ಕರ್ಮಫಲಂ ಕಾರ್ಯಂ ಕರ್ಮ ಕರೋತಿ ಯಃ ।

ಸ ಸಂನ್ಯಾಸೀ ಚ ಯೋಗೀ ಚ ನ ನಿರಗ್ನಿರ್ನ ಚಾಕ್ರಿಯಃ ॥

ಶ್ರೀ ಭಗವಾನುವಾಚ:

ಯಾರು ತೊರೆಯುತ ಕರ್ಮಫಲದಾಶ್ರಯ

ಇರುತಿಹನೋ ಆಚರಿಸಿ ಕರ್ಮ-ಕಾರ್ಯ

ನರನಾತನು ಯೋಗಿ-ಸನ್ಯಾಸಿ ಹೊರತು,

ಬರಿ ಅಗ್ನಿಯ, ಕ್ರಿಯೆಯ ತೊರೆದವನೆಂತು?

2.

ಯಂ ಸಂನ್ಯಾಸಮಿತಿ ಪ್ರಾಹುರ್ಯೋಗಂ ತಂ ವಿದ್ಧಿ ಪಾಂಡವ ।

ನ ಹ್ಯಸಂನ್ಯಸ್ತಸಂಕಲ್ಪೋ ಯೋಗೀ ಭವತಿ ಕಶ್ಚನ ॥

ಯಾವುದ ಕರೆವರೋ ಸನ್ಯಾಸವೆಂದು

ಭಾವಿಸು, ಪಾಂಡವನೆ, ಯೋಗವದೆಂದು

ಭವದಲಿ ಸಂಕಲ್ಪವನು ಬಿಡದಾತ

ಅವನಾಗನು ಯೋಗಿಯು, ಇದು ಖಂಡಿತ

3.

ಆರುರುಕ್ಷೋರ್ಮುನೇರ್ಯೋಗಂ ಕರ್ಮ ಕಾರಣಮುಚ್ಯತೇ ।

ಯೋಗಾರೂಢಸ್ಯ ತಸ್ಯೈವ ಶಮಃ ಕಾರಣಮುಚ್ಯತೇ ॥

ಮುನಿಯು ಯೋಗ ಮಾರ್ಗದಲಿ ಅಡಿಯಿಡಲು

ಎನುವರು ಕರ್ಮವು ಸಾಧನ ಸಾಗಲು

ಉನ್ನತಿ ಯೋಗದಲಾಗಿ ಮುನ್ನಡೆಯ

ಅನ್ಯಕರ್ಮಗಳ ಬಿಡುವುದೂ ಸರಿಯೆ

4.

ಯದಾ ಹಿ ನೇಂದ್ರಿಯಾರ್ಥೇಷು ನ ಕರ್ಮಸ್ವನುಷಜ್ಜತೇ ।

ಸರ್ವಸಂಕಲ್ಪಸಂನ್ಯಾಸೀ ಯೋಗಾರೂಢಸ್ತದೋಚ್ಯತೇ ॥

ಎಂದು ನಿಜದಲಿ ಇಂದ್ರಿಯಕಂಟಿರದೇ

ಅಂತೆಯೇ ಕರ್ಮಗಳಲಿ ನಂಟಿರದೇ

ಇಂತಿರಲು ಸರ್ವಸಂಕಲ್ವಸನ್ಯಾಸಿ

ಅಂದೆನಿಸುವನು ಯೋಗಾರೂಢ ಖುಡಿ

5.

ಉದ್ಧರೇದಾತ್ಮನಾತ್ಮಾನಂ ನಾತ್ಮನಮವಸಾದಯೇತ್ ।

ಆತ್ಮೈವ ಹ್ಯಾತ್ಮನೋ ಬಂಧುರಾತ್ಮೈವ ರಿಪುರಾತ್ಮನಃ ॥

ಆತ್ಮದಿಂದಾಗಲಿ ಆತ್ಮನುದ್ಧಾರ

ಆತ್ಮ ಹೊಗದಿರಲಿ ಅವನತಿಯ ದ್ವಾರ

ಆತ್ಮನಿಗೆ ಆತ್ಮನೇ ನಿಜದಲಿ ಬಂಧು

ಆತ್ಮನಿಗೆ ಆತ್ಮನೇ ರಿಪುವೂ ಹೌದು

6.

ಬಂಧುರಾತ್ಮಾತ್ಮನಸ್ತಸ್ಯ ಯೇನಾತ್ಮೈವಾತ್ಮನಾ ಜಿತಃ ।

ಅನಾತ್ಮನಸ್ತು ಶತ್ರುತ್ವೇ ವರ್ತೇತಾತ್ಮೈವ ಶತ್ರುವತ್ ॥

ಗೆಲ್ಲುತಿರಲಾತ್ಮನು ಆತ್ಮನನು ಅಂದು

ಸುಳ್ಳಲ್ಲ, ಆತ್ಮ ಆತ್ಮನಿಗೆ ಬಂಧು

ಪಳಗಿಸಲಾಗದಿರಲಾತ್ಮನಿಗೆ ವೈರ

ತಳೆದು ವರ್ತಿಸುವುದಾತ್ಮ ಶತ್ರು ತರ

7.

ಚಿತಾತ್ಮನಃ ಪ್ರಶಾಂತಸ್ಯ ಪರಮಾತ್ಮಾ ಸಮಾಹಿತಃ ।
ಶೀತೋಷ್ಣಸುಖದುಃಖೀಷು ತಥಾ ಮಾನಾಪಮಾನಯೋಃ ॥

ಶೀತೋಷ್ಣಗಳಲಿ, ಸುಖದುಃಖಗಳಲಿ

ಅಂತೆ ಮನದ ಮಾನಾಪಮಾನಗಳಲಿ

ಚಿತಾತ್ಮನಿರುವನು ಪ್ರಶಾಂತನಾಗಿ

ಮತ್ತು ಪರಮಾತ್ಮ ಸಮಾಹಿತನಾಗಿ

8.

ಜ್ಞಾನವಿಜ್ಞಾನತೃಪ್ತಾತ್ಮಾ ಕೂಟಸ್ಥೋ ವಿಜಿತೇಂದ್ರಿಯಃ ।
ಯುಕ್ತ ಇತ್ಯುಚ್ಯತೇ ಯೋಗೀ ಸಮಲೋಷ್ಟಾಶ್ಮಕಾಂಚನಃ ॥

ಜ್ಞಾನ-ವಿಜ್ಞಾನದಲಿ ತೃಪ್ತನಾಗಿ

ಇಂದ್ರಿಯಗಳ ಜಯಿಸಿ ಕೂಟಸ್ಥ ಯೋಗಿ

ಮಣ್ಣು, ಚಿನ್ನ, ಕಲ್ಲುಗಳ ಸಮವೆಣಿಸಿ,

ಎನುವರು, ಇರುವನು ಬ್ರಹ್ಮನಲಿ ನೆಲೆಸಿ

9.

ಸುಹೃನ್ಮಿತ್ರಾಯ್ಯುದಾಸೀನಮಧ್ಯಸ್ಥದ್ವೇಷ್ಯಬಂಧುಷು ।
ಸಾಧುಷ್ವಪಿ ಚ ಪಾಪೇಷು ಸಮಬುದ್ಧಿರ್ವಿಶಿಷ್ಯತೇ ॥

ಹಿತೈಷಿ, ಮಿತ್ರರು, ಅರಿ, ಉದಾಸೀನ,

ಮತ್ತು ಮಧ್ಯಸ್ಥ, ದ್ವೇಷಿ, ಬಂಧುಜನ,

ಸತ್ಪುರುಷ ಸಂತ, ಪಾಪಿಗಳಲಿ ಸಮತೆ

ಮತಿಯಲಿರುವವ ಹೊಂದಿಹನು ವಿಶಿಷ್ಟತೆ

10.

ಯೋಗೀ ಯುಂಜೀತ ಸತತಮಾತ್ಮಾನಂ ರಹಸಿ ಸ್ಥಿತಃ ।
ಏಕಾಕೀ ಯತಚಿತ್ತಾತ್ಮಾ ನಿರಾಶೀರಪರಿಗ್ರಹಃ ॥

ಏಕಾಂತದಲಿ ಸತತ ತಾ ಸ್ಥಿತನಾಗಿ

ಐಕ್ಯಗೊಳಿಸಲಾತ್ಮನ ನಿರತ ಯೋಗಿ

ಆಕಾಂಕ್ಷೆ ತೊರೆದು ಅಪರಿಗ್ರಹನಾಗಿ

ಏಕಾಕಿಯಿರಲಿ ಚಿತ್ತಾತ್ಮಜಿತನಾಗಿ

11.

ಶುಚೌ ದೇಶೇ ಪ್ರತಿಷ್ಠಾಪ್ಯ ಸ್ಥಿರಮಾಸನಮಾತ್ಮನಃ ।

ನಾತ್ಯುಚ್ಛ್ರಿತಂ ನಾತಿನೀಚಂ ಚೈಲಾಜಿನಕುಶೋತ್ತರಮ್ ॥

ಅತಿ ಎತ್ತರವಿರದ, ಅತಿ ತಗ್ಗಿರದ

ಪಾತಳಿಯಲಿ, ಶುಚಿಯಿರುವ, ಸ್ಥಿರವಾದ

ಸ್ಥಿತಿಯಲಿ ಆಸನವನು ಅಣಿಗೊಳಿಸಿರಿಸಿ

ಮೆತ್ತನೆ ಅರಿವೆ, ಅಜಿನ, ಕುಶಗಳ ಹೊದಿಸಿ-

12.

ತತ್ರೈಕಾಗ್ರಂ ಮನಃ ಕೃತ್ವಾ ಯತಚಿತ್ತೇಂದ್ರಿಯಕ್ರಿಯಃ ।

ಉಪವಿಶ್ಯಾಸನೇ ಯುಂಜ್ಯಾ ದ್ಯೋಗಮಾತ್ಮವಿಶುದ್ಧಯೇ ॥

-ಅದರ ಮೇಲೆ ಆಸೀನನಾಗಿರುತ

ವಿಧಿಸಿ ಚಿತ್ತೇಂದ್ರಿಯ ಕ್ರಿಯೆಗೆ ಹಿಡಿತ

ಬದ್ಧಗೊಳಿಸಿ ಮನವ ಏಕಾಗ್ರದಲಿ

ಹೃದಯಶುದ್ಧಿಗಾಗಿರುತ ಯೋಗದಲಿ

13.

ಸಮಂ ಕಾಯಶಿರೋಗ್ರೀವಂ ಧಾರಯನ್ನಚಲಂ ಸ್ಥಿರಃ ।

ಸಂಪ್ರೇಕ್ಷ್ಯ ನಾಸಿಕಾಗ್ರಂ ಸ್ವಂ ದಿಶಶ್ಚಾನವಲೋಕಯನ್ ॥

ಶಿರ, ಗ್ರೀವ, ಶರೀರಗಳನು ನೇರ

ಇರಿಸಿ ಅಚಲವಾಗಿರುತಲಿ ತಾ ಸ್ಥಿರ

ಪರಿವೆಯಲಿ ನಾಸಿಕಾಗ್ರವ ನೋಡುತ

ಪರಿಪರಿ ದಿಶೆಯೆಡೆಗೆ ಈಕ್ಷಿಸದಿರುತ-

14.

ಪ್ರಶಾಂತಾತ್ಮಾ ವಿಗತಭೀರ್ಬ್ರಹ್ಮಚಾರಿವ್ರತೇ ಸ್ಥಿತಃ ।

ಮನಃ ಸಂಯಮ್ಯ ಮಚ್ಚಿತ್ತೋ ಯುಕ್ತ ಆಸೀತ ಮತ್ಪರಃ ॥

-ಭೀತಿರಹಿತವಿಹ ಪ್ರಶಾಂತ ಮನದಲಿ

ಸ್ಥಿತನಿರಲಿ ಬ್ರಹ್ಮಚಾರಿವ್ರತದಲಿ

ಚಿತ್ತವ ನನ್ನಲಿರಿಸಿ ಮನ ನಿಗ್ರಹಿಸಿ

ಗತಿ ನಾ ಅಂತಿಮವೆಂದು ಭಾವಿಸಿ

15.

ಯುಳ್ಜನ್ನೇವಂ ಸದಾತ್ಮಾನಂ ಯೋಗೀ ನಿಯತಮಾನಸಃ ।

ಶಾಂತಿಂ ನಿರ್ವಾಣಪರಮಾಂ ಮತ್ಸಂಸ್ಥಾಮಧಿಗಚ್ಛತಿ ॥

ಸದಾ ಇಂತು ತಾ ಪ್ರವೃತ್ತನಾಗಿ

ಹದದಲಿ ಮನ ನಿಯತಗೊಳಿಸಿರಲು ಯೋಗಿ

ಒದಗುವುದು ಆಗ ಪರಮನಿರ್ವಾಣ

ಸಾಧಿಸುವ ಶಾಂತಿಯ ಸೇರುತಲಿ ನನ್ನ

16.

ನಾತ್ಯಶ್ನತಸ್ತು ಯೋಗೋಽಸ್ತಿ ನ ಚೈಕಾಂತಮನಶ್ನತಃ ।

ನ ಚಾತಿಸ್ವಪ್ನಶೀಲಸ್ಯ ಜಾಗ್ರತೋ ನೈವ ಚಾರ್ಜುನ ॥

ಅತಿ ತಿಂಬವಗೂ ತುಸು ತಿಂಬವಗೂ

ಮಿತಿ ಮೀರುತ ನಿದ್ದೆ ಮಾಡುವವಗೂ

ಅತಿ ಜಾಗರಣ ಗೈಯುವಂತವಗೂ

ಗತಿಸದು ಯೋಗ, ಕೇಳರ್ಜುನ, ಹೇಗೂ

17.

ಯುಕ್ತಾಹಾರವಿಹಾರಸ್ಯ ಯುಕ್ತಚೇಷ್ಟಸ್ಯ ಕರ್ಮಸು ।
ಯುಕ್ತಸ್ವಪ್ನಾವಬೋಧಸ್ಯ ಯೋಗೋ ಭವತಿ ದುಃಖಹಾ ॥

ಯುಕ್ತಾಹಾರ ವಿಹಾರಗಳಲಿರುತ

ತಕ್ಕಷ್ಟು ಕೆಲಸ ಕಾರ್ಯ ಕೈಗೊಳುತ

ಯುಕ್ತ ನಿದ್ರೆ-ಎಚ್ಚರವ ಪಾಲಿಸುವ

ವ್ಯಕ್ತಿಗೆ ಯೋಗವು ನೀಗುವುದು ನೋವ

18.

ಯದಾ ವಿನಿಯತಂ ಚಿತ್ತಮಾತ್ಮನ್ಯೇವಾವತಿಷ್ಠತೇ ।
ನಿಃಸ್ಪೃಹಃ ಸರ್ವಕಾಮೇಭ್ಯೋ ಯುಕ್ತ ಇತ್ಯುಚ್ಯತೇ ತದಾ ॥

ಯಾವಾಗ ನಿಯತಿಗೊಳಗಾದ ಚಿತ್ತ

ದಿವ್ಯಾತ್ಮನಲಿ ನೆಲೆಸುವುದೋ- ಖಂಡಿತ

ಆವಾಗ ಸರ್ವ ಕಾಮನೆಗಳು ಸವೆದು

ಅವನಿಗೆನುವರು ಯೋಗಯುಕ್ತನೆಂದು

19.

ಯಥಾ ದೀಪೋ ನಿವಾತಸ್ಥೋ ನೇಂಗತೇ ಸೋಪಮಾ ಸ್ಮೃತಾ ।
ಯೋಗಿನೋ ಯತಚಿತ್ತಸ್ಯ ಯುಞ್ಜತೋ ಯೋಗಮಾತ್ಮನಃ ॥

ಗಾಳಿಯಿರದ ಜಾಗದ ದೀಪ ಹೇಗೆ

ಅಲ್ಲಾಡದಿರದಾ ಉಪಮೆಯ ಹಾಗೆ

ನಿಲಿಸಿ ಯೋಗಿಯು ಚಿತ್ತವ ನಿಯತದಲಿ

ನೆಲೆಗೊಳ್ಳುವನು ಆತ್ಮಧ್ಯಾನದಲಿ

20.

ಯತ್ರೋಪರಮತೇ ಚಿತ್ತಂ ನಿರುದ್ಧಂ ಯೋಗಸೇವಯಾ ।
ಯತ್ರ ಚೈವಾತ್ಮನಾತ್ಮಾನಂ ಪಶ್ಯನ್ನಾತ್ಮನಿ ತುಷ್ಯತಿ ॥

ನಿಗ್ರಹಿಸಿರಲು ಯೋಗದ ಮಾರ್ಗದಲಿ

ಸಾಗಿ ಚಿತ್ತವು ನೆಲೆಸಲು ಶಾಂತಿಯಲಿ

ಆಗ ಆತ್ಮನು ನಿಜದಾತ್ಮನಸ್ತಿತ್ತ

ಬಗೆಯರಿತು ಆತ್ಮತೃಪ್ತಿಯಲಿರುವ

21.

ಸುಖಮಾತ್ಯಂತಿಕಂ ಯತ್ತದ್ ಬುದ್ಧಿಗ್ರಾಹ್ಯಮತೀಂದ್ರಿಯಮ್ ।

ವೇತ್ತಿ ಯತ್ರ ನ ಚೈವಾಯಂ ಸ್ಥಿತಶ್ಚಲತಿ ತತ್ತ್ವತಃ ॥

ಅತೀಂದ್ರಿಯ ಬುದ್ಧಿಗ್ರಾಹ್ಯವಾದಂಥ

ಆತ್ಯಂತಿಕ ಸುಖವಾವುದೋ ಅಂಥ

ಸ್ಥಿತಿಯ ತಳೆದಿರಲು ಖಂಡಿತ ಎಂದೂ

ಚ್ಯುತಿಯಿರದೇ ಚಲಿಸದೇ ನೆಲೆ ನಿಂದು

22.

ಯಂ ಲಬ್ಧ್ವಾ ಚಾಪರಂ ಲಾಭಂ ಮನ್ಯತೇ ನಾಧಿಕಂ ತತಃ ।

ಯಸ್ಮಿನ್ಸ್ಥಿತೋ ನ ದುಃಖೇನ ಗುರುಣಾಪಿ ವಿಚಾಲ್ಯತೇ ॥

ಯಾವುದು ಲಭಿಸಲು ಇತರೆ ಲಾಭಗಳ

ಅವು ಅಧಿಕವೆನುತ ಭಾವಿಸಲಸದಳ

ಯಾವುದರಲಿ ಸ್ಥಿತನಿರಲು ಬಹು ದುಗುಡ,

ನೋವು ಕೂಡ ವಿಚಲಿತಗೊಳಿಸದು ನೋಡ

23.

ತಂ ವಿದ್ಯಾದ್ ದುಃಖಸಂಯೋಗವಿಯೋಗಂ ಯೋಗಸಂಜ್ಞಿತಮ್ ।

ಸ ನಿಶ್ಚಯೇನ ಯೋಕ್ತವ್ಯೋ ಯೋಗೋನಿರ್ವಿಣ್ಣಚೇತಸಾ ॥

ಅದುವೆ ದುಃಖಸಂಯೋಗದ ವಿಯೋಗ

ಅದನೇ ತಿಳಿ ಆ ಸ್ಥಿತಿಯೇ ಯೋಗ

ಹೃದಯ ಅನಿರ್ವಿಣ್ಣನಾಗದೆ ಸತತ

ನಿರ್ಧರಿಸಿ ಇರಬೇಕು ಯೋಗದಲಿ ನಿರತ

24.

ಸಂಕಲ್ಪಪ್ರಭವಾನ್ಕಾಮಾಂಸ್ತ್ಯಕ್ತ್ವಾ ಸರ್ವಾನಶೇಷತಃ |

ಮನಸ್ಯೇವೇಂದ್ರಿಯಗ್ರಾಮಂ ವಿನಿಯಮ್ಯ ಸಮಂತತಃ ||

ಸಂಕಲ್ಪದಿಂದುದ್ಭವಿಪ ಕಾಮಗಳ

ಸಂಕುಲವ ನಿಶ್ಶೇಷ ತ್ಯಜಿಸುತೆಲ್ಲ

ಇಂದ್ರಿಯ ಸಮೂಹವ ಸರ್ವ ಕಡೆಯಿಂದ

ಖಂಡಿತವೂ ನಿಯಂತ್ರಿಸಿ ಮನದಿಂದ

25.

ಶನೈಃ ಶನೈರುಪರಮೇದ್ಬುದ್ಧ್ಯಾ ಧೃತಿಗೃಹೀತಯಾ |

ಆತ್ಮಸಂಸ್ಥಂ ಮನಃ ಕೃತ್ವಾ ನ ಕಿಂಚಿದಪಿ ಚಿಂತಯೇತ್ ||

ಬಲಿತ ನಿಶ್ಚಯದಲಿ ಬುದ್ಧಿಯ ಬಳಸಿ

ಅಲೆಯುತಿಹ ಮನವ ಮೆಲಮೆಲನೆ ಒಲಿಸಿ

ಸಲ್ಲದೆಲ್ಲ ಚಿಂತೆಯ ಇಲ್ಲಗೊಳಿಸಿ

ಅಲೆ ಶಾಂತಗೊಳಿಸಿ ಆತ್ಮದಲಿ ನಿಲಿಸಿ

26.

ಯತೋ ಯತೋ ನಿಶ್ಚರತಿ ಮನಶ್ಚಂಚಲಮಸ್ಥಿರಮ್ |

ತತಸ್ತತೋ ನಿಯಮ್ಯೈತದಾತ್ಮನ್ಯೇವ ವಶಂ ನಯೇತ್ ||

ಅಸ್ಥಿರವಾದಂತಹ ಚಂಚಲ ಮನವು

ಎತ್ತೆತ್ತಲೋ ಸುತ್ತಲದರ ಹರಿವು

ಅತ್ತಲಿಂದ ಹಿಡಿದು ಮತ್ತೆ ಹೊರಳಿಸಿ

ಆತ್ಮನ ನಿಯಂತ್ರಣಕೆ ಮಾತ್ರ ಮರಳಿಸಿ

27.

ಪ್ರಶಾಂತಮನಸಂ ಹ್ಯೇನಂ ಯೋಗಿನಂ ಸುಖಮುತ್ತಮಮ್ |
ಉಪೈತಿ ಶಾಂತರಜಸಂ ಬ್ರಹ್ಮಭೂತಮಕಲ್ಮಷಮ್ ||

ಮನವು ಪ್ರಶಾಂತವಾಗಿ, ರಜೋಗುಣ

ಶಾಂತಿ ತಳೆದು, ಕಲ್ಮಶವೆಲ್ಲ ಹರಣ

ಹೊಂದುತ, ಬ್ರಹ್ಮನಲಿ ನೆಲೆಸಿದ ಯೋಗಿಯು

ಖಂಡಿತ ಆತನೇ ಉತ್ತಮ ಸುಖಿಯು

28.

ಯುಞ್ಜನ್ನೇವಂ ಸದಾತ್ಮಾನಂ ಯೋಗೀ ವಿಗತಕಲ್ಮಷಃ |
ಸುಖೇನ ಬ್ರಹ್ಮಸಂಸ್ಪರ್ಶಮತ್ಯಂತಂ ಸುಖಮಶ್ನುತೇ ||

ಹೀಗೆ ಸದಾ ಯೋಗದಲಿ ತೊಡಗಿರಲು

ಯೋಗಿಯು ಭೌತಿಕ ಕಲ್ಮಷ ಕಳೆಯಲು

ಸಿಗುತ ಸುಲಭದಲಿ ಬ್ರಹ್ಮ ಸಂಸ್ಪರ್ಶ

ಮಿಗೆ ಹೊಂದುವನು ಅತ್ಯುನ್ನತ ಹರ್ಷ

29.

ಸರ್ವಭೂತಸ್ಥಮಾತ್ಮಾನಂ ಸರ್ವಭೂತಾನಿ ಚಾತ್ಮನಿ |
ಈಕ್ಷತೇ ಯೋಗಯುಕ್ತಾತ್ಮಾ ಸರ್ವತ್ರ ಸಮದರ್ಶನಃ ||

ಆತ್ಮನ ಯೋಗದಲಿ ನೆಲೆಗೊಳಿಸಿರಲು

ಸಮದೃಷ್ಟಿಯ ಹೊಂದುತ ಸರ್ವರಲು

ಆತ್ಮನಲಿ ಸರ್ವಭೂತವವನರಿವು

ಭೂತವೆಲ್ಲದರಲಿ ಆತ್ಮನದೇ ತಾವು

30.

ಯೋ ಮಾಂ ಪಶ್ಯತಿ ಸರ್ವತ್ರ ಸರ್ವಂ ಚ ಮಯಿ ಪಶ್ಯತಿ |
ತಸ್ಯಾಹಂ ನ ಪ್ರಣಶ್ಯಾಮಿ ಸ ಚ ಮೇ ನ ಪ್ರಣಶ್ಯತಿ ||

ಯಾರು ನನ್ನ ಸರ್ವತ್ರ ನೋಡುವನೊ

ಯಾರು ಮತ್ತೆನ್ನಲಿ ಸರ್ವವ ಕಾಂಬನೊ

ಎರವಾಗೆನು ಅವನಿಗೆ ನಾ ಎಂದೂ

ಎರವಾಗನು ಅವನೆನಗೆ ಮತ್ತೆಂದೂ

31.

ಸರ್ವಭೂತಸ್ಥಿತಂ ಯೋ ಮಾಂ ಭಜತ್ಯೇಕತ್ವಮಾಸ್ಥಿತಃ ।

ಸರ್ವಥಾ ವರ್ತಮಾನೋಪಿ ಸ ಯೋಗೀ ಮಯಿ ವರ್ತತೇ ॥

ಯಾರು ಇರುವಂತೆ ಸರ್ವಭೂತಗಳಲಿ

ಸ್ಮರಿಸುತೆನ್ನ ಸ್ಥಿತನಾಗಿ ಐಕ್ಯದಲಿ

ಸರ್ವಥಾ ಸಕಲ ಸ್ಥಿತಿಗಳಲೂ ಸಹ

ಇರುವಾಗಾ ಯೋಗಿ ಎನ್ನಲಿ ನೆಲೆಸಿಹ

32.

ಆತ್ಮೌಪಮ್ಯೇನ ಸರ್ವತ್ರ ಸಮಂ ಪಶ್ಯತಿ ಯೋಽರ್ಜುನ ।

ಸುಖಂ ವಾ ಯದಿ ವಾ ದುಃಖಂ ಸ ಯೋಗೀ ಪರಮೋ ಮತಃ ॥

ಎಲ್ಲರಲ್ಲಿಯ ಸುಖಿ ಅಲ್ಲದೇ ದುಃಖಿ

ಎಲ್ಲವನೂ ತನ್ನದೆಂಬಂತೆ ಏಕ

ತುಲನೆಯಲಿ ತಿಳಿವಂಥ ಯೋಗಿಯಾತ,

ತಿಳಿ ಅರ್ಜುನ, ಪರಮನೆಂದೆನ್ನ ಮತ

33.

ಅರ್ಜುನ ಉವಾಚ ।

ಯೋಽಯಂ ಯೋಗಸ್ತ್ವಯಾ ಪ್ರೋಕ್ತಃ ಸಾಮ್ಯೇನ ಮಧುಸೂದನ ।

ಏತಸ್ಯಾಹಂ ನ ಪಶ್ಯಾಮಿ ಚಂಚಲತ್ವಾತ್ಸ್ಥಿತಿಂ ಸ್ಥಿರಾಮ್ ॥

ಅರ್ಜುನ ಉವಾಚ:

ನೀನೊರೆದ ಸಮದೃಷ್ಟಿ ಯೋಗವ ನಾ

ಕಾಣೆನು ಕ್ರಮದಲಿ, ಹೇ ಮಧುಸೂದನ

ಅನುಗಾಲವು ಚಂಚಲವಿರಲೀ ಮತಿ

ಎಣಿಕೆಗೆ ತೋರದಲ್ಲ ಆ ಸ್ಥಿರಸ್ಥಿತಿ

34.

ಚಂಚಲಂ ಹಿ ಮನಃ ಕೃಷ್ಣ ಪ್ರಮಾಧಿ ಬಲವದ್ದೃಢಮ್ ।

ತಸ್ಯಾಹಂ ನಿಗ್ರಹಂ ಮನ್ಯೇ ವಾಯೋರಿವ ಸುದುಷ್ಕರಮ್ ॥

ಕೃಷ್ಣನೇ, ಮನವು ಖಂಡಿತ ಚಂಚಲ

ಪ್ರಕ್ಷುಬ್ಧ, ಹಠಮಾರಿ, ಮತ್ತಿಹುದು ಬಲ-

ಲಕ್ಷಣವಿದರದು, ಗಾಳಿಯ ತರವಿರುತ

ದುಷ್ಕರವು ಎಂಬುದೇ ಎನ್ನಯ ಮತ

35.

ಶ್ರೀಭಗವಾನುವಾಚ ।

ಅಸಂಶಯಂ ಮಹಾಬಾಹೋ ಮನೋ ದುರ್ನಿಗ್ರಹಂ ಚಲಮ್ ।

ಅಭ್ಯಾಸೇನ ತು ಕೌಂತೇಯ ವೈರಾಗ್ಯೇಣ ಚ ಗೃಹ್ಯತೇ ॥

ಶ್ರೀ ಭಗವಾನುವಾಚ:

ಅನುಮಾನವಿರದು, ಹೇ ಮಹಾಬಾಹುವೆ

ಮನವು ದುರ್ನಿಗ್ರಹವೇ, ಚಂಚಲವೇ

ಕೌಂತೇಯ, ಆದರೆ ಅಭ್ಯಾಸದಿಂದ,

ಅಂತೆಯೇ ಪಳಗಿಸು ವಿರಾಗದಿಂದ

36.

ಅಸಂಯತಾತ್ಮನಾ ಯೋಗೋ ದುಷ್ಪ್ರಾಪ ಇತಿ ಮೇ ಮತಿಃ ।

ವಶ್ಯಾತ್ಮನಾ ತು ಯತತಾ ಶಕ್ಯೋವಾಪ್ತುಮುಪಾಯತಃ ॥

ಕಡಿವಾಣ ಹಾಕದೆ ಮನಕೆ ಖಂಡಿತ

ಕಡಿಪು ಯೋಗಪಥವೆಂಬುದೆನ್ನ ಮತ

ತಡೆಹಿಡಿದು ಮನವ ಪಡಲು ಪ್ರಯತ್ನ

ಪಡೆಯಲು ಶಕ್ಯ ಹಿಡಿಯಲು ಸರಿ ವಿಧಾನ

37.

ಅರ್ಜುನ ಉವಾಚ ।

ಅಯತಿಃ ಶ್ರದ್ಧಯೋಪೇತೋ ಯೋಗಾಚ್ಚಲಿತಮಾನಸಃ ।

ಅಪ್ರಾಪ್ಯ ಯೋಗಸಂಸಿದ್ಧಿಂ ಕಾಂ ಗತಿಂ ಕೃಷ್ಣ ಗಚ್ಛತಿ ॥

ಅರ್ಜುನ ಉವಾಚ:

ಶ್ರದ್ಧೆಯಿಂದ ತೊಡಗಿದರೂ ಯೋಗದಿ

ಚದುರಿದ ಮನದಿ, ನಿಯತವಿರದೆ ಬುದ್ಧಿ

ಸಿದ್ಧಿ ಪ್ರಾಪ್ತವಿರದಿರೆ ಯಾವ ಸ್ಥಿತಿ

ಒದಗುವುದವನಿಗೆ, ಕೃಷ್ಣ, ಏನು ಗತಿ?

38.

ಕಚ್ಚಿನ್ನೋಭಯವಿಭ್ರಷ್ಟಶ್ಛಿನ್ನಾಭ್ರಮಿವ ನಶ್ಯತಿ ।

ಅಪ್ರತಿಷ್ಠೋ ಮಹಾಬಾಹೋ ವಿಮೂಢೋ ಬ್ರಹ್ಮಣಃ ಪಥಿ ॥

ಒಂದೊಮ್ಮೆ ಉಭಯ ಪಥಗಳಿಂದ ಕೂಡ

ಹೊಂದುತ ಭ್ರಷ್ಟತೆ, ಹರಿದಂತೆ ಮೋಡ

ಅಂದು, ಹೇ ಮಹಾಬಾಹು, ನೆಲೆಯಿರದೆ

ಭ್ರಾಂತಿಯಲಿ ನಶಿಸನೆ, ಬೊಮ್ಮಪಥ ಸಿಗದೆ?

39.

ಏತನ್ಮೇ ಸಂಶಯಂ ಕೃಷ್ಣ ಛೇತ್ತುಮರ್ಹಸ್ಯಶೇಷತಃ ।

ತ್ವದನ್ಯಃ ಸಂಶಯಸ್ಯಾಸ್ಯ ಛೇತ್ತಾ ನ ಹ್ಯುಪಪದ್ಯತೇ ॥

ನನ್ನ ಈ ಸಂದೇಹವ, ಹೇ ಕೃಷ್ಣ

ನಿನ್ನ ಬೇಡುವೆ, ನಿವಾರಿಸು ಸಂಪೂರ್ಣ

ನಿನಗಿಂತ ಈ ಸಂಶಯ ಪರಿಹರಿಸಲು
ಅನ್ಯರಾರೂ ಸಾಧ್ಯವಾಗದು ಸಿಗಲು

40.

ಶ್ರೀಭಗವಾನುವಾಚ ।

ಪಾರ್ಥ ನೈವೇಹ ನಾಮುತ್ರ ವಿನಾಶಸ್ತಸ್ಯ ವಿದ್ಯತೇ ।
ನ ಹಿ ಕಲ್ಯಾಣಕೃತ್ಕಶ್ಚಿದ್ದುರ್ಗತಿಂ ತಾತ ಗಚ್ಛತಿ ॥

ಶ್ರೀ ಭಗವಾನುವಾಚ:

ಪಾರ್ಥ ಕೇಳ್ಕೆ ಮಿತ್ರ, ಇಹಪರಗಳಲಿ

ಆತನ ವಿನಾಶ ಇರದೆಂದೂ, ತಿಳಿ

ಸತ್ಕಾರ್ಯವ ಗೈಯುವ ಯಾರೂ ಸಹಿತ

ಪತನವಾಗರು ದುರ್ಗತಿಗೆ, ಖಂಡಿತ

41.

ಪ್ರಾಪ್ಯ ಪುಣ್ಯಕೃತಾಂ ಲೋಕಾನುಷಿತ್ವಾ ಶಾಶ್ವತೀಃ ಸಮಾಃ ।
ಶುಚೀನಾಂ ಶ್ರೀಮತಾಂ ಗೇಹೇ ಯೋಗಭ್ರಷ್ಟೋಭಿಜಾಯತೇ ॥

ಪುಣ್ಯಕೃತರ ಲೋಕಗಳನು ಪಡೆದು

ಅನಂತ ವರುಷಗಳನಲ್ಲಿಯೆ ಕಳೆದು

ನಂತರ ಪವಿತ್ರ, ಸಿರಿವಂತವಾಗಿಹ

ಮನೆಯಲಿ ಯೋಗಭ್ರಷ್ಟ ತಳೆವ ದೇಹ

42.

ಅಥವಾ ಯೋಗಿನಾಮೇವ ಕುಲೇ ಭವತಿ ಧೀಮತಾಮ್ ।
ಏತದ್ಧಿ ದುರ್ಲಭತರಂ ಲೋಕೇ ಜನ್ಮ ಯದೀದೃಶಮ್ ॥

ಅಥವಾ ಧೀಮಂತ ಯೋಗಿ ಕುಲದಲಿ

ಜಾತನಾಗಿ ಬರುವನು ಖಂಡಿತದಲಿ

ಈ ತರದ ಜನ್ಮವು ಈ ಲೋಕದಲಿ

ಅತ್ಯಂತ ದುರ್ಲಭತರ ಸಿಗುವಲ್ಲಿ

43.

ತತ್ರ ತಂ ಬುದ್ಧಿಸಂಯೋಗಂ ಲಭತೇ ಪೌರ್ವದೇಹಿಕಮ್ ।
ಯತತೇ ಚ ತತೋ ಭೂಯಃ ಸಂಸಿದ್ಧೌ ಕುರುನಂದನ ॥

ನಂತರದಲಾತನು ಪೂರ್ವದೇಹದಲಿ

ಹೊಂದಿದ್ದ ಬುದ್ಧಿಸಂಯೋಗವು ಮರಳಿ

ಅಂತೆಯೇ ಮಾಡುವನು ಪುನಃ ಪ್ರಯತ್ನ

ಸಂಸಿದ್ಧಿಗಾಗಿ, ಹೇ ಕುರುನಂದನ

44.

ಪೂರ್ವಾಭ್ಯಾಸೇನ ತೇನೈವ ಹ್ರಿಯತೇ ಹ್ಯವಶೋಪಿ ಸಃ ।
ಜಿಜ್ಞಾಸುರಪಿ ಯೋಗಸ್ಯ ಶಬ್ದಬ್ರಹ್ಮಾತಿವರ್ತತೇ ॥

ಹಿಂದಿನ ಅಭ್ಯಾಸದಿಂದಾಕರ್ಷಿತ

ಖಂಡಿತದಲಿ ತಾನಾಗಿಯೇ ಆಗುತ

ಅಂತೇ ಯೋಗಜಿಜ್ಞಾಸುವೂ ಬರೀ,

ಮುಂದೆ ನಡೆವ ಶಬ್ದಬ್ರಹ್ಮವ ಮೀರಿ

45.

ಪ್ರಯತ್ನಾದ್ಯತಮಾನಸ್ತು ಯೋಗೀ ಸಂಶುದ್ಧಕಿಲ್ಬಿಷಃ ।
ಅನೇಕಜನ್ಮಸಂಸಿದ್ಧಸ್ತತೋ ಯಾತಿ ಪರಾಂ ಗತಿಮ್ ॥

ಬಿಗು ಅಭ್ಯಾಸ ಜತೆ ಪ್ರಯತ್ನದಿಂದ

ಯೋಗಿಯು ಕಿಲುಬು ಕಳೆದಾಗುವ ಶುದ್ಧ

ಬಗಬಗೆ ಜನ್ಮಸಂಸಿದ್ಧಿಯ ನಂತರ

ಸಿಗುವುದವನಿಗೆ ಪರಮಗತಿಯ ತೀರ

94

46.

ತಪಸ್ವಿಭ್ಯೋಧಿಕೋ ಯೋಗೀ ಜ್ಞಾನಿಭ್ಯೋಪಿ ಮತೋಧಿಕಃ |

ಕರ್ಮಿಭ್ಯಶ್ಚಾಧಿಕೋ ಯೋಗೀ ತಸ್ಮಾದ್ಯೋಗೀ ಭವಾರ್ಜುನ ||

ಅಧಿಕವು ತಪಸ್ವಿಗಳಿಗಿಂತ ಯೋಗಿ

ಅದಲ್ಲದೇ ಜ್ಞಾನಿಗಿಂತ ಮೇಲಾಗಿ

ಅಧಿಕ ಕರ್ಮಿಗಿಂತ ತಿಳಿಯಲು ತೂಗಿ

ಅದರಿಂದ ಅರ್ಜುನ ನೀನಾಗು ಯೋಗಿ

47.

ಯೋಗಿನಾಮಪಿ ಸರ್ವೇಷಾಂ ಮದ್ಗತೇನಾಂತರಾತ್ಮನಾ |

ಶ್ರದ್ಧಾವಾನ್ಭಜತೇ ಯೋ ಮಾಂ ಸ ಮೇ ಯುಕ್ತತಮೋ ಮತಃ ||

ಎಲ್ಲ ಬಗೆಯ ಯೋಗಿಗಳಲೂ ನೋಡಲು,

ನೆಲೆಸಿ ನನ್ನಲಿ ಇರುತಂತರಂಗದೊಳು

ಸಲಿಸುತ ಭಕುತಿ ಶ್ರದ್ಧೆಯಲಿರುವಾತ

ಬಲು ಉತ್ತಮ ಯೋಗಿಯಿಂದೆನ್ನ ಮತ

ಓಂ ತತ್ಸದಿತಿ ಶ್ರೀಮದ್ಭಗವದ್ಗೀತಾಸೂಪನಿಷತ್ಸು

ಬ್ರಹ್ಮವಿದ್ಯಾಯಾಂ ಯೋಗಶಾಸ್ತ್ರೇ ಶ್ರೀಕೃಷ್ಣಾರ್ಜುನಸಂವಾದೇ

ಆತ್ಮಸಂಯಮಯೋಗೋ ನಾಮ ಷಷ್ಠೋಧ್ಯಾಯಃ ||

ಸಪ್ತಮೋಧ್ಯಾಯ:

1.

ಶ್ರೀಭಗವಾನುವಾಚ ।

ಮಯ್ಯಾಸಕ್ತಮನಾಃ ಪಾರ್ಥ ಯೋಗಂ ಯುಂಜನ್ಮದಾಶ್ರಯಃ ।

ಅಸಂಶಯಂ ಸಮಗ್ರಂ ಮಾಂ ಯಥಾ ಜ್ಞಾಸ್ಯಸಿ ತಚ್ಛೃಣು ॥

> ಶ್ರೀಭಗವಾನುವಾಚ:
>
> ನನ್ನಲ್ಲಿ ಮನವ ಆಸಕ್ತಗೊಳಿಸಿ
>
> ನನ್ನನಾಶ್ರಯಿಸಿ, ಯೋಗ ಅಭ್ಯಸಿಸಿ
>
> ಸಂಶಯವಿರದಂತೆ, ಪಾರ್ಥ, ಎನ್ನರಿವು
>
> ಎಂತು ದೊರೆವುದೆಂದಾಲಿಸು ಸಮಗ್ರವು

2.

ಜ್ಞಾನಂ ತೇಹಂ ಸವಿಜ್ಞಾನಮಿದಂ ವಕ್ಷ್ಯಾ ಮ್ಯಶೇಷತಃ ।

ಯಜ್ಞಾತ್ವಾ ನೇಹ ಭೂಯೋನ್ಯಜ್ಞಾ ತವ್ಯಮವಶಿಷ್ಯತೇ ॥

> ನಿನಗೆ ಜ್ಞಾನವ ವಿಜ್ಞಾನದ ಜೊತೆ
>
> ನಾನು ತಿಳಿಸುವೆನಿದ ಶೇಷವಿರದಂತೆ
>
> ನೀನಿದನರಿತಾಗ ಇಹದಲಿ ಮತ್ತೆ
>
> ಅನ್ಯವಾವುದೂ ತಿಳಿಯಲುಳಿಯದಂತೆ

3.

ಮನುಷ್ಯಾಣಾಂ ಸಹಸ್ರೇಷು ಕಶ್ಚಿದ್ಯತತಿ ಸಿದ್ಧಯೇ ।

ಯತತಾಮಪಿ ಸಿದ್ಧಾನಾಂ ಕಶ್ಚಿನ್ಮಾಂ ವೇತ್ತಿ ತತ್ತ್ವತಃ ॥

> ಯಾರೋ, ಸಹಸ್ರ ಮನುಜರಲ್ಲಿ ಒಬ್ಬ
>
> ಅರಿವ ಸಿದ್ಧಿಗಾಗಿ ಪ್ರಯತ್ನಗೊಂಬ

ಸರಿ ಯತ್ನಿಸಿ ಸಿದ್ಧಿಯ ಪಡೆದವರಲಿ

ಬರಿ ಓರ್ವ ಅರಿವನೆನ್ನ ವಾಸ್ತವದಲಿ

4.

ಭೂಮಿರಾಪೋನಲೋ ವಾಯುಃ ಖಂ ಮನೋ ಬುದ್ಧಿರೇವ ಚ ।

ಅಹಂಕಾರ ಇತೀಯಂ ಮೇ ಭಿನ್ನಾ ಪ್ರಕೃತಿರಷ್ಟಧಾ ॥

ಭೂಮಿ, ನೀರು, ಹಾಗೂ ಅನಲ, ವಾಯು,

ಅಂಬರ, ಮನಸು, ಅದಲ್ಲದೆ ಬುದ್ಧಿಯು,

ಅಂತೇ ಅಹಂಕಾರ - ಇವೆಲ್ಲ ಭಿನ್ನ

ಎಂಟು ವಿಧದಲಿಹ ಪ್ರಕೃತಿಯು - ನನ್ನ

5.

ಅಪರೇಯಮಿತಸ್ತ್ವನ್ಯಾಂ ಪ್ರಕೃತಿಂ ವಿದ್ಧಿ ಮೇ ಪರಾಮ್ ।

ಜೀವಭೂತಾಂ ಮಹಾಬಾಹೋ ಯಯೇದಂ ಧಾರ್ಯತೇ ಜಗತ್ ॥

ಎನ್ನೀ ಅಪರಾಭಿವ್ಯಕ್ತಿಯನುಳಿದು

ಭಿನ್ನ ಪರಾ ಪ್ರಕೃತಿಯ ತಿಳಿ ಇಂದು

ಇನಿತು ಜೀವಭೂತ ಸಹಿತೀ ಜಗವೇ

ತಾನಿರಲದಾಧಾರ, ಮಹಾಬಾಹುವೆ

6.

ಏತದ್ಯೋನೀನಿ ಭೂತಾನಿ ಸರ್ವಾಣೀತ್ಯುಪಧಾರಯ ।

ಅಹಂ ಕೃತ್ಸ್ನಸ್ಯ ಜಗತಃ ಪ್ರಭವಃ ಪ್ರಲಯಸ್ತಥಾ ॥

ಸಕಲ ಭೂತಗಳಿಗೀ ಎರಡು ತಾವು

ಆಕರವು ಹುಟ್ಟಿಗೆ ಎಂದಿರಲಿ ತಿಳಿವು

ಅಖಿಲ ಜಗವೆಲ್ಲದರ ಪ್ರಭವ ನಾನು

ಸಕಲಕೂ ಹಾಗೆಯೇ ಪ್ರಲಯ ನಾನು

7.

ಮತ್ತಃ ಪರತರಂ ನಾನ್ಯತ್ಕಿಂಚಿದಸ್ತಿ ಧನಂಜಯ ।
ಮಯಿ ಸರ್ವಮಿದಂ ಪ್ರೋತಂ ಸೂತ್ರೇ ಮಣಿಗಣಾ ಇವ ॥

ನನಗಿಂತ ಶ್ರೇಷ್ಠತರವಾಗಿರುವುದು

ಧನಂಜಯನೆ, ಅನ್ಯ ಯಾವುದೂ ಇರದು

ಮಣಿಗಣವು ಸೂತ್ರದಲಿರುವ ತರದಲಿ

ಪೋಣಿಸಲ್ಪಟ್ಟಿವೆ ಇವೆಲ್ಲ ನನ್ನಲಿ

8.

ರಸೋಹಮಪ್ಸು ಕೌಂತೇಯ ಪ್ರಭಾಸ್ಮಿ ಶಶಿಸೂರ್ಯಯೋಃ ।
ಪ್ರಣವಃ ಸರ್ವವೇದೇಷು ಶಬ್ದಃ ಖೇ ಪೌರುಷಂ ನೃಷು ॥

ನಾನು ರಸವು ನೀರಿನಲಿ, ಕೌಂತೇಯನೆ,

ಭಾನು-ಶಶಿಯರಲಿ ಪ್ರಭೆಯು ನಾನೆ

ಪ್ರಣವ ನಾನಿಹೆ ಸರ್ವ ವೇದಗಳಲಿ

ಬಾನಲಿ ಶಬ್ದ, ಪೌರುಷ ಮಾನವರಲಿ

9.

ಪುಣ್ಯೋ ಗಂಧಃ ಪೃಥಿವ್ಯಾಂ ಚ ತೇಜಶ್ಚಾಸ್ಮಿ ವಿಭಾವಸೌ ।
ಜೀವನಂ ಸರ್ವಭೂತೇಷು ತಪಶ್ಚಾಸ್ಮಿ ತಪಸ್ವಿಷು ॥

ಪುಣ್ಯ ಗಂಧವು ನಾನು ಪೃಥಿವಿಯಲ್ಲಿ

ಅಂತೆಯೇ ತೇಜ ನಾನಗ್ನಿಯಲ್ಲಿ

ನಾನು ಜೀವನ ಸರ್ವ ಭೂತಗಳಲಿ

ಇನ್ನು ತಪವಾಗಿರುವೆ ತಾಪಸಿಗಳಲಿ

10.

ಬೀಜಂ ಮಾಂ ಸರ್ವಭೂತಾನಾಂ ವಿದ್ಧಿ ಪಾರ್ಥ ಸನಾತನಮ್ ।
ಬುದ್ಧಿರ್ಬುದ್ಧಿಮತಾಮಸ್ಮಿ ತೇಜಸ್ತೇಜಸ್ವಿನಾಮಹಮ್ ॥

ನನ್ನನು ಸರ್ವ ಭೂತಗಳ ಅತ್ಯಂತ

ಸನಾತನ ಬೀಜವೆಂದು ತಿಳಿ ಪಾರ್ಥ

ನಾನೇ ಬುದ್ಧಿಯು ಬುದ್ಧಿವಂತರಲಿ

ಇನ್ನು ತೇಜವು ನಾ ತೇಜಸ್ವಿಗಳಲಿ

11.

ಬಲಂ ಬಲವತಾಂ ಚಾಹಂ ಕಾಮರಾಗವಿವರ್ಜಿತಮ್ ।
ಧರ್ಮಾವಿರುದ್ಧೋ ಭೂತೇಷು ಕಾಮೋಸ್ಮಿ ಭರತರ್ಷಭ ॥

ಅಲ್ಲದೇ ನಾನು ಕಾಮರಾಗರಹಿತ

ಬಲುಹಾಗಿ ಬಲವಂತರಲ್ಲಿ ಇರುತ

ಎಲ್ಲ ಭೂತಗಳ ಧರ್ಮವಿಹಿತ ಕಾಮ

ವೆಲ್ಲ ನಾನಾಗಿಹೆ, ಹೇ ಭರತೋತ್ತಮ

12.

ಯೇ ಚೈವ ಸಾತ್ತ್ವಿಕಾ ಭಾವಾ ರಾಜಸಾಸ್ತಾಮಸಾಶ್ಚ ಯೇ ।
ಮತ್ತ ಏವೇತಿ ತಾನ್ವಿದ್ಧಿ ನ ತ್ವಹಂ ತೇಷು ತೇ ಮಯಿ ॥

ಸಾತ್ತ್ವಿಕ, ರಾಜಸ, ತಾಮಸ ಎಂಬೆಲ್ಲ

ಸ್ಥಿತಿಗಳ ನಿಜದಲಿ ನೀ ತಿಳಿ - ಅವು ಸಕಲ

ಉತ್ಪನ್ನವಿಹವು ನನ್ನಿಂದ, ಆದರೆ

ಅತೀತ ನಾನವಕೆ, ನಾನಿಹೆನಾಸರೆ

13.

ತ್ರಿಭಿರ್ಗುಣಮಯೈರ್ಭಾವೈರೇಭಿಃ ಸರ್ವಮಿದಂ ಜಗತ್ ।
ಮೋಹಿತಂ ನಾಭಿಜಾನಾತಿ ಮಾಮೇಭ್ಯಃ ಪರಮವ್ಯಯಮ್ ॥

ತ್ರಿಗುಣಮಯವೀ ಸ್ಥಿತಿಗಳಿಂದ ಕೂಡಿ

ಜಗವಿದು, ಸರ್ವಕೂ ಕವಿದಿದೆ ಮೋಡಿ

ಬಗೆಗೆ ಸಿಗದೆ ನಾ, ಜಗ ತಿಳಿಯದೆನ್ನನು

ಮಿಗಿಲಿಹೆ ನಾನಿವುಗಳಾಚೆ, ಅವ್ಯಯನು

14.

ದೈವೀ ಹ್ಯೇಷಾ ಗುಣಮಯೀ ಮಮ ಮಾಯಾ ದುರತ್ಯಯಾ ।
ಮಾಮೇವ ಯೇ ಪ್ರಪದ್ಯಂತೇ ಮಾಯಾಮೇತಾಂ ತರಂತಿ ತೇ ॥

ನನ್ನೀ ದೈವೀ ಮಾಯೆಯಿದು ಗುಣಮಯಿ

ಖಂಡಿತವೂ ಮೀರಲು ದುಷ್ಕರವೇ ಸೈ

ನನ್ನಲ್ಲಿಯೇ ನಿಜ ಶರಣಾಗುವವರು

ಬನ್ನಪಡದೇ ಮಾಯೆಯನು ದಾಟುವರು

15.

ನ ಮಾಂ ದುಷ್ಕೃತಿನೋ ಮೂಢಾಃ ಪ್ರಪದ್ಯಂತೇ ನರಾಧಮಾಃ ।
ಮಾಯಯಾಪಹೃತಜ್ಞಾನಾ ಆಸುರಂ ಭಾವಮಾಶ್ರಿತಾಃ ॥

ದುಷ್ಕರ್ಮಿಗಳು, ನರಾಧಮ, ಮೂಢ ಜನ

ವಶವಾಗಿರಲು ಮಾಯೆಗವರ ಜ್ಞಾನ

ಆಸುರೀ ಭಾವದಲಿ ಆಶ್ರಿತರಾಗಿ

ಎಷ್ಟೂ ಬಾರರು ನನಗೆ ಶರಣಾಗಿ

16.

ಚತುರ್ವಿಧಾ ಭಜಂತೇ ಮಾಂ ಜನಾಃ ಸುಕೃತಿನೋರ್ಜುನ |
ಆರ್ತೋ ಜಿಜ್ಞಾಸುರರ್ಥಾರ್ಥೀ ಜ್ಞಾನೀ ಚ ಭರತರ್ಷಭ ||

ನನ್ನ ಸೇವಿಸಲೆಳಸುವ ಸುಕೃತ ಜನ

ಇಂತು ಚತುರ್ವಿಧದವರು, ಕೇಳರ್ಜುನ:

ಬನ್ನ ಪಡುವ ಜನ, ಜಿಜ್ಞಾಸು ಸ್ತೋಮ,

ಜ್ಞಾನಿ, ಅರ್ಥಾರ್ಥಿ - ತಿಳಿ ಭರತೋತ್ತಮ

17.

ತೇಷಾಂ ಜ್ಞಾನೀ ನಿತ್ಯಯುಕ್ತ ಏಕಭಕ್ತಿರ್ವಿಶಿಷ್ಯತೇ |
ಪ್ರಿಯೋ ಹಿ ಜ್ಞಾನಿನೋತ್ಯರ್ಥಮಹಂ ಸ ಚ ಮಮ ಪ್ರಿಯಃ ||

ಅದರಲಿಯೂ ಒಮ್ಮನದ ಭಕುತಿಯೊಳು

ಸದಾ ನಿರತನಿಹ ಜ್ಞಾನಿಯೇ ಮಿಗಿಲು

ಅದೋ ಆ ಜ್ಞಾನಿಗೆ ನಾನು ಅತಿಪ್ರಿಯ

ಅದರಂತೆಯೇ ಅವನೂ ನನಗೆ ಪ್ರಿಯ

18.

ಉದಾರಾಃ ಸರ್ವ ಏವ್ಯೆತೇ ಜ್ಞಾನೀ ತ್ವಾತ್ಮೈವ ಮೇ ಮತಮ್ |
ಆಸ್ಥಿತಃ ಸ ಹಿ ಯುಕ್ತಾತ್ಮಾ ಮಾಮೇವಾನುತ್ತಮಾಂ ಗತಿಮ್ ||

ಉದಾತ್ತರೇ ಈ ಸರ್ವರೂ ಖಂಡಿತ

ಆದರರಿವೆ ಜ್ಞಾನಿಯ - ನಾನೇ ಎನುತ

ಸದಾ ನನ್ನಲ್ಲಿ ಸ್ಥಿತನಿರುವನಾತ

ಉದ್ದಾಮ ಗತಿ ನಾನೇ ಎಂದೆನುತ

19.

ಬಹೂನಾಂ ಜನ್ಮನಾಮಂತೇ ಜ್ಞಾನವಾನ್ಮಾಂ ಪ್ರಪದ್ಯತೇ |
ವಾಸುದೇವಃ ಸರ್ವಮಿತಿ ಸ ಮಹಾತ್ಮಾ ಸುದುರ್ಲಭಃ ||

ಜನ್ಮಗಳ ಬಹುವಾಗಿ ತಳೆಯುತ ಕೊನೆಗೆ

ನೀನೆ ಎಲ್ಲ ವಾಸುದೇವ, ಎನುತೆನಗೆ

ಜ್ಞಾನಿಯು ಎನ್ನಡಿಗೆ ಶರಣಾಗುವನು

ಅಂತಹ ಮಹಾತ್ಮ ಕಾಣಲು ದುರ್ಲಭನು

20.

ಕಾಮ್ಯಸ್ತೈಸ್ತೈರ್ಹೃತಜ್ಞಾನಾಃ ಪ್ರಪದ್ಯಂತೇನ್ಯದೇವತಾಃ ।
ತಂ ತಂ ನಿಯಮಮಾಸ್ಥಾಯ ಪ್ರಕೃತ್ಯಾ ನಿಯತಾಃ ಸ್ವಯಾ ॥

ಬರಿದೇ ತಮ್ಮ ಪ್ರಕೃತಿಯನುಸರಿಸಿ

ಪರಿಪರಿ ಕಾಮನೆಗಳರಿವನಪಹರಿಸಿ

ಮೊರೆಹೋಗುವರನ್ಯ ದೇವರಲಿ ಕೆಲರು

ಪರಿನೇಮಗಳಾಚರಿಸುವಲಿ ಮಗ್ನರು

21.

ಯೋ ಯೋ ಯಾಂ ಯಾಂ ತನುಂ ಭಕ್ತಃ ಶ್ರದ್ಧಯಾರ್ಚಿತುಮಿಚ್ಛತಿ ।
ತಸ್ಯ ತಸ್ಯಾಚಲಾಂ ಶ್ರದ್ಧಾಂ ತಾಮೇವ ವಿದಧಾಮ್ಯಹಮ್ ॥

ಅದಾವ ದೇವತಾ ರೂಪವನು ಭಕ್ತ

ಶ್ರದ್ಧೆಯಲಿ ಅರ್ಚಿಸಲು ಪಡಲಾಸಕ್ತ

ಒದಗಿಸುವೆನು ಖಂಡಿತ ನಾನವರವರ

ಅದೇ ಶ್ರದ್ಧೆ ಅಚಲವಾಗಿ ನಿಲುವ ತೆರ

22.

ಸ ತಯಾ ಶ್ರದ್ಧಯಾ ಯುಕ್ತಸ್ತಸ್ಯಾರಾಧನಮೀಹತೇ ।
ಲಭತೇ ಚ ತತಃ ಕಾಮಾನ್ಮಯೈವ ವಿಹಿತಾನ್ಹಿ ತಾನ್ ॥

ಅವನು ಆ ಶ್ರದ್ಧೆಯಿಂದ ಕೂಡಿರಲು

ದೇವತೆಯದನು ಆರಾಧಿಸತೊಡಗಲು

ಅವನೆಲ್ಲ ಅಭೀಷ್ಟಗಳನು ಪಡೆಯುವನು

ಆ ವ್ಯವಸ್ಥೆಯ ನಾನೇ ಮಾಡುವೆನು

23.
ಅಂತವತ್ತು ಫಲಂ ತೇಷಾಂ ತದ್ಭವತ್ಯಲ್ಪಮೇಧಸಾಮ್ ।
ದೇವಾಂದೇವಯಜೋ ಯಾಂತಿ ಮದ್ಭಕ್ತಾ ಯಾಂತಿ ಮಾಮಪಿ ॥

ಆದರಾ ತೆರದ ಅಲ್ಪ ಬುದ್ಧಿಗಳಿಗೆ

ಒದಗುವಂತಹ ಫಲವಿಹುದು ಮಿತಿಯೊಳಗೆ

ವಿಧವಿಧ ದೇವ ಭಜಕರು ನಡೆದವರೆಡೆ

ಅದೋ ನನ್ನ ಭಕುತರು ಬರುವರೆನ್ನೆಡೆ

24.
ಅವ್ಯಕ್ತಂ ವ್ಯಕ್ತಿಮಾಪನ್ನಂ ಮನ್ಯಂತೇ ಮಾಮಬುದ್ಧಯಃ ।
ಪರಂ ಭಾವಮಜಾನಂತೋ ಮಮಾವ್ಯಯಮನುತ್ತಮಮ್ ॥

ಅವ್ಯಕ್ತ ನನ್ನ - ವ್ಯಕ್ತನಿಹನೆಂದು

ಭಾವಿಸುತಿಹರು ಬುದ್ಧಿಹೀನರೆಂದೂ

ಅವರು ಅರಿಯರು ಎನ್ನ ಪರಮ ಭಾವ-

-ಅವ್ಯಯ ಅತ್ಯುತ್ತಮವಿಹ ಅಸ್ತಿತ್ವ

25.
ನಾಹಂ ಪ್ರಕಾಶಃ ಸರ್ವಸ್ಯ ಯೋಗಮಾಯಾಸಮಾವೃತಃ ।
ಮೂಢೋಯಂ ನಾಭಿಜಾನಾತಿ ಲೋಕೋ ಮಾಮಜಮವ್ಯಯಂ ॥

ಯೋಗ ಮಾಯೆಯಿಂದಿರುತ ನಾ ಆವೃತ

ಆಗೆನು ನಾ ಸರ್ವರಿಗೂ ಪ್ರಕಟಿತ

ಜಗದ ಮೂಢರಿಗಿರದೆನ್ನೀ ಅರಿವು

ಬಗೆಗೆ ಸಿಗದೇ ಅಜ, ಅವ್ಯಯನಿರವು

26.

ವೇದಾಹಂ ಸಮತೀತಾನಿ ವರ್ತಮಾನಾನಿ ಚಾರ್ಜುನ ।
ಭವಿಷ್ಯಾಣಿ ಚ ಭೂತಾನಿ ಮಾಂ ತು ವೇದ ನ ಕಶ್ಚನ ॥

ತಿಳಿದಿರುವೆನು ನಾ ಇಂದಿನ, ಮುಂದಿನ,
ಅಳಿದಿಹ ಸಮಯದ ಎಲ್ಲವನರ್ಜುನ
ಬಲ್ಲೆನೆಲ್ಲ ಕಾಲದ ಜೀವಿಗಳನೂ
ಇಲ್ಲವು ಆದರೂ ಎನ್ನ ಅರಿತವನು

27.

ಇಚ್ಛಾದ್ವೇಷಸಮುತ್ಥೇನ ದ್ವಂದ್ವಮೋಹೇನ ಭಾರತ ।
ಸರ್ವಭೂತಾನಿ ಸಂಮೋಹಂ ಸರ್ಗೇ ಯಾಂತಿ ಪರಂತಪ ॥

ಹಂಬಲ-ದ್ವೇಷಗಳಿಂದ ಮೊಳೆತಂಥ
ದ್ವಂದ್ವಗಳಲ್ಲಿಯ ಮೋಹ, ಹೇ ಭಾರತ,
ಬಂಧಿಸಿ, ಹುಟ್ಟುತಲೆಲ್ಲ ಜೀವಿಗಳು,
ಭ್ರಾಂತಿ ಹೊಂದುವರು, ಪರಂತಪ ಕೇಳು

28.

ಯೇಷಾಂ ತ್ವಂತಗತಂ ಪಾಪಂ ಜನಾನಾಂ ಪುಣ್ಯಕರ್ಮಣಾಮ್ ।
ತೇ ದ್ವಂದ್ವಮೋಹನಿರ್ಮುಕ್ತಾ ಭಜಂತೇ ಮಾಂ ದೃಢವ್ರತಾಃ ॥

ಜನರು ತಾ ಹೊಂದಿರಲು ಪುಣ್ಯಕರ್ಮ
ಕೊನೆಯಾಗಿ ಅವರ ಪಾಪಗಳು, ತಮ್ಮ
ದ್ವಂದ್ವ ಮೋಹಗಳಿಂದ ಪಡೆದು ಮುಕ್ತಿ
ಎನ್ನ ಸೇವಿಸುವರೊದಗಿ ದೃಢಭಕ್ತಿ

29.

ಜರಾಮರಣಮೋಕ್ಷಾಯ ಮಾಮಾಶ್ರಿತ್ಯ ಯತಂತಿ ಯೇ ।
ತೇ ಬ್ರಹ್ಮ ತದ್ವಿದುಃ ಕೃತ್ಸ್ನ ಮಧ್ಯಾತ್ಮಂ ಕರ್ಮ ಚಾಖಿಲಮ್ ॥

ಜರಾ ಮರಣಗಳಿಂದ ಮೋಕ್ಷವ ಬಯಸಿ

ಯಾರು ಸೇವಿಪರೋ ಎನ್ನನಾಶ್ರಯಿಸಿ

ದೊರೆವುದವರಿಗೆ ಆ ಬ್ರಹ್ಮಜ್ಞಾನವು

ಪೂರ ಅಧ್ಯಾತ್ಮ್ಯ ಅಖಿಲ ಕರ್ಮದರಿವು

30.

ಸಾಧಿಭೂತಾಧಿದೈವಂ ಮಾಂ ಸಾಧಿಯಜ್ಞಂ ಚ ಯೇ ವಿದುಃ ।
ಪ್ರಯಾಣಕಾಲೇಪಿ ಚ ಮಾಂ ತೇ ವಿದುರ್ಯುಕ್ತಚೇತಸಃ ॥

ಅಧಿದೈವದಲಿ, ಅಧಿಯಜ್ಞದಲಿ ಮತ್ತು

ಅಧಿಭೂತದಲಿ ಯಾರೆನ್ನನು ಅರಿತು

ಹೃದಯ-ಪ್ರಜ್ಞೆಗಳಲೆನ್ನ ಕೂಡಿರಲು

ಒದಗುವುದೆನ್ನರಿವು ಕೊನೆಕಾಲದಲು

ಓಂ ತತ್ಸದಿತಿ ಶ್ರೀಮದ್ಭಗವದ್ಗೀತಾಸೂಪನಿಷತ್ಸು

ಬ್ರಹ್ಮವಿದ್ಯಾಯಾಂ ಯೋಗಶಾಸ್ತ್ರೇ ಶ್ರೀಕೃಷ್ಣಾರ್ಜುನಸಂವಾದೇ

ಜ್ಞಾನವಿಜ್ಞಾನಯೋಗೋ ನಾಮ ಸಪ್ತಮೋಧ್ಯಾಯಃ

ಅಷ್ಟಮೋಧ್ಯಾಯ:

1.

ಅರ್ಜುನ ಉವಾಚ ।

ಕಿಂ ತದ್ಬ್ರಹ್ಮ ಕಿಮಧ್ಯಾತ್ಮಂ ಕಿಂ ಕರ್ಮ ಪುರುಷೋತ್ತಮ ।

ಅಧಿಭೂತಂ ಚ ಕಿಂ ಪ್ರೋಕ್ತಮಧಿದೈವಂ ಕಿಮುಚ್ಯತೇ ॥

ಅರ್ಜುನ ಉವಾಚ:

ಯಾವುದದು ಬ್ರಹ್ಮ? ಯಾವುದಧ್ಯಾತ್ಮ?

ಯಾವುದದು ಕರ್ಮ, ಹೇ ಪುರುಷೋತ್ತಮ?

ಯಾವುದಕೆ ಕರೆವರು ಅಧಿಭೂತವೆಂದು?

ಯಾವುದನೆನುವರು ಅಧಿದೈವವೆಂದು?

2.

ಅಧಿಯಜ್ಞಃ ಕಥಂ ಕೋತ್ರ ದೇಹೇಸ್ಮಿನ್ಮಧುಸೂದನ ।

ಪ್ರಯಾಣಕಾಲೇ ಚ ಕಥಂ ಜ್ಞೇಯೋಸಿ ನಿಯತಾತ್ಮಭಿಃ ॥

ಅಧಿಯಜ್ಞ ಯಾರು? ಅವನು ದೇಹದಲಿ,

ಮಧುಸೂದನನೆ ಹೇಳು, ಇರುವ ಹೇಗಿಲ್ಲಿ?

ಅದೆಂತು ಆತ್ಮಸಂಯಮಿಗೆ ನಿನ್ನರಿವು

ಒದಗಿಬಂದೀತು, ಸಮೀಪಿಸಲು ಸಾವು?

3.

ಶ್ರೀಭಗವಾನುವಾಚ ।

ಅಕ್ಷರಂ ಬ್ರಹ್ಮ ಪರಮಂ ಸ್ವಭಾವೋಧ್ಯಾತ್ಮಮುಚ್ಯತೇ ।

ಭೂತಭಾವೋದ್ಭವಕರೋ ವಿಸರ್ಗಃ ಕರ್ಮಸಂಜ್ಞಿತಃ ॥

ಶ್ರೀ ಭಗವಾನುವಾಚ:

ಅವಿನಾಶಿ ಪರಮತತ್ತ್ವವದೇ ಬ್ರಹ್ಮ

ಜೀವಿ, ಮತ್ತೆಲ್ಲಾ ಪ್ರಜ್ಞೆ - ಅಧ್ಯಾತ್ಮ

ಜೀವಿಗಳ ಉತ್ಪತ್ತಿ, ಅಭಿವ್ಯಕ್ತಿ:

ಇವುಗಳ ಕಾರಣಕೆ ಕರ್ಮ ಎಂದುಕ್ತಿ

4.

ಅಧಿಭೂತಂ ಕ್ಷರೋ ಭಾವಃ ಪುರುಷಶ್ಚಾಧಿದೈವತಮ್ ।
ಅಧಿಯಜ್ಞೋಹಮೇವಾತ್ರ ದೇಹೇ ದೇಹಭೃತಾಂ ವರ ॥

ಕ್ಷರವಾದ ಈ ಪ್ರಕೃತಿಯು ಅಧಿಭೂತ

ಪುರುಷನ ವಿರಾಡ್ರೂಪವು ಅಧಿದೈವ

ಶರೀರದಲಿ ಅಧಿಯಜ್ಞನು ನಾನೇ

ಇರುವೆನು ನಿಜಕೂ, ಜೀವೋತ್ತಮನೇ

5.

ಅಂತಕಾಲೇ ಚ ಮಾಮೇವ ಸ್ಮರನ್ಮುಕ್ತ್ವಾ ಕಲೇವರಮ್ ।
ಯಃ ಪ್ರಯಾತಿ ಸ ಮದ್ಭಾವಂ ಯಾತಿ ನಾಸ್ತ್ಯತ್ರ ಸಂಶಯಃ ॥

ಅಂತ್ಯಕಾಲದಲಿ ಕೂಡ ನನ್ನನ್ನು

ಖಂಡಿತ ಸ್ಮರಿಸುತ ಬಿಡಲು ದೇಹವನು

ಮುಂದೆ ಪಯಣಿಸುವಲೆನ್ನ ಭಾವವನು

ಹೊಂದುವನು ಸಂದೇಹವಿಲ್ಲ ಏನೂ

6.

ಯಂ ಯಂ ವಾಪಿ ಸ್ಮರನ್ಭಾವಂ ತ್ಯಜತ್ಯಂತೇ ಕಲೇವರಮ್ ।
ತಂ ತಮೇವೈತಿ ಕೌಂತೇಯ ಸದಾ ತದ್ಭಾವಭಾವಿತಃ ॥

ಯಾವ ಭಾವದಲಿ ಸ್ಮರಿಸುತಲಿ ಯಾರ,

ಜೀವನು ಕೊನೆಗೆ ತೊರೆವನೋ ಕಲೇವರ

ಭಾವವದನೇ ಹೊಂದುವನು ತರುವಾಯ,

ಭಾವವದೇ ಸದಾ ಇರಲು ಕೌಂತೇಯ

7.

ತಸ್ಮಾತ್ಸರ್ವೇಷು ಕಾಲೇಷು ಮಾಮನುಸ್ಮರ ಯುಧ್ಯ ಚ ।

ಮಯ್ಯರ್ಪಿತಮನೋಬುದ್ಧಿರ್ಮಾಮೇವೈಷ್ಯಸ್ಯಸಂಶಯಮ್ ॥

ಹೀಗಿರಲು ಎಲ್ಲ ಕಾಲವು ನನ್ನ ನೆನೆ

ಹಾಗೂ ನೀ ಮಾಡಿಗ ಯುದ್ಧವನೇ

ಬಗೆ-ಬುದ್ಧಿಗಳನು ಎನಗೆ ಅರ್ಪಿಸಿರೆ

ಸಿಗುವುದು ನಿಸ್ಸಂಶಯವು - ಎನ್ನಾಸರೆ

8.

ಅಭ್ಯಾಸಯೋಗಯುಕ್ತೇನ ಚೇತಸಾ ನಾನ್ಯಗಾಮಿನಾ ।

ಪರಮಂ ಪುರುಷಂ ದಿವ್ಯಂ ಯಾತಿ ಪಾರ್ಥಾನುಚಿಂತಯನ್ ॥

ಅನ್ಯ ಎಡೆ ಗಮನವಿರದಂತೆ ಚಿತ್ತ

ಧ್ಯಾನದಭ್ಯಾಸದಲಿ ಸತತ ನಿರತ

ಮನುಜ ತನ್ಮಯನಾಗಿರಲು, ಹೇ ಪಾರ್ಥ

ತಾ ನಡೆವ ದಿವ್ಯ ಪರಮಪುರುಷನತ್ತ

9.

ಕವಿಂ ಪುರಾಣಮನುಶಾಸಿತಾರಮ್

ಅಣೋರಣೀಯಾಂಸಮನುಸ್ಮರೇದ್ಯಃ।

ಸರ್ವಸ್ಯ ಧಾತಾರಮಚಿಂತ್ಯರೂಪಮ್

ಆದಿತ್ಯವರ್ಣಂ ತಮಸಃ ಪರಸ್ತಾತ್ ॥

ಬಲ್ಲವ ಎಲ್ಲರೊಡೆಯ ಪುರಾತನನು

ಎಲ್ಲರ ಪಾಲಕ, ಅಣುವಿಗೂ ಸೂಕ್ಷ್ಮನು

ನಿಲುಕನು ಚಿಂತನೆಗೆ, ಆದಿತ್ಯ ವರ್ಣ

10.

ಪ್ರಯಾಣಕಾಲೇ ಮನಸಾಚಲೇನ
ಭಕ್ತ್ಯಾ ಯುಕ್ತೋ ಯೋಗಬಲೇನ ಚೈವ।
ಭ್ರುವೋರ್ಮಧ್ಯೇ ಪ್ರಾಣಮಾವೇಶ್ಯ ಸಮ್ಯಕ್
ಸ ತಂ ಪರಂ ಪುರುಷಮುಪೈತಿ ದಿವ್ಯಮ್ ॥

ಅಂತ್ಯಕಾಲದಲಿ, ಅಚಲಮನಸಿನಲಿ

ಸಂತತ ಭಕ್ತಿಯಲಿ, ಯೋಗ ಶಕ್ತಿಯಲಿ

ಸಂಚಿಸಿ ಭ್ರೂನಡು ನಿಲಿಸಲು ಪ್ರಾಣ

ಹೊಂದುವ ದಿವ್ಯ ಪರಮಪುರುಷನ ತಾಣ

11.

ಯದಕ್ಷರಂ ವೇದವಿದೋ ವದಂತಿ
ವಿಶಂತಿ ಯದ್ಯತಯೋ ವೀತರಾಗಾಃ।
ಯದಿಚ್ಛಂತೋ ಬ್ರಹ್ಮಚರ್ಯಂ ಚರಂತಿ
ತತ್ತೇ ಪದಂ ಸಂಗ್ರಹೇಣ ಪ್ರವಕ್ಷ್ಯೇ ॥

ವೇದವಿದರದನು ಅಕ್ಷರವೆನುವರು

ಅದನು ವೀತರಾಗ ಯತಿ ಹೊಂದುವರು

ಅದಕಾಗಿ ಇಹರು ಬ್ರಹ್ಮಚರ್ಯದಲಿ

ಪದವವದರ ಕುರಿತು ನುಡಿವೆ ಸಂಗ್ರಹದಲಿ

12.

ಸರ್ವದ್ವಾರಾಣಿ ಸಂಯಮ್ಯ ಮನೋ ಹೃದಿ ನಿರುಧ್ಯ ಚ।
ಮೂರ್ಧ್ನ್ಯಾಧಾಯಾತ್ಮನಃ ಪ್ರಾಣಮಾಸ್ಥಿತೋ
ಯೋಗಧಾರಣಾಮ್ ॥

ದ್ವಾರಗಳನೆಲ್ಲ ಸಂಯಮದಲಿರಿಸಿ

ನಿರೋಧಿಸಿ ಮನ, ಹೃದಯದಲಿ ಬಂಧಿಸಿ

ಶಿರದಲಿ ಪ್ರಾಣವಾಯುವನು ನಿಲಿಸುತ

ಇರಬೇಕು ಯೋಗಧಾರಣೆಯಲಿ ಸ್ಥಿತ

13.

ಓಮಿತ್ಯೇಕಾಕ್ಷರಂ ಬ್ರಹ್ಮ ವ್ಯಾಹರನ್ಮಾಮನುಸ್ಮರನ್ ।

ಯಃ ಪ್ರಯಾತಿ ತ್ಯಜಂದೇಹಂ ಸ ಯಾತಿ ಪರಮಾಂ ಗತಿಮ್ ॥

ಬ್ರಹ್ಮನ ಏಕಾಕ್ಷರಿ - ಓಂ - ರೂಪವನು

ಸಹ ಉಚ್ಚರಿಸುತ, ಸ್ಮರಿಸುತ ನನ್ನನು

ದೇಹವ ತ್ಯಜಿಸುತ ತೆರಳುವಂತವನು

ಮಹೋನ್ನತವಾದ ಗತಿಯ ಹೊಂದುವನು

14.

ಅನನ್ಯಚೇತಾಃ ಸತತಂ ಯೋ ಮಾಂ ಸ್ಮರತಿ ನಿತ್ಯಶಃ ।

ತಸ್ಯಾಹಂ ಸುಲಭಃ ಪಾರ್ಥ ನಿತ್ಯಯುಕ್ತಸ್ಯ ಯೋಗಿನಃ ॥

ಯಾರು ಅನನ್ಯ ಭಾವದಲಿ ಸತತವು

ಇರುತ ನನ್ನ ಸ್ಮರಿಸುವರೋ ನಿತ್ಯವು

ದೊರೆವೆ ಅವನಿಗೆ ನಾ ಸುಲಭದಲಿ, ಪಾರ್ಥ

ಇರಲವನು ಯೋಗದಲಿ ನಿತ್ಯ ನಿರತ

15.

ಮಾಮುಪೇತ್ಯ ಪುನರ್ಜನ್ಮ ದುಃಖಾಲಯಮಶಾಶ್ವತಮ್ ।

ನಾಪ್ನುವಂತಿ ಮಹಾತ್ಮಾನಃ ಸಂಸಿದ್ಧಿಂ ಪರಮಾಂ ಗತಾಃ ॥

ನನ್ನನೇ ಸೇರಿದ ಮಹಾತ್ಮ ಜೀವಿ

ಅನಿಶ್ಚಿತ ದುಃಖಾಲಯವಾಗಿರುವೀ

ಜನುಮವ ಹೊಂದಲು ಹಿಂತಿರುಗನಿಲ್ಲಿಗೆ

ಉನ್ನತ ಪರಮಗತಿ ಸಿದ್ಧಿಸಿರಲವಗೆ

16.

ಆಬ್ರಹ್ಮಭುವನಾಲ್ಲೋಕಾಃ ಪುನರಾವರ್ತಿನೋರ್ಜುನ ।
ಮಾಮುಪೇತ್ಯ ತು ಕೌಂತೇಯ ಪುನರ್ಜನ್ಮ ನ ವಿದ್ಯತೇ ॥

ಬ್ರಹ್ಮಲೋಕಾದಿ ಎಲ್ಲ, ಹೇ ಅರ್ಜುನ

ಬಹಳ ಲೋಕಗಳಲೂ ಆವರ್ತನ

ಇಹುದು, ಆದರೆನ್ನ ತಲುಪಿ, ತರುವಾಯ

ತಾ ಹೊಂದನು ಮರುಜನ್ಮ, ಕೌಂತೇಯ

17.

ಸಹಸ್ರಯುಗಪರ್ಯಂತಮಹರ್ಯದ್ಬ್ರಹ್ಮಣೋ ವಿದುಃ ।
ರಾತ್ರಿಂ ಯುಗಸಹಸ್ರಾಂತಾಂ ತೇಹೋರಾತ್ರವಿದೋ ಜನಾಃ ॥

ಅಹೋ-ರಾತ್ರಿಗಳ ನಿಜವ ತಿಳಿದ ಜನ

ಸಹಸ್ರಯುಗಗಳು ಬ್ರಹ್ಮನೊಂದು ದಿನ

ಸಹಸ್ರಯುಗ ಪರ್ಯಂತ ಅದೇ ವಿಧದಿ

ಇಹುದೆನುವರು ಬ್ರಹ್ಮನ ರಾತ್ರಿಯವಧಿ

18.

ಅವ್ಯಕ್ತಾದ್ವ್ಯಕ್ತಯಃ ಸರ್ವಾಃ ಪ್ರಭವಂತ್ಯಹರಾಗಮೇ ।
ರಾತ್ರ್ಯಾಗಮೇ ಪ್ರಲೀಯಂತೇ ತತ್ರ್ವಾವ್ಯಕ್ತಸಂಜ್ಞಕೇ ॥

ಆರಂಭವಾಗಲು ಬ್ರಹ್ಮನ ಹಗಲು

ತೋರುವುವೆಲ್ಲ ಅವ್ಯಕ್ತವಿರೆ ಮೊದಲು

ಇರುಳು ಮರಳಲು ಖಂಡಿತವೂ ಆಗ

ಕರಗುವುದು ಅವ್ಯಕ್ತದಲೇ ಈ ಜಗ

19.

ಭೂತಗ್ರಾಮಃ ಸ ಏವಾಯಂ ಭೂತ್ವಾ ಭೂತ್ವಾ ಪ್ರಲೀಯತೇ ।
ರಾತ್ಯಾಗಮೇವಶಃ ಪಾರ್ಥ ಪ್ರಭವತ್ಯಹರಾಗಮೇ ॥

ಜೀವ ಸಮೂಹ ನಿಜಕೂ ಪದೇಪದೇ

ಭವಿಸಿ, ನಂತರದ ರಾತ್ರಿಯಲಿ ಇರದೇ,

ಅವೆಲ್ಲ ತಾನಾಗಿಯೇ, ಹೇ ಪಾರ್ಥ

ಸವೆದು, ಹಗಲು ಬರಲು ಪುನಃ ವ್ಯಕ್ತ

20.

ಪರಸ್ತಸ್ಮಾತ್ತು ಭಾವೋನ್ಯೋವ್ಯಕ್ತೋವ್ಯಕ್ತಾತ್ಸನಾತನಃ ।
ಯಃ ಸ ಸರ್ವೇಷು ಭೂತೇಷು ನಶ್ಯತ್ಸು ನ ವಿನಶ್ಯತಿ ॥

ಆದರೀ ಅವ್ಯಕ್ತ ಸ್ಥಿತಿ ಮೀರಿ

ಇದೆ ಅವ್ಯಕ್ತ ತತ್ವವದು ಅನ್ಯ ಪರಿ

ಅದು ಸನಾತನವು, ನಾಶವದಕಿಲ್ಲ

ಇದ್ದ ಜಗವು ನಾಶವಾದರೂ ಎಲ್ಲ

21.

ಅವ್ಯಕ್ತೋಕ್ಷರ ಇತ್ಯುಕ್ತಸ್ತಮಾಹುಃ ಪರಮಾಂ ಗತಿಮ್ ।
ಯಂ ಪ್ರಾಪ್ಯ ನ ನಿವರ್ತಂತೇ ತದ್ಧಾಮ ಪರಮಂ ಮಮ ॥

ಅವ್ಯಕ್ತವದು, ಅಕ್ಷರವದು ಎಂದು

ಭಾವಿಸಲಾಗಿದೆ ಪರಮಗತಿಯೆಂದು

ಯಾವುದನು ಹೊಂದಿ ಮರಳುವುದು ಇಲ್ಲವು

ತಾವು ಅದೇ ಎನ್ನ ಪರಮಧಾಮವು

22.

ಪುರುಷಃ ಸ ಪರಃ ಪಾರ್ಥ ಭಕ್ತ್ಯಾ ಲಭ್ಯಸ್ತ ನನ್ಯಯಾ ।
ಯಸ್ಯಾಂತಃಸ್ಥಾನಿ ಭೂತಾನಿ ಯೇನ ಸರ್ವಮಿದಂ ತತಮ್ ॥

ಯಾರೊಳಗೆ ನೆಲೆಸಿಹುದೋ ಜೀವ ವಿತತಿ

ಯಾರಿಗಿಹುದೋ ಎಲ್ಲದರಲೂ ವ್ಯಾಪ್ತಿ

ಪರಮಪುರುಷನು ಅವನೇ, ಹೇ ಪಾರ್ಥ

ದೊರೆಯುವನು ಭಕ್ತಿ ಅನನ್ಯವಿರಲಾತ

23.
ಯತ್ರ ಕಾಲೇ ತ್ವನಾವೃತ್ತಿಮಾವೃತ್ತಿಂ ಚೈವ ಯೋಗಿನಃ |
ಪ್ರಯಾತಾ ಯಾಂತಿ ತಂ ಕಾಲಂ ವಕ್ಷ್ಯಾಮಿ ಭರತರ್ಷಭ ||

ಸಾವ ಸಮಯದಲಿ ಯೋಗಿಗಳು ಸಾಗಿ

ಯಾವ ಮಾರ್ಗದಲಿ - ಬರರೋ ಹಿಂತಿರುಗಿ,

ಯಾವುದರಲಿ ನಡೆಯೆ ಹಿಂಬರುವರೆಂಬ

ವಿವರವದನು ತಿಳಿಸುವೆನು ಭರತರ್ಷಭ

24.
ಅಗ್ನಿರ್ಜೋತಿರಹಃ ಶುಕ್ಲಃ ಷಣ್ಮಾಸಾ ಉತ್ತರಾಯಣಮ್ |
ತತ್ರ ಪ್ರಯಾತಾ ಗಚ್ಛಂತಿ ಬ್ರಹ್ಮ ಬ್ರಹ್ಮವಿದೋ ಜನಾಃ ||

ಜ್ಯೋತಿ, ಅಗ್ನಿ, ಶುಕ್ಲಪಕ್ಷದ ಹಗಲು

ಉತ್ತರಾಯನದ ಆರು ಮಾಸಗಳು:

ಗತಿಸಲೀ ಮಾರ್ಗದಲಿ ಬ್ರಹ್ಮವಿದರು

ಮತ್ತೆ ಬ್ರಹ್ಮನಲ್ಲಿಗೇ ಸೇರುವರು

25.
ಧೂಮೋ ರಾತ್ರಿಸ್ತಥಾ ಕೃಷ್ಣಃ ಷಣ್ಮಾಸಾ ದಕ್ಷಿಣಾಯನಮ್ |
ತತ್ರ ಚಾಂದ್ರಮಸಂ ಜ್ಯೋತಿರ್ಯೋಗೀ ಪ್ರಾಪ್ಯ ನಿವರ್ತತೇ ||

ಹೊಗೆ, ರಾತ್ರಿ, ಹಾಗೆಯೇ ಕೃಷ್ಣಪಕ್ಷ

ಹಾಗೂ ದಕ್ಷಿಣಾಯನದಾರು ಮಾಸ:

ಹೋಗುತಿರಲಿಂತು ಶಶಿಲೋಕದ ಬೆಳಕ

ಯೋಗಿ ಸೇರುವನು ಮರಳಿ ಬರುವನಕ

26.

ಶುಕ್ಲಕೃಷ್ಣೇ ಗತೀ ಹ್ಯೇತೇ ಜಗತಃ ಶಾಶ್ವತೇ ಮತೇ ।

ಏಕಯಾ ಯಾತ್ಯನಾವೃತ್ತಿಮನ್ಯಯಾವರ್ತತೇ ಪುನಃ ॥

ಶುಕ್ಲ - ಕೃಷ್ಣಗಳೆರಡು ಗತಿಸಲು ಪಥ

ಲೋಕಕಿಹುದೆಂಬುದದು ಶಾಶ್ವತ ಮತ

ದಕ್ಕಲೊಂದು ನಡೆವೆ ಮರಳಿ ಬಾರದೆಡೆ

ಸಿಕ್ಕಲಿನ್ನೊಂದು ಮರಳುವೆ ಲೋಕದೆಡೆ

27.

ನೈತೇ ಸೃತೀ ಪಾರ್ಥ ಜಾನನ್ಯೋಗೀ ಮುಹ್ಯತಿ ಕಶ್ಚನ ।

ತಸ್ಮಾತ್ಸರ್ವೇಷು ಕಾಲೇಷು ಯೋಗಯುಕ್ತೋ ಭವಾರ್ಜುನ ॥

ಸಾಗಲೆರಡಿವು ಮಾರ್ಗಗಳು ಎಂದರಿತ

ಯೋಗಿಯೆಂದೂ ಮೋಹಗೊಳ್ಳನು, ಪಾರ್ಥ

ಹೀಗಿರಲು ಸರ್ವಕಾಲದಲೂ ಇನ್ನು

ಯೋಗಯುಕ್ತನಾಗು, ಅರ್ಜುನ ನೀನು

28.

ವೇದೇಷು ಯಜ್ಞೇಷು ತಪಃಸು ಚೈವ

ದಾನೇಷು ಯತ್ಪುಣ್ಯಫಲಂ ಪ್ರದಿಷ್ಟಂ।

ಅತ್ಯೇತಿ ತತ್ಸರ್ವಮಿದಂ ವಿದಿತ್ವಾ

ಯೋಗೀ ಪರಂ ಸ್ಥಾನಮುಪೈತಿ ಚಾದ್ಯಮ್ ॥

ಅರಿಯಲಿದನು, ಫಲಿಸುವುದು ಯೋಗಿಯಲಿ,

ಮೀರಿ - ವೇದ, ಯಜ್ಞ, ತಪ, ದಾನಗಳಲಿ

ಬರುವ ಪುಣ್ಯ ಫಲ ಸರ್ವವನು - ಖಂಡಿತ

ಪರಮ ಮೂಲ ಧಾಮವನೂ ಹೊಂದುತ

ಓಂ ತತ್ಸದಿತಿ ಶ್ರೀಮದ್ಭಗವದ್ಗೀತಾಸೂಪನಿಷತ್ಸು
ಬ್ರಹ್ಮವಿದ್ಯಾಯಾಂ ಯೋಗಶಾಸ್ತ್ರೇ ಶ್ರೀಕೃಷ್ಣಾರ್ಜುನಸಂವಾದೇ
ಅಕ್ಷರಬ್ರಹ್ಮಯೋಗೋ ನಾಮಾಷ್ಟಮೋಧ್ಯಾಯಃ ॥

ನವಮೋಧ್ಯಾಯ:

1.

ಶ್ರೀಭಗವಾನುವಾಚ ।

ಇದಂ ತು ತೇ ಗುಹ್ಯತಮಂ ಪ್ರವಕ್ಷ್ಯಾ ಮ್ಯನಸೂಯವೇ ।

ಜ್ಞಾನಂ ವಿಜ್ಞಾನಸಹಿತಂ ಯಜ್ಞಾ ತ್ವಾ ಮೋಕ್ಷ್ಯ ಸೇಶುಭಾತ್ ॥

ಶ್ರೀ ಭಗವಾನುವಾಚ:

ಅನಸೂಯನು ನೀನು, ಅಂತೆಯೇ ನಿನಗೆ

ನಾನು ತಿಳಿಸುವೆನು, ವಿಜ್ಞಾನದ ಜೊತೆಗೆ

ಜ್ಞಾನವನಿದು ಗುಹ್ಯತಮ, ಇದ ತಿಳಿಯುತ

ಗ್ಲಾನಿಯಿಂದ ಮುಕ್ತಿ ನಿನಗೆ ಸಿಗಲೆನುತ

2.

ರಾಜವಿದ್ಯಾ ರಾಜಗುಹ್ಯಂ ಪವಿತ್ರಮಿದಮುತ್ತಮಮ್ ।

ಪ್ರತ್ಯಕ್ಷಾವಗಮಂ ಧರ್ಮ್ಯಂ ಸುಸುಖಂ ಕರ್ತುಮವ್ಯಯಮ್ ॥

ವಿದ್ಯೆಗಳ ರಾಜನಿದು, ರಾಜ ರಹಸ್ಯ

ಇದು ಪವಿತ್ರ, ಉತ್ತಮ, ಮತ್ತು ಅವ್ಯಯ

ವೇದ್ಯವಿದು ಪ್ರತ್ಯಕ್ಷ ಅನುಭವಕೆ

ಸಾಧಿಸಲು ಸುಲಭ, ಧರ್ಮದ ನಡವಳಿಕೆ

3.

ಅಶ್ರದ್ದಧಾನಾಃ ಪುರುಷಾ ಧರ್ಮಸ್ಯಾಸ್ಯ ಪರಂತಪ ।

ಅಪ್ರಾಪ್ಯ ಮಾಂ ನಿವರ್ತಂತೇ ಮೃತ್ಯುಸಂಸಾರವರ್ತ್ಮನಿ ॥

ಪರಂತಪನೇ, ಈ ಧರ್ಮದಲಿ ಶ್ರದ್ಧೆ

ತೋರದ ಪುರುಷನು ಎನ್ನ ಪಡೆಯದೇ

ಮರಳುವನು ಸಾವಿನ ಸುಳಿಯ ಸೆಳೆತಕ್ಕೆ

ತಿರುತಿರುಗಿ ಸಂಸಾರದದೇ ಮಾರ್ಗಕೆ

4.

ಮಯಾ ತತಮಿದಂ ಸರ್ವಂ ಜಗದವ್ಯಕ್ತಮೂರ್ತಿನಾ ।

ಮತ್ಸ್ನಿ ಸರ್ವಭೂತಾನಿ ನ ಚಾಹಂ ತೇಷ್ವವಸ್ಥಿತಃ ॥

ಜಗವಿದು ಸರ್ವವೂ ನನ್ನ ಅವ್ಯಕ್ತ

ಬಗೆಯ ರೂಪದಿಂದಲಿ ಇಹುದು ವ್ಯಾಪ್ತ

ಜಗದೆಲ್ಲ ಜೀವಿಗಳೂ ಇವೆ ನನ್ನಲಿ

ಆಗಿ ಸ್ಥಿತನು ನಾನಿರೆನು ಅವುಗಳಲಿ

5.

ನ ಚ ಮತ್ಸ್ನಿ ಭೂತಾನಿ ಪಶ್ಯ ಮೇ ಯೋಗಮ್ಮೈಶ್ವರಮ್ ।

ಭೂತಭೃನ್ನ ಚ ಭೂತಸ್ಥೋ ಮಮಾತ್ಮಾ ಭೂತಭಾವನಃ ॥

ಇಗೋ ಇದೆನ್ನ ದಿವ್ಯ ಕೌತುಕ ಶಕ್ತಿ

ಜಗವೆನ್ನಲಿರದಂತೆ ತೋರುವ ರೀತಿ

ಹಾಗೂ ನಾನೋ ಜಗದಾಚೆ ಇರುತ

ಆಗಿದ್ದರೂ ಪಾಲಕ ಮತ್ತು ಕರ್ತ

6.

ಯಥಾಕಾಶಸ್ಥಿತೋ ನಿತ್ಯಂ ವಾಯುಃ ಸರ್ವತ್ರಗೋ ಮಹಾನ್ ।

ತಥಾ ಸರ್ವಾಣಿ ಭೂತಾನಿ ಮತ್ಸ್ನೀತ್ಯುಪಧಾರಯ ॥

ಗಾಳಿ ಬಾನಿನಲಿ ಸದಾ ಇರುತ ಹೇಗೆ

ಬಲದಲೆಲ್ಲೆಡೆ ಬೀಸುತಿಹುದೋ ಹಾಗೆ

ಎಲ್ಲ ಜೀವಿಗಳೂ ಕೂಡ ನನ್ನಲ್ಲಿ

ನೆಲೆಸಿವೆಯೆಂಬ ಮನವರಿಕೆ ಇರಲಿ

7.

ಸರ್ವಭೂತಾನಿ ಕೌಂತೇಯ ಪ್ರಕೃತಿಂ ಯಾಂತಿ ಮಾಮಿಕಾಮ್ |
ಕಲ್ಪಕ್ಷಯೇ ಪುನಸ್ತಾನಿ ಕಲ್ಪಾದೌ ವಿಸೃಜಾಮ್ಯಹಮ್ ||

ಕಲ್ಪದ ಅಂತ್ಯದಲಿ, ಹೇ ಕೌಂತೇಯ

ಎಲ್ಲ ಜೀವಜಗ ನನ್ನ ಪ್ರಕೃತಿಯ

ಒಳಗೆ ಲಯವಾಗಿ, ಇರದಂತೆ ಪತ್ತೆ,

ಕಲ್ಪದಾದಿಯಲ್ಲಿ ನಾ ಸೃಜಿಸುವೆ ಮತ್ತೆ

8.

ಪ್ರಕೃತಿಂ ಸ್ವಾಮವಷ್ಟಭ್ಯ ವಿಸೃಜಾಮಿ ಪುನಃ ಪುನಃ |
ಭೂತಗ್ರಾಮಮಿಮಂ ಕೃತ್ಸ್ನ ಮವಶಂ ಪ್ರಕೃತೇರ್ವಶಾತ್ ||

ನನ್ನ ಸ್ವಂತ ಪ್ರಕೃತಿ ರೂಪವನು

ಮುನ್ನ ಧರಿಸಿ ಈ ಭೂತ ಸಂಕುಲವನು

ಪುನಃ ಪುನಃ ಮಾಡುತಿರುವೆ ಸೃಷ್ಟಿ

ತಾನಾಗಿ ಪ್ರಕೃತಿ ವಶದಲಿ ಹುಟ್ಟಿ

9.

ನ ಚ ಮಾಂ ತಾನಿ ಕರ್ಮಾಣಿ ನಿಬಧ್ನಂತಿ ಧನಂಜಯ |
ಉದಾಸೀನವದಾಸೀನಮಸಕ್ತಂ ತೇಷು ಕರ್ಮಸು ||

ಎನ್ನ ಬಂಧಿಸವು ಇವು, ಹೇ ಧನಂಜಯ

ಎಂದಿಗೂ ಕೂಡ, ಈ ಕರ್ಮಸಂಚಯ

ಅನಾಸಕ್ತನಾಗಿ ಉಳಿದಿಹೆನು ನಾ

ಇನಿತು ಕರ್ಮಗಳಲಿರುತ ಉದಾಸೀನ

10.

ಮಯಾಧ್ಯಕ್ಷೇಣ ಪ್ರಕೃತಿಃ ಸೂಯತೇ ಸಚರಾಚರಮ್ |
ಹೇತುನಾನೇನ ಕೌಂತೇಯ ಜಗದ್ವಿಪರಿವರ್ತತೇ ||

ಪ್ರಕೃತಿಯು ನನ್ನ ಅಧೀಕ್ಷಣೆಯಲಿರುತ

ವ್ಯಕ್ತಪಡಿಸುವುದು ಚರಾಚರ ಸಹಿತ

ಈ ಕಾರಣದಿಂದಾಗಿಯೇ, ಕೌಂತೇಯ

ಲೋಕಕಿದೆ ಪರಿಭ್ರಮಣ- ಸೃಷ್ಟಿ-ಲಯ

11.

ಅವಜಾನಂತಿ ಮಾಂ ಮೂಢಾ ಮಾನುಷೀಂ ತನುಮಾಶ್ರಿತಮ್ ।

ಪರಂ ಭಾವಮಜಾನಂತೋ ಮಮ ಭೂತಮಹೇಶ್ವರಮ್ ॥

ಚರಾಚರಗಳ ಮಹೇಶ್ವರನಾದೆನ್ನ

ಪರಮ ಭಾವ ತಿಳಿಯದೇ ಮೂಢಜನ

ಧರಿಸಿರಲಾಗಿ ನಾ ಮನುಷ್ಯ ತನುವನು

ಅರಿವಾಗದೇ ಅವಗಣಿಸುವರೆನ್ನನು

12.

ಮೋಘಾಶಾ ಮೋಘಕರ್ಮಾಣೋ ಮೋಘಜ್ಞಾನಾ ವಿಚೇತಸಃ ।

ರಾಕ್ಷಸೀಮಾಸುರೀಂ ಚೈವ ಪ್ರಕೃತಿಂ ಮೋಹಿನೀಂ ಶ್ರಿತಾಃ ॥

ಗೊಂದಲದಲಿ ಭ್ರಾಂತರವರ ಅನೇಕ

ಜ್ಞಾನ, ಕರ್ಮ, ಆಸೆಗಳು ನಿರರ್ಥಕ

ಖಂಡಿತ ರಾಕ್ಷಸ, ಅಸುರ ಪ್ರಕೃತಿಯ

ಹೊಂದುತ ಆಶ್ರಯ, ತಾಳುವರು ಭ್ರಮೆಯ

13.

ಮಹಾತ್ಮಾನಸ್ತು ಮಾಂ ಪಾರ್ಥ ದೈವೀಂ ಪ್ರಕೃತಿಮಾಶ್ರಿತಾಃ ।

ಭಜಂತ್ಯನನ್ಯಮನಸೋ ಜ್ಞಾತ್ವಾ ಭೂತಾದಿಮವ್ಯಯಮ್ ॥

ಪರಂತು, ಮಹಾತ್ಮರು ದೈವೀಗುಣವನು

ತೋರುತಲಿ, ಹೇ ಪಾರ್ಥನೇ, ನನ್ನನು

ಕುರಿತು ಅನನ್ಯ ಮನದಲಿ ಸೇವಿಸುತ

ಅರಿತು ಸೃಷ್ಟಿ ಮೂಲ, ಅವ್ಯಯನೆನುತ-

14.
ಸತತಂ ಕೀರ್ತಯಂತೋ ಮಾಂ ಯತಂತಶ್ಚ ದೃಢವ್ರತಾಃ ।
ನಮಸ್ಯಂತಶ್ಚ ಮಾಂ ಭಕ್ತ್ಯಾ ನಿತ್ಯಯುಕ್ತಾ ಉಪಾಸತೇ ॥

-ಸತತವು ಕೀರ್ತಿಸುತ, ನಮಸ್ಕರಿಸುತ

ಮತ್ತು ದೃಢವ್ರತರಾಗಿ ಯತ್ನಿಸುತ

ಚಿತ್ತದಲಿ ಭಕ್ತಿಯುಳ್ಳವರಾಗಿಹರು

ನಿತ್ಯವೂ ಎನ್ನ ಉಪಾಸಿಸುತಿಹರು

15.
ಜ್ಞಾನಯಜ್ಞೇನ ಚಾಪ್ಯನ್ಯೇ ಯಜಂತೋ ಮಾಮುಪಾಸತೇ ।
ಏಕತ್ವೇನ ಪೃಥಕ್ತ್ವೇನ ಬಹುಧಾ ವಿಶ್ವತೋಮುಖಮ್ ॥

ಜ್ಞಾನಯಜ್ಞ ಮಾಡುತಲೂ ಕೆಲವರು

ನನ್ನ ಉಪಾಸನೆಯಲ್ಲಿ ತೊಡಗುವರು

ಕಂಡೆನ್ನ ವಿಶ್ವತೋಮುಖ ರೂಪದಲಿ,

ಒಂದೆಂದು ಎರಡೆಂದು ಬಹುವಿಧದಲಿ

16.
ಅಹಂ ಕ್ರತುರಹಂ ಯಜ್ಞಃ ಸ್ವಧಾಹಮಹಮೌಷಧಮ್ ।
ಮಂತ್ರೋಹಮಹಮೇವಾಜ್ಯಮಹಮಗ್ನಿರಹಂ ಹುತಮ್ ॥

ನಾನು ಕ್ರತು, ಯಜ್ಞವೂ ನಾನಿರುವೆ

ನಾನು ಆಹುತಿ, ಔಷಧ ತರುವಿರುವೆ

ನಾನೇ ಮಂತ್ರ, ಆಜ್ಯವೂ ನಾನೇ

ನಾನೇ ಅಗ್ನಿ, ಹವಿಸ್ಸೂ ನಾನೇ

17.

ಪಿತಾಹಮಸ್ಯ ಜಗತೋ ಮಾತಾ ಧಾತಾ ಪಿತಾಮಹಃ ।
ವೇದ್ಯಂ ಪವಿತ್ರಮೋಜ್ಕಾರ ಋಕ್ಸಾಮ ಯಜುರೇವ ಚ ॥

ಪಿತನೂ, ಮಾತೆಯೂ ನಾನು ಈ ಜಗಕೆ

ಪಿತಾಮಹನೂ, ಆಧಾರ ಎಲ್ಲದಕೆ

ನಾ ತಿಳಿವ ತತ್ವ, ಪವಿತ್ರ, ಓಂಕಾರವು

ಮತ್ತು ಋಕ್, ಸಾಮ, ಯಜುರ್ವೇದವೂ

18.

ಗತಿರ್ಭರ್ತಾ ಪ್ರಭುಃ ಸಾಕ್ಷೀ ನಿವಾಸಃ ಶರಣಂ ಸುಹೃತ್ ।
ಪ್ರಭವಃ ಪ್ರಲಯಃ ಸ್ಥಾನಂ ನಿಧಾನಂ ಬೀಜಮವ್ಯಯಮ್ ॥

ನಾನು ಗತಿ, ಪೋಷಕ, ಸಾಕ್ಷಿ, ನಾ ಒಡೆಯ

ನಾ ನೆಲೆ, ಆಸರೆ, ಆತ್ಮೀಯ ಗೆಳೆಯ

ನಾನು ಪ್ರಭವ, ಪ್ರಳಯ, ಆಧಾರನು

ನಾ ನಿಧಾನವು, ಬೀಜವು, ಅವ್ಯಯನು

19.

ತಪಾಮ್ಯಹಮಹಂ ವರ್ಷಂ ನಿಗೃಹ್ಣಾಮ್ಯುತ್ಸೃಜಾಮಿ ಚ ।
ಅಮೃತಂ ಚೈವ ಮೃತ್ಯುಶ್ಚ ಸದಸಚ್ಚಾಹಮರ್ಜುನ ॥

ನೀಡುವೆ ನಾ ಶಾಖವನು, ಮತ್ತು ಮಳೆ

ತಡೆಯುವೆನು ಹಾಗೂ ಸುರಿಸುವೆನು ಮೇಲೆ

ಒಡನೆ ಮೃತ್ಯು- ಅಮರತ್ವ ಕೂಡ ನಾ

ಜಡವು ನಾನು, ಚೇತನವು ನಾನರ್ಜುನ

20.

ತ್ರೈವಿದ್ಯಾ ಮಾಂ ಸೋಮಪಾಃ ಪೂತಪಾಪಾ

ಯಜ್ಞೈರಿಷ್ಟ್ವಾ ಸ್ವರ್ಗತಿಂ ಪ್ರಾರ್ಥಯಂತೇ।
ತೇ ಪುಣ್ಯಮಾಸಾದ್ಯ ಸುರೇಂದ್ರಲೋಕಮ್
ಅಶ್ನಂತಿ ದಿವ್ಯಾನ್ದಿವಿ ದೇವಭೋಗಾನ್ ॥

ಮೂರು ವೇದವೇದ್ಯರು, ಕುಡಿದು ಸೋಮ
ಕೋರಿ ಸಗ್ಗ, ಪೂಜಿಸಲು ಮಾಡಿ ಹೋಮ
ತೊರೆದು ಪಾಪ, ಗಳಿಸಿ ಪುಣ್ಯ, ಸುರಲೋಕ
ಸೇರಿ ಸವಿಯುವರು ದಿವಿಯ ದಿವ್ಯ ಸುಖ

21.
ತೇ ತಂ ಭುಕ್ತ್ವಾ ಸ್ವರ್ಗಲೋಕಂ ವಿಶಾಲಂ
ಕ್ಷೀಣೇ ಪುಣ್ಯೇ ಮರ್ತ್ಯಲೋಕಂ ವಿಶಂತಿ ।
ಏವಂ ತ್ರಯೀಧರ್ಮಮನುಪ್ರಪನ್ನಾ
ಗತಾಗತಂ ಕಾಮಕಾಮಾ ಲಭಂತೇ ॥

ಅಪಾರ ಸಗ್ಗಲೋಕ ಸುಖ ಅನುಭವಿಸಿ
ಲೋಪವಾಗಲು ಪುಣ್ಯ, ಭುವಿಗೆ ಪಯಣಿಸಿ
ಈ ಪರಿಯಲಿ ವೇದಧರ್ಮ ಪಾಲಿಸುತ
ತೃಪ್ತಗೊಳಿಸಲು ಬಯಕೆ - ಜನಿಸಿ ಗತಿಸುತ

22.
ಅನನ್ಯಾಶ್ಚಿಂತಯಂತೋ ಮಾಂ ಯೇ ಜನಾಃ ಪರ್ಯುಪಾಸತೇ ।
ತೇಷಾಂ ನಿತ್ಯಾಭಿಯುಕ್ತಾನಾಂ ಯೋಗಕ್ಷೇಮಂ ವಹಾಮ್ಯಹಮ್ ॥

ಯಾರು ಅನನ್ಯ ಸ್ಮರಣೆಯಲಿ ನಿರತ
ಇರುತಲಿ ಉಪಾಸಿಸುತ ನನ್ನ ಸತತ
ಪರಿವೆಯಲಿ ಸದಾ ನನ್ನಲಾಗಿ ಒಂದು
ಇರುವರ ಯೋಗಕ್ಷೇಮ ಹೊಣೆ ನನ್ನದು

23.

ಯೇಪ್ಯನ್ಯದೇವತಾ ಭಕ್ತಾ ಯಜಂತೇ ಶ್ರದ್ಧಯಾನ್ವಿತಾಃ ।
ತೇಪಿ ಮಾಮೇವ ಕೌಂತೇಯ ಯಜಂತ್ಯವಿಧಿಪೂರ್ವಕಮ್ ॥

ಅನ್ಯ ದೇವತೆಗಳ ಭಕ್ತರೂ ಯಾರು

ಘನ ಶ್ರದ್ಧೆಯಲಿ ಪೂಜಿಪರೋ ಅವರು

ಎಣಿಕೆಗದು ತಪ್ಪಿರಲೂ, ಕೌಂತೇಯ

ನನಗೆ ಮಾತ್ರವೇ ಮಾಡುವರು ಪೂಜೆಯ

24.

ಅಹಂ ಹಿ ಸರ್ವಯಜ್ಞಾನಾಂ ಭೋಕ್ತಾ ಚ ಪ್ರಭುರೇವ ಚ ।
ನ ತು ಮಾಮಭಿಜಾನಂತಿ ತತ್ತ್ವೇನಾತಶ್ಚ ವಂತಿ ತೇ ॥

ಸಕಲ ಯಜ್ಞಗಳಲು ನಾನೇ ಖಂಡಿತ

ಭೋಕ್ತಾರ ಮತ್ತು ಪ್ರಭುವೂ ಸಹಿತ

ಭಕ್ತಿಯನು ಇತರರಲಿ ತೋರುವಂಥ

ವ್ಯಕ್ತಿಗಳು ನಿಜವರಿಯದಿಹರು ಬೀಳುತ

25.

ಯಾಂತಿ ದೇವವ್ರತಾ ದೇವಾನ್ಪಿತೃನ್ಯಾಂತಿ ಪಿತೃವ್ರತಾಃ ।
ಭೂತಾನಿ ಯಾಂತಿ ಭೂತೇಜ್ಯಾ ಯಾನ್ತಿ ಮದ್ಯಾಜಿನೋಪಿ ಮಾಂ ॥

ದೇವವ್ರತರು ದೇವರೆಡೆ ನಡೆಯುವರು

ಪೂರ್ವಜ ಪೂಜಕರು ಅಲ್ಲಿ ಸೇರುವರು

ಧಾವಿಸುವರು ಭೂತ ಪೂಜಕರು ಅತ್ತ

ಸೇವಿಸಿ ಜನ ಎನ್ನ ಬರುವರೆನ್ನತ್ತ

26.

ಪತ್ರಂ ಪುಷ್ಪಂ ಫಲಂ ತೋಯಂ ಯೋ ಮೇ ಭಕ್ತ್ಯಾ ಪ್ರಯಚ್ಛತಿ ।
ತದಹಂ ಭಕ್ತ್ಯುಪಹೃತಮಶ್ನಾಮಿ ಪ್ರಯತಾತ್ಮನಃ ॥

ಹೂವು, ಎಲೆ, ಫಲ, ಅಥವಾ ನೀರನ್ನು

ಯಾವನು ಭಕ್ತಿಯಲಿ ನೀಡಲೂ ಅದನು

ಸೇವಿಸುವೆ ನಾನು, ಶುದ್ಧಮನದಿಂದ

ಅವನು ಭಕ್ತಿಯಲಿ ಅರ್ಪಿಸಿದುದರಿಂದ

27.

ಯತ್ಕರೋಷಿ ಯದಶ್ನಾಸಿ ಯಜ್ಜುಹೋಷಿ ದದಾಸಿ ಯತ್ |

ಯತ್ತಪಸ್ಯಸಿ ಕೌಂತೇಯ ತತ್ಕುರುಷ್ಟ ಮದರ್ಪಣಮ್ ||

ತಿನ್ನುವುದೇ ಇರಲಿ, ಹೋಮಿಸುವುದಿರಲಿ

ಏನು ನೀಡುವುದಿರಲಿ, ತಪಸ್ಯವಿರಲಿ

ಏನೆಲ್ಲ ಮಾಡುತಿರಲೂ, ಕೌಂತೇಯ

ನನಗೆ ಅದನೆಲ್ಲ ಮಾಡು ಅರ್ಪಣೆಯ

28.

ಶುಭಾಶುಭಫಲ್ಯೆರೇವಂ ಮೋಕ್ಷ್ಯ ಸೇ ಕರ್ಮಬಂಧನ್ಯೆಃ |

ಸಂನ್ಯಾಸಯೋಗಯುಕ್ತಾತ್ಮಾ ವಿಮುಕ್ತೋ ಮಾಮುಪ್ಯೆಷ್ಯಸಿ ||

ನೀನು ಇಂತಿರಲು ಶುಭಾಶುಭ ಫಲದ

ಹಣ್ಣನೀಯುವ ಎಲ್ಲ ಕರ್ಮಬಂಧದ

ಅಂಕೆ ಮೀರುತ, ಸನ್ಯಾಸ ಯೋಗದಲಿ

ಮನವಿಟ್ಟು, ನನ್ನ ಸೇರುವೆ ಮುಕ್ತಿಯಲಿ

29.

ಸಮೋಹಂ ಸರ್ವಭೂತೇಷು ನ ಮೇ ದ್ವೇಷ್ಯೋಸ್ತಿ ನ ಪ್ರಿಯಃ |

ಯೇ ಭಜಂತಿ ತು ಮಾಂ ಭಕ್ತ್ಯಾ ಮಯಿ ತೇ ತೇಷು ಚಾಪ್ಯಹಮ್ ||

ಸರ್ವ ಜೀವಿಗಳಲಿ ನಾನಿಹೆ ಸಮತೆಯ

ಭಾವದಲಿ, ಎನಗಿರನು - ದ್ವೇಷಿ, ಪ್ರಿಯ

ಯಾವ ಜನರು ಭಕ್ತಿಯಲಿ ಸೇವಿಸಲೂ

ಅವರೆನ್ನಲಿಹರು, ನಾನಿಹೆ ಅವರಲೂ

30.

ಅಪಿ ಚೇತ್ಸುದುರಾಚಾರೋ ಭಜತೇ ಮಾಮನನ್ಯಭಾಕ್ |

ಸಾಧುರೇವ ಸ ಮಂತವ್ಯಃ ಸಮ್ಯಗ್ವ್ಯ ವಸಿತೋ ಹಿ ಸಃ ||

ದುರಾಚಾರಿಯಾಗಿದ್ದವನೂ ಸಹಿತ

ಇರಲು ಅನನ್ಯತೆಯಲೆನ್ನ ಸೇವಿಸುತ

ಪರಿಗಣಿಸಚೇಕವನ ಸಾಧುವೆಂದು

ಪರಿಪೂರ್ಣ ನಿಶ್ಚಯದಲಿರುವನೆಂದು

31.

ಕ್ಷಿಪ್ರಂ ಭವತಿ ಧರ್ಮಾತ್ಮಾ ಶಶ್ವಚ್ಛಾಂತಿಂ ನಿಗಛ್ಛತಿ |

ಕೌಂತೇಯ ಪ್ರತಿಜಾನೀಹಿ ನ ಮೇ ಭಕ್ತಃ ಪ್ರಣಶ್ಯತಿ ||

ಕ್ಷಿಪ್ರವೇ ಧರ್ಮಾತ್ಮನಾಗುವವನಾತ

ತಪ್ಪದೇ ಶಾಂತಿ ಹೊಂದುವನು – ಶಾಶ್ವತ,

ಅಪ್ಪನೆಂದೂ ಎನ್ನ ಭಕ್ತನು ನಾಶ

ಒಪ್ಪವಿದನು ಕೌಂತೇಯ ಮಾಡು ಘೋಷ

32.

ಮಾಂ ಹಿ ಪಾರ್ಥ ವ್ಯಪಾಶ್ರಿತ್ಯ ಯೇಪಿ ಸ್ಯುಃ ಪಾಪಯೋನಯಃ |

ಸ್ತ್ರಿಯೋ ವೈಶ್ಯಾಸ್ತಥಾ ಶೂದ್ರಾಸ್ತೇಪಿ ಯಾಂತಿ ಪರಾಂ ಗತಿಮ್ ||

ಎನ್ನನಾಶ್ರಯಿಸುವ ಯಾರೂ ಪಾರ್ಥ

ಜನನ ಪಾಪಿಗಳಲಾಗಿರಲೂ ಸಹಿತ

ಅಂತೆಯೇ ಸ್ತ್ರೀ, ವೈಶ್ಯ, ಶೂದ್ರ ಜಾತಿ

ಗಣನೆಯಿರದೇ ಹೊಂದುವರು ಪರಮಗತಿ

33.

ಕಿಂ ಪುನರ್ಬ್ರಾಹ್ಮಣಃ ಪುಣ್ಯಾ ಭಕ್ತಾ ರಾಜರ್ಷಯಸ್ತಥಾ ।
ಅನಿತ್ಯಮಸುಖಂ ಲೋಕಮಿಮಂ ಪ್ರಾಪ್ಯ ಭಜಸ್ವ ಮಾಮ್ ॥

ಇನ್ನು ಬ್ರಹ್ಮದಲಿ ನಿರತ ಪುನೀತರ,

ಅಂತೇ ರಾಜರ್ಷಿ ಭಕ್ತರ ವಿಚಾರ

ಏನೆನಲಿ? ಹೀಗಿರಲು, ನೀನೇ ಖಿನ್ನ

ಅನಿತ್ಯ ಜಗದಲಿರಲಾರಾಧಿಸೆನ್ನ

34.

ಮನ್ಮನಾ ಭವ ಮದ್ಭಕ್ತೋ ಮದ್ಯಾಜೀ ಮಾಂ ನಮಸ್ಕುರು ।
ಮಾಮೇವೈಷ್ಯಸಿ ಯುಕ್ತ್ವೈವಮಾತ್ಮಾನಂ ಮತ್ಪರಾಯಣಃ ॥

ನನ್ನಲಿ ಮನವಿಡು, ಆಗೆನ್ನ ಭಕ್ತ

ನನ್ನ ಪೂಜಿಸುತ, ನಮಸ್ಕರಿಸುತ್ತ,

ನಿನದೆಲ್ಲ ಇಂತೆನ್ನಲಿ ಒಂದಾಗಿರೆ

ನಿನಗೆ ಖಂಡಿತ ದೊರೆವುದೆನ್ನಸರೆ

ಓಂ ತತ್ಸದಿತಿ ಶ್ರೀಮದ್ಭಗವದ್ಗೀತಾಸೂಪನಿಷತ್ಸು
ಬ್ರಹ್ಮವಿದ್ಯಾಯಾಂ ಯೋಗಶಾಸ್ತ್ರೇ
ಶ್ರೀಕೃಷ್ಣಾರ್ಜುನಸಂವಾದೇರಾಜವಿದ್ಯಾರಾಜಗುಹ್ಯಯೋಗೋ
ನಾಮ ನವಮೋಧ್ಯಾಯಃ ॥

ದಶಮೋಧ್ಯಾಯ:

1.

ಶ್ರೀಭಗವಾನುವಾಚ ।
ಭೂಯ ಏವ ಮಹಾಬಾಹೋ ಶೃಣು ಮೇ ಪರಮಂ ವಚಃ ।
ಯತ್ತೇಹಂ ಪ್ರೀಯಮಾಣಾಯ ವಕ್ಷ್ಯಾಮಿ ಹಿತಕಾಮ್ಯಯಾ ॥

ಶ್ರೀ ಭಗವಾನುವಾಚ:

ನನ್ನ ಪರಮ ವಚನವ ಮತ್ತಿನ್ನೂ
ನಿನಗಾಗಿ ಮಹಾಬಾಹುವೇ, ನುಡಿವೆನು
ಆನಂದದಲಿ ನೀನಾಲಿಸುತಿರುವಲಿ
ನಿನಗೆ ಹಿತವಾಗಲೆಂದಾಶಿಸುತಲಿ

2.

ನ ಮೇ ವಿದುಃ ಸುರಗಣಾಃ ಪ್ರಭವಂ ನ ಮಹರ್ಷಯಃ ।
ಅಹಮಾದಿರ್ಹಿ ದೇವಾನಾಂ ಮಹರ್ಷೀಣಾಂ ಚ ಸರ್ವಶಃ ॥

ಸುರಗಣಗಳಿರಲಿ ಮಹರ್ಷಿಗಳಿರಲಿ
ಯಾರಿಲ್ಲವೆನ್ನ ಮೂಲದ ಅರಿವಿನಲಿ
ಇರುತಿರಲು ದೇವತೆ, ಮಹರ್ಷಿ ಗಣಗಳ
ಸರ್ವರಿಗೂ ಕೂಡ ನಾನಾಗಿ ಮೂಲ

3.

ಯೋ ಮಾಮಜಮನಾದಿಂ ಚ ವೇತ್ತಿ ಲೋಕಮಹೇಶ್ವರಮ್ ।
ಅಸಂಮೂಢಃ ಸ ಮರ್ತ್ಯೇಷು ಸರ್ವಪಾಪೈಃ ಪ್ರಮುಚ್ಯತೇ ॥

ಯಾರು ನನ್ನನು ಅಜ, ಅನಾದಿಯಿಂದು
ಸರ್ವಲೋಕಗಳ ಮಹೇಶ್ವರನೆಂದು

ಅರಿವನೋ ಅವನು, ಮರ್ತ್ಯದಲೇ, ಮೋಹ
ತೊರೆದು, ಮುಕ್ತ ಸರ್ವಪಾಪಗಳಿಂ ಸಹ

4.
ಬುದ್ಧಿರ್ಜ್ಞಾನಮಸಂಮೋಹಃ ಕ್ಷಮಾ ಸತ್ಯಂ ದಮಃ ಶಮಃ ।
ಸುಖಂ ದುಃಖಂ ಭವೋಭಾವೋ ಭಯಂ ಚಾಭಯಮೇವ ಚ ॥

ಜ್ಞಾನ, ಬುದ್ಧಿ, ಸತ್ಯ, ಕ್ಷಮೆ, ನಿರ್ಮೋಹ,
ಮನದ ಪ್ರಶಾಂತತೆ, ಇಂದ್ರಿಯ ನಿಗ್ರಹ,
ಅಂತೆಯೇ ಸುಖ-ದುಃಖ, ಭಯ-ನಿರ್ಭೀತಿ
ಜನನ-ಮರಣಗಳು, ಈ ಎಲ್ಲ ರೀತಿ-

5.
ಅಹಿಂಸಾ ಸಮತಾ ತುಷ್ಟಿಸ್ತಪೋ ದಾನಂ ಯಶೋಯಶಃ ।
ಭವಂತಿ ಭಾವಾ ಭೂತಾನಾಂ ಮತ್ತ ಏವ ಪೃಥಗ್ಗಿಧಾಃ ॥

-ಮತ್ತು ಅಹಿಂಸೆ, ಸಮತೆ, ತುಷ್ಟಿ, ತಪವೂ
ಕೀರ್ತಿ, ಅಪಕೀರ್ತಿ, ದಾನ - ಎಲ್ಲವೂ
ಸ್ಥಿತಿಗಳು ನನ್ನಿಂದಲೇ ಜೀವಿಗಳಲಿ
ಉತ್ಪನ್ನವಿರುವುವು ವಿವಿಧ ರೀತಿಯಲಿ

6.
ಮಹರ್ಷಯಃ ಸಪ್ತ ಪೂರ್ವೇ ಚತ್ವಾರೋ ಮನವಸ್ತಥಾ ।
ಮದ್ಭಾವಾ ಮಾನಸಾ ಜಾತಾ ಯೇಷಾಂ ಲೋಕ ಇಮಾಃ ಪ್ರಜಾಃ ॥

ಏಳು ಮಹರ್ಷಿಗಳು, ಹಾಗೂ ಪೂರ್ವದ
ನಾಲ್ವರು, ಮತ್ತು ಮನುಗಳೆನ್ನ ಮನದ
ಬಲದಿಂದ ಬಂದವರು ಮತ್ತವರಿಂದ
ಬೆಳೆಯಿತು ಲೋಕದೆಲ್ಲ ಪ್ರಜಾವೃಂದ

7.
ಏತಾಂ ವಿಭೂತಿಂ ಯೋಗಂ ಚ ಮಮ ಯೋ ವೇತ್ತಿ ತತ್ತ್ವತಃ |
ಸೋವಿಕಂಪೇನ ಯೋಗೇನ ಯುಜ್ಯತೇ ನಾತ್ರ ಸಂಶಯಃ ||

ನನ್ನೀ ಯೋಗ ಶಕ್ತಿ, ವಿಭೂತಿಯನೂ

ಚೆನ್ನಾಗಿ ಎಲ್ಲವನು ಬಲ್ಲಂತವನು

ಮನದಲಿ ವಿಕಲ್ಪವಿರದೇ ಯೋಗದಲಿ

ಅನುಗೊಳುವನು ಸಂಶಯವಿಲ್ಲವಿದರಲಿ

8.
ಅಹಂ ಸರ್ವಸ್ಯ ಪ್ರಭವೋ ಮತ್ತಃ ಸರ್ವಂ ಪ್ರವರ್ತತೇ |
ಇತಿ ಮತ್ವಾ ಭಜಂತೇ ಮಾಂ ಬುಧಾ ಭಾವಸಮನ್ವಿತಾಃ ||

ನಾನೇ ಎಲ್ಲದರ ಪ್ರಭವನೆಂದೂ

ನನ್ನಿಂದ ಸರ್ವವೂ ವ್ಯಕ್ತವೆಂದೂ

ಮುನ್ನ ಮನವರಿಕೆಯಿಂದಲಿ ಬುಧಜನರು

ಒಂದಾಗಿ ಭಾವದಲೆನ್ನ ಪೂಜಿಪರು

9.
ಮಚ್ಚಿತ್ತಾ ಮದ್ಗತಪ್ರಾಣಾ ಬೋಧಯಂತಃ ಪರಸ್ಪರಮ್ |
ಕಥಯಂತಶ್ಚ ಮಾಂ ನಿತ್ಯಂ ತುಷ್ಯಂತಿ ಚ ರಮಂತಿ ಚ ||

ಚಿತ್ತವೆನಲಿಟ್ಟು, ಮುಡುಪಿಟ್ಟು ಪ್ರಾಣ

ಮತ್ತು ಪರಸ್ಪರ ಮಾಡುತಲಿ ಬೋಧನ

ನಿತ್ಯ ನನ್ನ ವಿಚಾರ ಮಾತಾಡುತಲಿ

ಮತ್ತರಿಹರು ಸಂತಸದಲಿ, ತುಷ್ಟಿಯಲಿ

10.
ತೇಷಾಂ ಸತತಯುಕ್ತಾನಾಂ ಭಜತಾಂ ಪ್ರೀತಿಪೂರ್ವಕಮ್ |
ದದಾಮಿ ಬುದ್ಧಿಯೋಗಂ ತಂ ಯೇನ ಮಾಮುಪಯಾಂತಿ ತೇ ||

ಪ್ರೀತಿಪೂರ್ವಕ ಸೇವೆಗಳಗೈಯುತ

ಸತತ ನನ್ನಲ್ಲಿ ಯುಕ್ತವಾದಂಥ

ಚಿತ್ತವುಳ್ಳವರಿಗೆ ನನ್ನತ್ತ ಬರುವ

ಪಥದೆಡೆ ಕೊಡುವೆ ಸೂಕ್ತ ಬುದ್ಧಿಯೋಗವ

11.

ತೇಷಾಮೇವಾನುಕಂಪಾರ್ಥಮಹಮಜ್ಞಾನಜಂ ತಮಃ ।

ನಾಶಯಾಮ್ಯಾತ್ಮಭಾವಸ್ಥೋ ಜ್ಞಾನದೀಪೇನ ಭಾಸ್ವತಾ ॥

ಅನುಕಂಪದಿಂದಲೇ ನಾನವರಲಿ

ಅನುಗಾಲ ನೆಲೆಸಿಹ ಆತ್ಮಭಾವದಲಿ

ಜ್ಞಾನದೀಪ ಬೆಳಗಿ, ಅಜ್ಞಾನಜನಿತ

ಅಂಧಕಾರವನು ವಿನಾಶಗೈಯುತ

12.

ಅರ್ಜುನ ಉವಾಚ ।

ಪರಂ ಬ್ರಹ್ಮ ಪರಂ ಧಾಮ ಪವಿತ್ರಂ ಪರಮಂ ಭವಾನ್ ।

ಪುರುಷಂ ಶಾಶ್ವತಂ ದಿವ್ಯಮಾದಿದೇವಮಜಂ ವಿಭುಮ್ ॥

ಅರ್ಜುನ ಉವಾಚ :

ಪರಬ್ರಹ್ಮ ನೀ, ಪರಂಧಾಮ ನೀ

ಪರಮಪವಿತ್ರನೂ ಆಗಿರುವೆ ನೀ

ಇರುವೆ ನೀ ದಿವ್ಯ ಮೂಲಪುರುಷನೆಂದು

ಕರೆವರು ಅಜ, ಆದಿದೇವ, ವಿಭುವೆಂದು

13.

ಆಹುಸ್ತ್ವಾಮೃಷಯಃ ಸರ್ವೇ ದೇವರ್ಷಿರ್ನಾರದಸ್ತಥಾ ।

ಅಸಿತೋ ದೇವಲೋ ವ್ಯಾಸಃ ಸ್ವಯಂ ಚೈವ ಬ್ರವೀಷಿ ಮೇ ॥

ಇಂತು ನಿನ್ನನು ಕುರಿತು ಋಷಿ ಸಮೂಹ

ಅಂತೆಯೇ ದೇವರ್ಷಿ ನಾರದ ಸಹ

ಕೊಂಡಾಡಿರೆ ದೇವಲ, ವ್ಯಾಸ, ಅಸಿತ

ಇಂದು ನುಡಿದೆ ಸ್ವತಃ ನೀನು ಸಹಿತ

14.

ಸರ್ವಮೇತದೃತಂ ಮನ್ಯೇ ಯನ್ಮಾಂ ವದಸಿ ಕೇಶವ ।
ನ ಹಿ ತೇ ಭಗವನ್ವ್ಯಕ್ತಿಂ ವಿದುರ್ದೇವಾ ನ ದಾನವಾಃ ॥

ನೀನೆನಗೆ ಅರುಹಿದ ವಿಷಯವೆಲ್ಲವ

ಅಂಗೀಕರಿಸುವೆ ಋತವೆಂದು ಕೇಶವ

ನಿನ್ನ ಅಭಿವ್ಯಕ್ತಿಯು, ಹೇ ಭಗವಂತ

ದಾನವ, ದೇವತೆಗಳಿಗಿರದು ವಿದಿತ

15.

ಸ್ವಯಮೇವಾತ್ಮನಾತ್ಮಾನಂ ವೇತ್ಥ ತ್ವಂ ಪುರುಷೋತ್ತಮ ।
ಭೂತಭಾವನ ಭೂತೇಶ ದೇವದೇವ ಜಗತ್ಪತೇ ॥

ಭೂತೇಶನೇ, ಹೇ ಪುರುಷೋತ್ತಮನೇ,

ಭೂತ ಸೃಷ್ಟಾರ, ದೇವಾದಿದೇವನೇ,

ನಾಥ ನೀ ಜಗಕೆಲ್ಲ, ನಿನ್ನಯ ಕುರಿತು

ಸ್ವತಃ ನಿನ್ನಿಂದಲೇ ನೀನಿರುವೆ ಅರಿತು

16.

ವಕ್ತುಮರ್ಹಸ್ಯಶೇಷೇಣ ದಿವ್ಯಾ ಹ್ಯಾತ್ಮವಿಭೂತಯಃ ।
ಯಾಭಿರ್ವಿಭೂತಿಭಿರ್ಲೋಕಾನಿಮಾಂಸ್ತ್ವಂ ವ್ಯಾಪ್ಯ ತಿಷ್ಠಸಿ ॥

ಯಾವ ವಿಭೂತಿಗಳಿಂದ ಲೋಕಗಳ

ಸರ್ವವ ನೀ ವ್ಯಾಪಿಸಿಹ, ಆ ಸಕಲ

ದಿವ್ಯ ವಿಭೂತಿಗಳ ಶೇಷವಿರದಂತೆ

17.

ಕಥಂ ವಿದ್ಯಾಮಹಂ ಯೋಗಿಂಸ್ತ್ವಾಂ ಸದಾ ಪರಿಚಿಂತಯನ್ ।
ಕೇಷು ಕೇಷು ಚ ಭಾವೇಷು ಚಿಂತ್ಯೋಸಿ ಭಗವನ್ಮಯಾ ॥

ಯೋಗಿಯೇ, ನಿನ್ನನು ನಾ ತಿಳಿಯುವೊಲು
ಹೇಗೆ ಧ್ಯಾನಿಸಲಿ ಯಾವಾಗಲೂ?
ಭಗವಂತನೇ, ನಿನ್ನ ನಾ ಯಾವ್ಯಾವ
ಬಗೆಯ ಭಾವಗಳಲಿ ಸ್ಮರಿಸಲಿ ದೇವ?

18.

ವಿಸ್ತರೇಣಾತ್ಮನೋ ಯೋಗಂ ವಿಭೂತಿಂ ಚ ಜನಾರ್ದನ ।
ಭೂಯಃ ಕಥಯ ತೃಪ್ತಿರ್ಹಿ ಶೃಣ್ವತೋ ನಾಸ್ತಿ ಮೇಮೃತಮ್ ॥

ನಿನ್ನ ಯೋಗ ಶಕ್ತಿಗಳ, ವಿಭೂತಿಗಳ
ಜನಾರ್ದನನೇ, ತಿಳಿಸೆಲ್ಲ ವಿವರಗಳ
ಪುನಃ ಪುನಃ ನಾ ಸವಿದರೀ ಅಮೃತ
ಎನಗೆ ತೃಪ್ತಿಯು ಬಾರದಿದು ಖಂಡಿತ

19.

ಶ್ರೀಭಗವಾನುವಾಚ ।
ಹಂತ ತೇ ಕಥಯಿಷ್ಯಾಮಿ ದಿವ್ಯಾ ಹ್ಯಾತ್ಮವಿಭೂತಯಃ ।
ಪ್ರಾಧಾನ್ಯತಃ ಕುರುಶ್ರೇಷ್ಟ ನಾಸ್ತ್ಯಂತೋ ವಿಸ್ತರಸ್ಯ ಮೇ ॥

ಶ್ರೀಭಗವಾನುವಾಚ :

ಕುರುಶ್ರೇಷ್ಟನೇ, ಆಗಲಿ, ನಾ ನಿನಗೆ
ಅರುಹುವೆನು ದಿವ್ಯ ವಿಭೂತಿಗಳೊಳಗೆ
ಪರಮ ಪ್ರಧಾನ ರೂಪಗಳ ಬಗ್ಗೆ
ಪರ್ಯಂತವಿರದೆನ್ನ ವಿಸ್ತಾರಗಳಿಗೆ

20.

ಅಹಮಾತ್ಮಾ ಗುಡಾಕೇಶ ಸರ್ವಭೂತಾಶಯಸ್ಥಿತಃ ।
ಅಹಮಾದಿಶ್ಚ ಮಧ್ಯಂ ಚ ಭೂತಾನಾಮಂತ ಏವ ಚ ॥

ಆತ್ಮನಾಗಿ ನಾ ಹೃದಯದಲಿ ವಾಸ

ಭೂತವೆಲ್ಲರಲಿ, ಹೇ ಗುಡಾಕೇಶ

ಭೂತಗಳ ಆದಿಯೂ ಮಧ್ಯಮನೂ

ಮತ್ತು ಅಂತ್ಯವೂ ಸಹಾ ನಾನಿರುವೆನು

21.

ಆದಿತ್ಯಾನಾಮಹಂ ವಿಷ್ಣುರ್ಜ್ಯೋತಿಷಾಂ ರವಿರಂಶುಮಾನ್ ।
ಮರೀಚಿರ್ಮರುತಾಮಸ್ಮಿ ನಕ್ಷತ್ರಾಣಾಮಹಂ ಶಶೀ ॥

ನಾನಾಗಿರುವೆ ವಿಷ್ಣು ಆದಿತ್ಯರಲಿ

ನಾನೇ ಬೆಳಗುವ ರವಿ, ಜ್ಯೋತಿಗಳಲಿ

ನಾನು ಮರೀಚಿಯಾಗಿ ಮರುತ್ತುಗಳಲಿ

ಚಂದ್ರನಿಹೆ ನಾ ನಕ್ಷತ್ರಾದಿಗಳಲಿ

22.

ವೇದಾನಾಂ ಸಾಮವೇದೋಸ್ಮಿ ದೇವಾನಾಮಸ್ಮಿ ವಾಸವಃ ।
ಇಂದ್ರಿಯಾಣಾಂ ಮನಶ್ಚಾಸ್ಮಿ ಭೂತಾನಾಮಸ್ಮಿ ಚೇತನಾ ॥

ವೇದಗಳಲಿ ಸಾಮವೇದವಾಗಿಹೆನು

ನಾ ದೇವತೆಗಳಲಿ ಸ್ವರ್ಗಾಧಿಪನು

ಇಂದ್ರಿಯಗಳಲಿ ನಾನಾಗಿರುವೆ ಮನ

ಇದ್ದಿಹೆನು ಜೀವಗಳಲಿ ನಾ ಚೇತನ

23.

ರುದ್ರಾಣಾಂ ಶಂಕರಶ್ಚಾಸ್ಮಿ ವಿತ್ತೇಶೋ ಯಕ್ಷರಕ್ಷಸಾಮ್ ।
ವಸೂನಾಂ ಪಾವಕಶ್ಚಾಸ್ಮಿ ಮೇರುಃ ಶಿಖರಿಣಾಮಹಮ್ ॥

ಸಕಲ ರುದ್ರರಲಿ ನಾನಿರುವೆ ಶಂಕರ

ಯಕ್ಷರಾಕ್ಷಸರಲಿ ನಾನು ಕುಬೇರ

ಸಕಲ ವಸುಗಳಲಿ ನಾ ಪಾವಕನಿರುತ

ಶಿಖಿರಗಳಲಿ ನಾನು ಮೇರುಪರ್ವತ

24.

ಪುರೋಧಸಾಂ ಚ ಮುಖ್ಯಂ ಮಾಂ ವಿದ್ಧಿ ಪಾರ್ಥ ಬೃಹಸ್ಪತಿಮ್ ।
ಸೇನಾನೀನಾಮಹಂ ಸ್ಕಂದಃ ಸರಸಾಮಸ್ಮಿ ಸಾಗರಃ ॥

ಎನ್ನನು ತಿಳಿದುಕೊ ಮುಖ್ಯ ಪುರೋಹಿತ-

ಘನ್ನ ಬೃಹಸ್ಪತಿಯಿಂದು, ನೀ ಪಾರ್ಥ

ಸೇನಾನಿಗಳಲಿ ಸ್ಕಂದನೆಂದು ತಿಳಿ

ನಾನು ಸಾಗರನಿರುವೆ ಸರಸಿಗಳಲಿ

25.

ಮಹರ್ಷೀಣಾಂ ಭೃಗುರಹಂ ಗಿರಾಮಸ್ಮ್ಯೇಕಮಕ್ಷರಮ್ ।
ಯಜ್ಞಾನಾಂ ಜಪಯಜ್ಞೋಸ್ಮಿ ಸ್ಥಾವರಾಣಾಂ ಹಿಮಾಲಯಃ ॥

ಭೃಗುವು ನಾನು ಮಹರ್ಷಿಗಳೆಲ್ಲರಲಿ

ಆಗಿಹೆ ಓಂಕಾರ ನಾ ಶಬ್ದಗಳಲಿ

ಯಾಗಯಜ್ಞಗಳಲಿ ನಾ ಜಪಯಜ್ಞವು

ಆಗಿ ಸ್ಥಾವರಗಳಲಿ ಹಿಮಾಲಯವು

26.

ಅಶ್ವತ್ಥಃ ಸರ್ವವೃಕ್ಷಾಣಾಂ ದೇವರ್ಷೀಣಾಂ ಚ ನಾರದಃ ।
ಗಂಧರ್ವಾಣಾಂ ಚಿತ್ರರಥಃ ಸಿದ್ಧಾನಾಂ ಕಪಿಲೋ ಮುನಿಃ ॥

ಸರ್ವವೃಕ್ಷಗಳಲಿ ನಾ ಅಶ್ವತ್ಥ

ದೇವರ್ಷಿಗಳಲಿ ನಾ ನಾರದನಿರುತ

ಸರ್ವಗಂಧರ್ವರಲಿ ಚಿತ್ರರಥನು

ಅವಧರಿಸು ಸಿದ್ಧರಲಿ ಮುನಿ ಕಪಿಲನು

27.

ಉಚ್ಚೈಶ್ರವಸಮಶ್ವಾನಾಂ ವಿದ್ಧಿ ಮಾಮಮೃತೋದ್ಭವಮ್ ।

ಐರಾವತಂ ಗಜೇಂದ್ರಾಣಾಂ ನರಾಣಾಂ ಚ ನರಾಧಿಪಮ್ ॥

ಕುದುರೆಗಳಲಿ ಉಚ್ಚೈಶ್ರವಸೆಂದು ತಿಳಿ

ಉದ್ಭವವಿರುತ ಅಮೃತ ಮಥನದಲಿ

ಇದ್ದಿಹೆ ನಾ ಐರಾವತ - ಗಜಗಳಲಿ

ಅದಲ್ಲದೇ ನರಾಧಿಪನು ನರರಲ್ಲಿ

28.

ಆಯುಧಾನಾಮಹಂ ವಜ್ರಂ ಧೇನೂನಾಮಸ್ಮಿ ಕಾಮಧುಕ್ ।

ಪ್ರಜನಶ್ಚಾಸ್ಮಿ ಕಂದರ್ಪಃ ಸರ್ಪಾಣಾಮಸ್ಮಿ ವಾಸುಕಿಃ ॥

ನಾನು ಆಯುಧಗಳಲಿ ವಜ್ರಾಯುಧನು

ಧೇನುಗಳಲಿ ನಾನೇ ಕಾಮಧೇನು

ಕಂದರ್ಪನಾಗಿ ಜನನಕೆ ಕಾರಣನು

ಇನ್ನು ಸರ್ಪಗಳಲಿ ವಾಸುಕಿಯು ನಾನು

29.

ಅನಂತಶ್ಚಾಸ್ಮಿ ನಾಗಾನಾಂ ವರುಣೋ ಯಾದಸಾಮಹಮ್ ।

ಪಿತೃಣಾಮರ್ಯಮಾ ಚಾಸ್ಮಿ ಯಮಃ ಸಂಯಮತಾಮಹಮ್ ॥

ಇರುವೆ ನಾ ಅನಂತನಾಗಿ ನಾಗರಲಿ

ವರುಣನಾಗಿರುವೆ ಜಲದೇವರುಗಳಲಿ

ಆರ್ಯಮನಾಗಿ ಪಿತೃದೇವತೆಗಳಲಿ

ಅರಿಯೆನ್ನ ಯಮನೆಂದು ನಿಯಂತ್ರಕರಲಿ

30.

ಪ್ರಹ್ಲಾದಶ್ಚಾಸ್ಮಿ ದೈತ್ಯಾನಾಂ ಕಾಲಃ ಕಲಯತಾಮಹಮ್ ।
ಮೃಗಾಣಾಂ ಚ ಮೃಗೇಂದ್ರೋಹಂ ವೈನತೇಯಶ್ಚ ಪಕ್ಷಿಣಾಮ್ ॥

ದೈತ್ಯರಲಿ ಪ್ರಹ್ಲಾದನು ನಾನಿರುವೆ

ಮತ್ತು ನಾ ಕಾಲನಾಗಿರುತಲಿ ಅಳೆವೆ

ಅತ್ತ ಮೃಗಗಳಲಿ ಮೃಗಗಳ ಒಡೆಯ

ಮತ್ತೆ ಪಕ್ಷಿಗಳಲಿ ನಾ ವೈನತೇಯ

31.

ಪವನಃ ಪವತಾಮಸ್ಮಿ ರಾಮಃ ಶಸ್ತ್ರಭೃತಾಮಹಮ್ ।
ಝುಷಾಣಾಂ ಮಕರಶ್ಚಾಸ್ಮಿ ಸ್ರೋತಸಾಮಸ್ಮಿ ಜಾಹ್ನವೀ ॥

ನಾನು ಪವನನು ಪಾವನಗೊಳಿಸುವರಲಿ

ನಾನು ರಾಮನು ಶಸ್ತ್ರಧಾರಿಗಳಲಿ

ಮೀನುಗಳಲಿ ನಾ ಮಕರನಾಗಿಹೆನು

ಇನ್ನು ನದಿಗಳಲಿ ಜಾಹ್ನವಿಯು ನಾನು

32.

ಸರ್ಗಾಣಾಮಾದಿರಂತಶ್ಚ ಮಧ್ಯಂ ಚೈವಾಹಮರ್ಜುನ ।
ಅಧ್ಯಾತ್ಮವಿದ್ಯಾ ವಿದ್ಯಾನಾಂ ವಾದಃ ಪ್ರವದತಾಮಹಮ್ ॥

ಆದಿಯು ಸೃಷ್ಟಿಗೆಲ್ಲ ನಾ, ಅರ್ಜುನ

ಮಧ್ಯ, ಅಂತ್ಯಗಳು ಸಹ ಆಗಿಹೆನು ನಾ

ವಿದ್ಯೆಗಳಲಿ ನಾ ಅಧ್ಯಾತ್ಮ ವಿದ್ಯೆ

ವಾದದ ತರ್ಕ ನಾ ವಾದಿಗಳ ಮಧ್ಯೆ

33.

ಅಕ್ಷರಾಣಾಮಕಾರೋಸ್ಮಿ ದ್ವಂದ್ವಃ ಸಾಮಾಸಿಕಸ್ಯ ಚ ।
ಅಹಮೇವಾಕ್ಷಯಃ ಕಾಲೋ ಧಾತಾಹಂ ವಿಶ್ವತೋಮುಖಃ ॥

ಅಕ್ಷರಗಳಲಿ 'ಅ'ಕಾರವಾಗಿಹೆನು

ಸಕಲ ಸಮಾಸಗಳಲಿ ದ್ವಂದ್ವ ನಾನು

ಅಕ್ಷಯ ಕಾಲವು ನಾನೇ ಖಂಡಿತ

ಅಖಿಲ ಜಗಕೆ ವಿಶ್ವತೋಮುಖ ಧಾತ

34.

ಮೃತ್ಯುಃ ಸರ್ವಹರಶ್ಚಾಹಮುದ್ಭವಶ್ಚ ಭವಿಷ್ಯತಾಮ್ ।

ಕೀರ್ತಿಃ ಶ್ರೀರ್ವಾಕ್ಚ ನಾರೀಣಾಂ ಸ್ಮೃತಿರ್ಮೇಧಾ ಧೃತಿಃ ಕ್ಷಮಾ ॥

ಸರ್ವಹರನಾದ ಮೃತ್ಯುವೂ ನಾನು

ಭವಿಷ್ಯದ ಎಲ್ಲದರ ಉದ್ಭವ ನಾನು

ದೇವಿಯರಲಿ ಕೀರ್ತಿ, ಸಿರಿ, ವಾಕ್ಕು, ಸ್ಮೃತಿ

ಇವರು ಮತ್ತು ಬುದ್ಧಿಬಲ, ತಾಳ್ಮೆ, ಧೃತಿ

35.

ಬೃಹತ್ಸಾಮ ತಥಾ ಸಾಮ್ನಾಂ ಗಾಯತ್ರೀ ಛಂದಸಾಮಹಮ್ ।

ಮಾಸಾನಾಂ ಮಾರ್ಗಶೀರ್ಷೋಹಮೃತೂನಾಂ ಕುಸುಮಾಕರಃ ॥

ನಾನು ಸಾಮಸ್ತುತಿ ಬೃಹತ್ಸಾಮನು

ಛಂದಸ್ಸುಗಳಲಿ ಗಾಯತ್ರಿಯು ನಾನು

ತಿಂಗಳುಗಳಲಿ ನಾನಾಗಿ ಮಾರ್ಗಶಿರ

ಅಂತೆಯೇ ಋತುಗಳಲಿ ಕುಸುಮಾಕರ

36.

ದ್ಯೂತಂ ಛಲಯತಾಮಸ್ಮಿ ತೇಜಸ್ತೇಜಸ್ವಿನಾಮಹಮ್ ।

ಜಯೋಸ್ಮಿ ವ್ಯವಸಾಯೋಸ್ಮಿ ಸತ್ತ್ವಂ ಸತ್ತ್ವವತಾಮಹಮ್ ॥

ಜೂಜಾಟವು ನಾ ವಂಚಕರೆಲ್ಲರಲಿ

ತೇಜಸ್ಸು ನಾನೇ ತೇಜಸ್ವಿಗಳಲಿ

ವಿಜಯವು ನಾನು, ವ್ಯವಸಾಯವು ನಾನು

ನಿಜಸಾತ್ತ್ವಿಕ ಜನರ ಸತ್ವವು ನಾನು

37.

ವೃಷ್ಣೀನಾಂ ವಾಸುದೇವೋಸ್ಮಿ ಪಾಂಡವಾನಾಂ ಧನಂಜಯಃ ।

ಮುನೀನಾಮಪ್ಯಹಂ ವ್ಯಾಸಃ ಕವೀನಾಮುಶನಾ ಕವಿಃ ॥

ವಾಸುದೇವ ನಾ ವೃಷ್ಣಿವಂಶಜರಲಿ

ನಾ ಸಾಹಸಿ ಧನಂಜಯ ಪಾಂಡವರಲಿ

ವ್ಯಾಸನು ನಾನಾಗಿಹೆನು ಮುನಿಗಳಲಿ

ಉಶನನು ನಾನು ಮಹಾಚಿಂತಕರಲಿ

38.

ದಂಡೋ ದಮಯತಾಮಸ್ಮಿ ನೀತಿರಸ್ಮಿ ಜಿಗೀಷತಾಮ್ ।

ಮೌನಂ ಚೈವಾಸ್ಮಿ ಗುಹ್ಯಾನಾಂ ಜ್ಞಾನಂ ಜ್ಞಾನವತಾಮಹಮ್ ॥

ಎಲ್ಲ ದಂಡಿಸುವವರ ದಂಡ ನಾನು

ಗೆಲ್ಲಲೆಣಿಸುವವರಲಿ ನೀತಿ ನಾನು

ಎಲ್ಲ ರಹಸ್ಯಗಳಲಿ ನಾನು ಮೌನ

ಬಲ್ಲ ಜ್ಞಾನಿಗಳಲಿ ನಾನೇ ಜ್ಞಾನ

39.

ಯಚ್ಚಾಪಿ ಸರ್ವಭೂತಾನಾಂ ಬೀಜಂ ತದಹಮರ್ಜುನ ।

ನ ತದಸ್ತಿ ವಿನಾ ಯತ್ಸ್ಯಾ ನ್ಮಯಾ ಭೂತಂ ಚರಾಚರಮ್ ॥

ಯಾವುದೆಲ್ಲ ಜೀವಿಗಳ ಉತ್ಪನ್ನ

ಭವಿಸಲೂ ಬೀಜ ನಾನಿರುವೆ, ಅರ್ಜುನ

ಯಾವುವೇ ಇರಲಿ ಚರಾಚರ ಜೀವ

ಅವಕಿರದು ಎನ್ನ ಹೊರತು ಅಸ್ತಿತ್ವ

40.

ನಾಂತೋಸ್ತಿ ಮಮ ದಿವ್ಯಾನಾಂ ವಿಭೂತೀನಾಂ ಪರಂತಪ ।
ಏಷ ತೂದ್ದೇಶತಃ ಪ್ರೋಕ್ತೋ ವಿಭೂತೇರ್ವಿಸ್ತರೋ ಮಯಾ ॥

ನನ್ನ ದಿವ್ಯವಾದ ವಿಭೂತಿಗಳಿಂಗೆ

ಕೊನೆಯೇ ಇರದು, ಪರಂತಪನೇ, ನಿನಗೆ

ನನ್ನ ವಿಭೂತಿಗಳ ವಿಸ್ತಾರದ ಒಂದು

ಸಂಕ್ಷಿಪ್ತ ಸೂಚನೆಯ ತಿಳಿಸಿದೆನಿಂದು

41.

ಯದ್ಯದ್ವಿಭೂತಿಮತ್ಸತ್ತ್ವಂ ಶ್ರೀಮದೂರ್ಜಿತಮೇವ ವಾ ।
ತತ್ತದೇವಾವಗಚ್ಛ ತ್ವಂ ಮಮ ತೇಜೋಂಶಸಂಭವಮ್ ॥

ಯಾವ ಅಸ್ತಿತ್ವ ಇಹುದೋ ಬಹುಶಕ್ತ

ಭವ್ಯವೋ, ಅಥವಾ ಸೌಂದರ್ಯಯುಕ್ತ

ಅವೆಲ್ಲವೂ, ತಿಳಿದುಕೋ ನೀ, ನಿಜದಲಿ

ಭವಿಸಿವೆ ನನ್ನ ತೇಜದ ಅಂಶದಲಿ

42.

ಅಥವಾ ಬಹುನೈತೇನ ಕಿಂ ಜ್ಞಾತೇನ ತವಾರ್ಜುನ ।
ವಿಷ್ಟಭ್ಯಾಹಮಿದಂ ಕೃತ್ಸ್ನ ಮೇಕಾಂಶೇನ ಸ್ಥಿತೋ ಜಗತ್ ॥

ಅನೇಕ ಬಗೆ ವಿವರವರಿತು ತಾನೇ

ನಿನಗಾಗುವುದೇನಿನ್ನು, ಅರ್ಜುನನೇ

ನಾನೀ ಸಮಗ್ರ ಜಗದಲ್ಲೆಲ್ಲಾ

ನನ್ನೊಂದಂಶದಲೇ ಸ್ಥಿತನಿಹೆನಲ್ಲ

ಓಂ ತತ್ಸದಿತಿ ಶ್ರೀಮದ್ಭಗವದ್ಗೀತಾಸೂಪನಿಷತ್ಸು
ಬ್ರಹ್ಮವಿದ್ಯಾಯಾಂ ಯೋಗಶಾಸ್ತ್ರೇ
ಶ್ರೀಕೃಷ್ಣಾರ್ಜುನಸಂವಾದೇವಿಭೂತಿಯೋಗೋ ನಾಮ
ದಶಮೋಧ್ಯಾಯಃ ॥

ಏಕಾದಶೋಧ್ಯಾಯ:

___

1.

ಅರ್ಜುನ ಉವಾಚ ।

ಮದನುಗ್ರಹಾಯ ಪರಮಂ ಗುಹ್ಯಮಧ್ಯಾತ್ಮಸಂಜ್ಞಿತಮ್ ।

ಯತ್ತ್ವಯೋಕ್ತಂ ವಚಸ್ತೇನ ಮೋಹೋಯಂ ವಿಗತೋ ಮಮ ॥

> ಅರ್ಜುನ ಉವಾಚ:
>
> ತೋರುತಲಿ ನೀನೆನಗೆ ಅನುಗ್ರಹವ
>
> ಪರಮ ರಹಸ್ಯ ಅಧ್ಯಾತ್ಮ ವಿದ್ಯೆಯನು
>
> ಅರುಹಿ ನೀ ನುಡಿದ ಈ ವಚನಗಳಿಂದ
>
> ದೂರ ಮಾಡಿರುವೆ ಎನ್ನ ಮೋಹವನು

2.

ಭವಾಪ್ಯಯೌ ಹಿ ಭೂತಾನಾಂ ಶ್ರುತೌ ವಿಸ್ತರಶೋ ಮಯಾ ।

ತ್ವತ್ತಃ ಕಮಲಪತ್ರಾಕ್ಷ ಮಾಹಾತ್ಮ್ಯಮಪಿ ಚಾವ್ಯಯಮ್ ॥

> ಜೀವಿಗಳೆಲ್ಲರ ಹುಟ್ಟು ಸಾವುಗಳ
>
> ವಿವರಗಳ ನಾ ನಿನ್ನಿಂದ ತಿಳಿದೆನು
>
> ತಾವರೆಪತ್ರನೇತ್ರನೇ, ನಿನ್ನಯ
>
> ಅವ್ಯಯ ಮಹಾತ್ಮೆಯನೂ ನಾನರಿತೆನು

3.

ಏವಮೇತದ್ಯಥಾತ್ಥ ತ್ವಮಾತ್ಮಾನಂ ಪರಮೇಶ್ವರ ।

ದ್ರಷ್ಟುಮಿಚ್ಛಾಮಿ ತೇ ರೂಪಮೈಶ್ವರಂ ಪುರುಷೋತ್ತಮ ॥

> ನಿನ್ನ ಕುರಿತು ಈ ರೀತಿಯಲಿ ನೀನು
>
> ಚೆನ್ನಾಗಿ ತಿಳಿಸಿದೆ, ಹೇ ಪರಮೇಶ್ವರ

ನಿನ್ನಯ ದಿವ್ಯ ಈಶ್ವರರೂಪವನು

ಕಾಣಲು, ಪುರುಷೋತ್ತಮನೆ, ಇದೆ ಕಾತುರ

4.

ಮನ್ಯಸೇ ಯದಿ ತಚ್ಛಕ್ಯಂ ಮಯಾ ದ್ರಷ್ಟುಮಿತಿ ಪ್ರಭೋ ।

ಯೋಗೇಶ್ವರ ತತೋ ಮೇ ತ್ವಂ ದರ್ಶಯಾತ್ಮಾನಮವ್ಯಯಮ್ ॥

ಎನಗೆ ದರುಶನವ ಯೋಗೇಶ್ವರ ತೋರು

ನಿನ್ನ ಆ ಅವ್ಯಯವಿಹ ರೂಪದಲಿ

ನೀನೊಮ್ಮೆ ಭಾವಿಸಿದರೆ, ಹೇ ಪ್ರಭುವೇ,

ಕಾಣಲು ಸಾಧ್ಯವೆಂದು ನನ್ನಿಂದಲಿ

5.

ಶ್ರೀಭಗವಾನುವಾಚ ।

ಪಶ್ಯ ಮೇ ಪಾರ್ಥ ರೂಪಾಣಿ ಶತಶೋಥ ಸಹಸ್ರಶಃ ।

ನಾನಾವಿಧಾನಿ ದಿವ್ಯಾನಿ ನಾನಾವರ್ಣಾಕೃತೀನಿ ಚ ॥

ಶ್ರೀ ಭಗವಾನುವಾಚ:

ನೋಡು ನನ್ನ ರೂಪಗಳ, ಹೇ ಪಾರ್ಥ

ಒಡನೆ ತೋರುತಿಹ ಶತ, ಸಹಸ್ರ ಬಗೆ

ಒಡಮೂಡಿರುವ ನಾನಾ ವಿಧ ವರ್ಣ

ಪಡೆದಿರುವ ದಿವ್ಯ ಆಕೃತಿಗಳೆಡೆಗೆ

6.

ಪಶ್ಯಾದಿತ್ಯಾನ್ವಸೂನ್ರುದ್ರಾನಶ್ವಿನೌ ಮರುತಸ್ತಥಾ ।

ಬಹೂನ್ಯದೃಷ್ಟಪೂರ್ವಾಣಿ ಪಶ್ಯಾಶ್ಚರ್ಯಾಣಿ ಭಾರತ ॥

ಆದಿತ್ಯರನು, ವಸುಗಳನು ಈಕ್ಷಿಸು

ರುದ್ರರ, ಅಶ್ವಿನಿಯರ, ಮರುತರನೂ

ಮೊದಲೆಂದೂ ನೋಡಿರದ ಬಹು ರೀತಿಯ

ಅದ್ಭುತಗಳನು, ಭಾರತನೇ ನೀನು

7.

ಇಹೈಕಸ್ಥಂ ಜಗತ್ಕೃತ್ಸ್ನಂ ಪಶ್ಯಾದ್ಯ ಸಚರಾಚರಮ್ |
ಮಮ ದೇಹೇ ಗುಡಾಕೇಶ ಯಚ್ಚಾನ್ಯದ್ದ್ರಷ್ಟುಮಿಚ್ಛಸಿ ||

ಇದೀಗ ಸಚರಾಚರ ಸಂಪೂರ್ಣವೂ

ಒದಗಿ ಒಂದೆಡೆ ಇರುವ ಜಗವನು ನೋಡು

ಇದು ಮೀರಿ ಯಾವುದ ನೀ ಬಯಸುವೆಯೋ

ಅದೆಲ್ಲವ ಗುಡಾಕೇಶನೆ, ನೀ ನೋಡು

8.

ನ ತು ಮಾಂ ಶಕ್ಯಸೇ ದ್ರಷ್ಟುಮನೇನೈವ ಸ್ವಚಕ್ಷುಷಾ |
ದಿವ್ಯಂ ದದಾಮಿ ತೇ ಚಕ್ಷುಃ ಪಶ್ಯ ಮೇ ಯೋಗಮೈಶ್ವರಮ್ ||

ಆದರೂ ನಿನ್ನ ಈ ಕಂಗಳಿಂದ

ಸಾಧ್ಯವಿರದು ಕಾಣಲೀ ಅಭಿವ್ಯಕ್ತಿ

ಅದಕಾಗಿ ನಿನಗೆ ದಿವ್ಯ ಕಂಗಳನು

ಒದಗಿಸುವೆ ನೋಡೆನ್ನ ಯೋಗ ಶಕ್ತಿ

9.

ಸಂಜಯ ಉವಾಚ |
ಏವಮುಕ್ತ್ವಾ ತತೋ ರಾಜನ್ಮಹಾಯೋಗೇಶ್ವರೋ ಹರಿಃ |
ದರ್ಶಯಾಮಾಸ ಪಾರ್ಥಾಯ ಪರಮಂ ರೂಪಮೈಶ್ವರಮ್ ||

ಸಂಜಯ ಉವಾಚ:

ಹೀಗೆನ್ನುತ ಅನಂತರ, ಹೇ ರಾಜಾ,

ಯೋಗೇಶ್ವರ ಶ್ರೀ ಹರಿಯು ತನ್ನಯ

ಮಿಗಿಲಾದ ವಿಶ್ವರೂಪವ ಪ್ರಕಟಿಸಿ

ಸೊಗದಿ ತೋರಿದನು ಪಾರ್ಥಗೆ, ಮಹನೀಯ

10.

ಅನೇಕವಕ್ತ್ರನಯನಮನೇಕಾದ್ಭುತದರ್ಶನಮ್ ।
ಅನೇಕದಿವ್ಯಾಭರಣಂ ದಿವ್ಯಾನೇಕೋದ್ಯತಾಯುಧಮ್ ॥

ಅನೇಕ ಮೊಗಗಳು, ಅನೇಕ ಕಂಗಳು

ಅನೇಕ ಅದ್ಭುತ ದರ್ಶನ ರೂಪಗಳು

ಅನೇಕ ದಿವ್ಯವಾದ ಆಭರಣಗಳು

ಅನೇಕ ಮೇಲೆತ್ತಿದ ಆಯುಧಗಳು

11.

ದಿವ್ಯಮಾಲ್ಯಾಂಬರಧರಂ ದಿವ್ಯಗಂಧಾನುಲೇಪನಮ್ ।
ಸರ್ವಾಶ್ಚರ್ಯಮಯಂ ದೇವಮನಂತಂ ವಿಶ್ವತೋಮುಖಮ್ ॥

ದಿವ್ಯ ವಸ್ತ್ರ ಮಾಲೆಗಳ ಧರಿಸಿರುತ

ದಿವ್ಯ ಗಂಧಗಳಿಂದಾಗಿದೆ ಲೇಪ

ಸರ್ವ ಆಶ್ಚರ್ಯಪೂರ್ಣ, ಕಾಂತಿಯುತ

ಅವನನಂತ, ವಿಶ್ವತೋಮುಖರೂಪ

12.

ದಿವಿ ಸೂರ್ಯಸಹಸ್ರಸ್ಯ ಭವೇದ್ಯುಗಪದುತ್ಥಿತಾ ।
ಯದಿ ಭಾಃ ಸದೃಶೀ ಸಾ ಸ್ಯಾದ್ಭಾಸಸ್ತಸ್ಯ ಮಹಾತ್ಮನಃ ॥

ಏಕಕಾಲದಲ್ಲಿ ಸಹಸ್ರ ಸೂರ್ಯರು

ಆಕಾಶದಲಿ ಆಗಿ ತೋರಲು ಉದಯ

ಪ್ರಕಾಶವೆಂತಿಹುದೋ ಆ ಸದೃಶ

ಸಾಕಾರ ಮಹಾತ್ಮರೂಪ - ಕಾಂತಿಮಯ

13.

ತತ್ರೈಕಸ್ಥಂ ಜಗತ್ಕೃತ್ಸ್ನಂ ಪ್ರವಿಭಕ್ತಮನೇಕಧಾ ।
ಅಪಶ್ಯದ್ದೇವದೇವಸ್ಯ ಶರೀರೇ ಪಾಂಡವಸ್ತದಾ ॥

ಅನೇಕವಾಗಿ ವಿಂಗಡನೆಗೊಂಡಿರುವ

ಸಂಪೂರ್ಣ ಜಗವನೆಲ್ಲವನೂ ಅಲ್ಲಿ

ಪಾಂಡವನು ಒಂದೇ ಕಡೆಯಲಿ ಆಗ

ಕಂಡನು ದೇವದೇವನ ಶರೀರದಲಿ

14.

ತತಃ ಸ ವಿಸ್ಮಯಾವಿಷ್ಟೋ ಹೃಷ್ಟರೋಮಾ ಧನಂಜಯಃ ।

ಪ್ರಣಮ್ಯ ಶಿರಸಾ ದೇವಂ ಕೃತಾಂಜಲಿರಭಾಷತ ॥

ಅನಂತರ ವಿಸ್ಮಯದಲಿ ದಿಗ್ಭ್ರಾಂತ

ಧನಂಜಯನು ರೋಮಾಂಚನಗೊಳಗಾಗಿ

ತನ್ನ ಶಿರಬಾಗಿ ಪ್ರಣಾಮಗೈಯುತ

ಎಂದನಿಂತು ಕೈಮುಗಿದು ದೇವನಿಗೆ

15.

ಅರ್ಜುನ ಉವಾಚ ।

ಪಶ್ಯಾಮಿ ದೇವಾಂಸ್ತವ ದೇವ ದೇಹೇ

ಸರ್ವಾಂಸ್ತಥಾ ಭೂತವಿಶೇಷಸಂಘಾನ್ ।

ಬ್ರಹ್ಮಾಣಮೀಶಂ ಕಮಲಾಸನಸ್ಥಮ್

ಋಷೀಂಶ್ಚ ಸರ್ವಾನುರಗಾಂಶ್ಚ ದಿವ್ಯಾನ್ ॥

ಅರ್ಜುನ ಉವಾಚ:

ಕಂಡೆ ದೇವತೆಗಳ ನಿನ್ನ ದೇಹದಲಿ

ಎಣೆಯಿರದ ಜೀವಿಗಳ ಗಡಣಗಳನೂ

ಕಂಜಾಸನದಲಿ ಬ್ರಹ್ಮನ, ಈಶನ

ಕಂಡೆ ದಿವ್ಯ ಉರಗಗಳನು, ಋಷಿಗಳನು

16.

ಅನೇಕಬಾಹೂದರವಕ್ತ್ರನೇತ್ರಂ

ಪಶ್ಯಾಮಿ ತ್ವಾಂ ಸರ್ವತೋನನ್ತರೂಪಂ ।
ನಾಂತಂ ನ ಮಧ್ಯಂ ನ ಪುನಸ್ತವಾದಿಮ್
ಪಶ್ಯಾಮಿ ವಿಶ್ವೇಶ್ವರ ವಿಶ್ವರೂಪ ॥

ಅನೇಕವಿವೆ ತೋಳು, ಉದರ, ಮುಖ, ನೇತ್ರ
ಕಂಡೆ ಎಲ್ಲೆಡೆ ನಿನ್ನ ಅನಂತ ರೂಪ
ನಿನಗಿಲ್ಲ ಆದಿ, ಮಧ್ಯ, ಮತ್ತಂತ್ಯ
ಕಾಣುತಿಹೆ ವಿಶ್ವೇಶ್ವರ ವಿಶ್ವರೂಪ

17.

ಕಿರೀಟಿನಂ ಗದಿನಂ ಚಕ್ರಿಣಂ ಚ
ತೇಜೋರಾಶಿಂ ಸರ್ವತೋ ದೀಪ್ತಿಮಂತಮ್ ।
ಪಶ್ಯಾಮಿ ತ್ವಾಂ ದುರ್ನಿರೀಕ್ಷ್ಯಂ ಸಮಂತಾದ್
ದೀಪ್ತಾನಲಾರ್ಕದ್ಯುತಿಮಪ್ರಮೇಯಮ್ ॥

ಕಿರೀಟ, ಗದೆ, ಚಕ್ರ ಧರಿಸಿ, ಪ್ರಕಾಶ
ಸುರಿವ ತೇಜೋರಾಶಿ ನಿನ್ನೆಡೆ ನೋಡೆ
ಮೀರುತ ಅಳತೆಗೆ, ಕಣ್ಣುಕ್ಕುವ ತೆರದಿ
ಉರಿವ ಅನಲ, ಅರ್ಕರ ದ್ಯುತಿ ಎಲ್ಲೆಡೆ

18.

ತ್ವಮಕ್ಷರಂ ಪರಮಂ ವೇದಿತವ್ಯಂ
ತ್ವಮಸ್ಯ ವಿಶ್ವಸ್ಯ ಪರಂ ನಿಧಾನಂ ।
ತ್ವಮವ್ಯಯಃ ಶಾಶ್ವತಧರ್ಮಗೋಪ್ತಾ
ಸನಾತನಸ್ತ್ವಂ ಪುರುಷೋ ಮತೋ ಮೇ ॥

ನೀನಕ್ಷರ, ಪರಮ, ತಿಳಿವಂಥ ತತ್ವ
ನೀನೇ ಪರಮಾಧಾರನು ವಿಶ್ವಕೆ
ನೀನವ್ಯಯ, ಶಾಶ್ವತ ಧರ್ಮಪಾಲ

19.

ಅನಾದಿಮಧ್ಯಂತಮನಂತವೀರ್ಯಮ್
ಅನಂತಬಾಹುಂ ಶಶಿಸೂರ್ಯನೇತ್ರಮ್ ।
ಪಶ್ಯಾಮಿ ತ್ವಾಂ ದೀಪ್ತಹುತಾಶವಕ್ತ್ರಮ್
ಸ್ವತೇಜಸಾ ವಿಶ್ವಮಿದಂ ತಪಂತಮ್ ॥

ಅನಂತವೀರ್ಯ, ಬುಡ, ನಡು, ತುದಿ ರಹಿತ

ಕಂಗಳು ಶಶಿ ರವಿ, ಬಾಹುಗಳನಂತ

ಕಂಡೆ ನಿನ್ನ ಉರಿ ಬೆಂಕಿ ಉಗುಳುವ ಮೊಗ

ನೀನಿಹೆ ತೇಜದಲಿ ವಿಶ್ವವ ದಹಿಸುತ

20.

ದ್ಯಾವಾಪೃಥಿವ್ಯೋರಿದಮಂತರಂ ಹಿ
ವ್ಯಾಪ್ತಂ ತ್ವಯೈಕೇನ ದಿಶಶ್ಚ ಸರ್ವಾಃ ।
ದೃಷ್ಟ್ವಾದ್ಭುತಂ ರೂಪಮುಗ್ರಂ ತವೇದಂ
ಲೋಕತ್ರಯಂ ಪ್ರವ್ಯಥಿತಂ ಮಹಾತ್ಮನ್ ॥

ನೀನೋರ್ವನೇ ಭುವಿ-ದಿವಿಗಳ ನಡುವೆ

ತಾನಿಹೆ ವ್ಯಾಪಿಸಿ ಸರ್ವದಿಶೆಗಳಲು

ಕಂಡು ನಿನ್ನೀ ಅದ್ಭುತ ಉಗ್ರ ರೂಪ

ಕಂಗೆಟ್ಟಿವೆ, ಮಹಾತ್ಮ, ತ್ರಿಲೋಕಗಳು

21.

ಅಮೀ ಹಿ ತ್ವಾಂ ಸುರಸಂಘಾ ವಿಶಂತಿ
ಕೇಚಿದ್ಭೀತಾಃ ಪ್ರಾಂಜಲಯೋ ಗೃಣಂತಿ ।
ಸ್ವಸ್ತೀತ್ಯುಕ್ತ್ವಾ ಮಹರ್ಷಿಸಿದ್ಧಸಂಘಾಃ

ಸ್ತುವಂತಿ ತ್ವಾಂ ಸ್ತುತಿಭಿಃ ಪುಷ್ಕಲಾಭಿಃ ॥

ಹೊಗುತಿವೆ ನಿನ್ನೊಳಗೀ ಸುರ ಸಮೂಹ
ಮುಗಿದು ಕೈ ಕೆಲರಿಹರು ಬೆಚ್ಚಿ ಬೇಡಿ
ಆಗಲೊಳಿತೆನುತ ಸಿದ್ಧ-ಮಹರ್ಷಿಗಣ
ಪೊಗಳಿ ನಿನ್ನ ಮಂತ್ರ-ಸ್ತುತಿಗಳ ಹಾಡಿ

22.
ರುದ್ರಾದಿತ್ಯಾ ವಸವೋ ಯೇ ಚ ಸಾಧ್ಯಾ
ವಿಶ್ವೇಶ್ವಿನೌ ಮರುತಶ್ಚೋಷ್ಮಪಾಶ್ಚ ।
ಗಂಧರ್ವಯಕ್ಷಾಸುರಸಿದ್ಧಸಂಘಾ
ವೀಕ್ಷಂತೇ ತ್ವಾಂ ವಿಸ್ಮಿತಾಶ್ಚೈವ ಸರ್ವೇ ॥

ರುದ್ರ, ಆದಿತ್ಯ, ವಸು, ವಿಶ್ವೇದೇವ
ಸಾಧ್ಯರು, ಪಿತೃ, ಮರುತ್ತು, ಅಶ್ವಿನಿಯರು
ಗಂಧರ್ವ, ಯಕ್ಷ, ಅಸುರ, ಸಿದ್ಧರ ಗಣ
ಇದೋ ನಿನ್ನ ವಿಸ್ಮಯದಿ ವೀಕ್ಷಿಸಿಹರು

23.
ರೂಪಂ ಮಹತ್ತೇ ಬಹುವಕ್ತ್ರನೇತ್ರಂ
ಮಹಾಬಾಹೋ ಬಹುಬಾಹೂರುಪಾದಮ್ ।
ಬಹೂದರಂ ಬಹುದಂಷ್ಟ್ರಾಕರಾಲಂ
ದೃಷ್ಟ್ವಾ ಲೋಕಾಃ ಪ್ರವ್ಯಥಿತಾಸ್ತಥಾಹಮ್ ॥

ಬಹು ಮುಖ, ಕಂಗಳು, ಬಾಹು, ಪಾದ, ತೊಡೆ
ಮಹಾಬಾಹು, ನಿನ್ನ ಮಹಾರೂಪ - ಅಹ
ಬಹಳ ಉದರ, ಬಹು ಕರಾಳವು ದಾಡೆ
ಇಹ ನಿನ್ನ ಕಂಡಳಲಿದೆ ಜಗ, ನಾ ಸಹ

24.

ನಭಸ್ಪೃಶಂ ದೀಪ್ತಮನೇಕವರ್ಣಮ್

ವ್ಯಾತ್ತಾನನಂ ದೀಪ್ತವಿಶಾಲನೇತ್ರಂ ।

ದೃಷ್ಟ್ವಾ ಹಿ ತ್ವಾಂ ಪ್ರವ್ಯಥಿತಾಂತರಾತ್ಮಾ

ಧೃತಿಂ ನ ವಿಂದಾಮಿ ಶಮಂ ಚ ವಿಷ್ಣೋ ॥

ತರತರ ವರ್ಣ - ಹೊಳೆದಿವೆ ನಭ ಮುಟ್ಟಿ

ತೆರೆದ ಬಾಯಿಗಳು, ಹೊಳೆವಗಲ ಕಣ್ಣು

ಪರಿ ನಿನದಿದ ಕಂಡದುರಿದೆ ಅಂತರ್ಯ

ಇರದೆನಗೆ ನೆಮ್ಮದಿ, ಧೃತಿ, ಹೇ ವಿಷ್ಣು

25.

ದಂಷ್ಟ್ರಾಕರಾಲಾನಿ ಚ ತೇ ಮುಖಾನಿ

ದೃಷ್ಟ್ವೈವ ಕಾಲಾನಲಸನ್ನಿಭಾನಿ ।

ದಿಶೋ ನ ಜಾನೇ ನ ಲಭೇ ಚ ಶರ್ಮ

ಪ್ರಸೀದ ದೇವೇಶ ಜಗನ್ನಿವಾಸ ॥

ಕರಾಳ ದಾಡೆಗಳೂಡನೆ ನಿನ್ನ ಮುಖಿ

ತೋರುತಲಿದೆ ಕಾಲಾಗ್ನಿಯ ಸದೃಶ

ತರವಿದ ಕಂಡು ದಿಶೆಯರಿಯೆ, ಇರದು ಸುಖಿ

ತೋರು ದಯೆ, ದೇವೇಶ ಜಗನ್ನಿವಾಸ

26.

ಅಮೀ ಚ ತ್ವಾಂ ಧೃತರಾಷ್ಟ್ರಸ್ಯ ಪುತ್ರಾಃ

ಸರ್ವೇ ಸಹೈವಾವನಿಪಾಲಸಂಘೈಃ ।

ಭೀಷ್ಮೋ ದ್ರೋಣಃ ಸೂತಪುತ್ರಸ್ತಥಾಸೌ

ಸಹಾಸ್ಮದೀಯೈರಪಿ ಯೋಧಮುಖ್ಯೈಃ ॥

ಅವನಿಪಾಲರನೇಕರ ಪಡೆಗಡಣ

ಸರ್ವ ಧೃತರಾಷ್ಟ್ರಸುತರೂ ಕೂಡಿಹ

ಇವರ ಜತೆಯಲಿ ಭೀಷ್ಮ, ದ್ರೋಣ, ಕರ್ಣ

ಅವರೊಡನೆ ನಮ್ಮ ಯೋಧ ಮುಖ್ಯರು ಸಹ-

27.

ವಕ್ತ್ರಾಣಿ ತೇ ತ್ವರಮಾಣಾ ವಿಶಂತಿ

ದಂಷ್ಟ್ರಾಕರಾಲಾನಿ ಭಯಾನಕಾನಿ ।

ಕೇಚಿದ್ವಿಲಗ್ನಾ ದಶನಾಂತರೇಷು

ಸಂದೃಶ್ಯಂತೇ ಚೂರ್ಣಿತೈರುತ್ತಮಾಂಗೈಃ ॥

-ಕರಾಲ ಹಲ್ಲುಗಳಿರುವ ಭಯಾನಕ

ತೆರೆದ ಬಾಯಿಗಳ ತ್ವರೆಯಲಿ ಹೊಕ್ಕು,

ಶಿರಗಳು ಕೆಲವರದು ಆಗುತಲಿ ಚೂರ್ಣ

ತೋರುತಿವೆ ಹಲ್ಲುಗಳ ನಡುವಲಿ ಸಿಕ್ಕು

28.

ಯಥಾ ನದೀನಾಂ ಬಹವೋಂಬುವೇಗಾಃ

ಸಮುದ್ರಮೇವಾಭಿಮುಖಾ ದ್ರವಂತಿ ।

ತಥಾ ತವಾಮೀ ನರಲೋಕವೀರಾ

ವಿಶಂತಿ ವಕ್ತ್ರಾಣ್ಯಭಿವಿಜ್ವಲಂತಿ ॥

ಹೇಗೆಲ್ಲ ನದಿಗಳು, ಅನೇಕ ತೊರೆಗಳು

ಹೋಗುವುವೋ ಹರಿದು ಸಮುದ್ರಾಭಿಮುಖ

ಹಾಗೆ ಈ ಎಲ್ಲ ನರಲೋಕ ದೊರೆಗಳು

ಹೋಗುತಿಹರು ನಿನ್ನ ಬಾಯಲಿ ಉರಿವನಕ

29.

ಯಥಾ ಪ್ರದೀಪ್ತಂ ಜ್ವಲನಂ ಪತಂಗಾ

ವಿಶಂತಿ ನಾಶಾಯ ಸಮೃದ್ಧವೇಗಾಃ |
ತಥೈವ ನಾಶಾಯ ವಿಶಂತಿ ಲೋಕಾಸ್
ತವಾಪಿ ವಕ್ತ್ರಾಣಿ ಸಮೃದ್ಧವೇಗಾಃ ||

ಯಾವ ತರ ಉರಿವ ಜ್ವಾಲೆಗೆ ಪತಂಗ
ಧಾವಿಸಿ ಬಹುವೇಗದಲಿಹುದೋ ನಾಶ
ಆ ವಿಧ ನಿನ್ನ ಬಾಯೊಳಗೆ ಜನ ಬೇಗ
ಸಾವಪ್ಪಲು ಮಾಡುತಿಹರು ಪ್ರವೇಶ

30.
ಲೇಲಿಹ್ಯಸೇ ಗ್ರಸಮಾನಃ ಸಮಂತಾಲ್
ಲೋಕಾನ್ಸಮಗ್ರಾನ್ವದನೈರ್ಜ್ವಲದ್ಭಿಃ |
ತೇಜೋಭಿರಾಪೂರ್ಯ ಜಗತ್ಸಮಗ್ರಂ
ಭಾಸಸ್ತವೋಗ್ರಾಃ ಪ್ರತಪಂತಿ ವಿಷ್ಣೋ ||

ಎಲ್ಲ ಎಲ್ಲೆಯಲಿ ಉರಿವ ಬಾಯ್ಗಳಲಿ
ಮೆಲ್ಲುತ ಲೋಕಗಳ ನುಂಗುತಲಿರುವೆ
ಝುಳದಿಂದಾವರಿಸಿ ನಿನ್ನುಗ್ರ ರಶ್ಮಿ
ಎಲ್ಲ ಜಗವ, ಹೇ ವಿಷ್ಣು, ಸುಡುತಲಿವೆ

31.
ಆಖ್ಯಾಹಿ ಮೇ ಕೋ ಭವಾನುಗ್ರರೂಪೋ
ನಮೋಸ್ತು ತೇ ದೇವವರ ಪ್ರಸೀದ |
ವಿಜ್ಞಾತುಮಿಚ್ಛಾಮಿ ಭವಂತಮಾದ್ಯಂ
ನ ಹಿ ಪ್ರಜಾನಾಮಿ ತವ ಪ್ರವೃತ್ತಿಮ್ ||

ಉಗ್ರ ರೂಪಿ, ನೀ ನುಡಿ, ಯಾರಿದು ನೀನು?
ಬಾಗಿ ನಮಿಪೆನು ದೇವವರ, ತೋರು ದಯೆ
ಮಿಗಿಲಾದ ನಿನ್ನನರಿಯಲು ಬಯಸುವೆನು

32.

ಶ್ರೀಭಗವಾನುವಾಚ ।

ಕಾಲೋಸ್ಮಿ ಲೋಕಕ್ಷಯಕೃತ್ಪ್ರವೃದ್ಧೋ
ಲೋಕಾನ್ ಸಮಾಹರ್ತುಮಿಹ ಪ್ರವೃತ್ತಃ ।
ಋತೇಪಿ ತ್ವಾಂ ನ ಭವಿಷ್ಯಂತಿ ಸರ್ವೇ
ಯೇವಸ್ಥಿತಾಃ ಪ್ರತ್ಯನೀಕೇಷು ಯೋಧಾಃ ॥

ಶ್ರೀ ಭಗವಾನುವಾಚ:

ಕಾಲ ನಾ, ಲೋಕಕ್ಷಯ ಮಾಡಬೆಳೆದೆ
ಅಳಿಸಲು ಇಹ ಜನರ - ನಾ ಪ್ರವೃತ್ತ
ಉಳಿಯರು ಯಾರೂ ನಿಮ್ಮ ಹೊರತಾಗಿ
ಇಲ್ಲಿರುವ ಯೋಧರು ಉಭಯ ಕಡೆ ಸಹಿತ

33.

ತಸ್ಮಾತ್ತ್ವ ಮುತ್ತಿಷ್ಠ ಯಶೋ ಲಭಸ್ವ
ಜಿತ್ವಾ ಶತ್ರೂನ್ ಭುಂಕ್ಷ್ವ ರಾಜ್ಯಂ ಸಮೃದ್ಧಂ ।
ಮಯ್ಯೈವೇತೇ ನಿಹತಾಃ ಪೂರ್ವಮೇವ
ನಿಮಿತ್ತಮಾತ್ರಂ ಭವ ಸವ್ಯಸಾಚಿನ್ ॥

ಎದ್ದೇಳು, ನೀ ಪಡೆ ಕೀರ್ತಿ, ಇಂತಿರಲು,
ಗೆದ್ದು ಹಗೆಗಳ, ಭುಜಿಸು ರಾಜ್ಯ ಸಂಪತ್ತ
ಇದೆಲ್ಲರ ನಾ ಕೊಂದಿಹೆ ಪೂರ್ವದಲೇ
ಅದಾಗು, ಸರ್ವಸಾಕ್ಷಿ, ನೀನು ನಿಮಿತ್ತ

34.

ದ್ರೋಣಂ ಚ ಭೀಷ್ಮಂ ಚ ಜಯದ್ರಥಂ ಚ

ಕರ್ಣಂ ತಥಾನ್ಯಾನಪಿ ಯೋಧವೀರಾನ್ |
ಮಯಾ ಹತಾಂಸ್ತ್ವಂ ಜಹಿ ಮಾ ವ್ಯಥಿಷ್ಠಾ
ಯುಧ್ಯಸ್ವ ಚೇತಾಸಿ ರಣೇ ಸಪತ್ನಾನ್ ||

ನನ್ನಿಂದ ಹತರಾದ ಭೀಷ್ಮ, ದ್ರೋಣ,

ಕರ್ಣ, ಜಯದ್ರಥ, ಇನ್ನಿತರ ಯೋಧರ

ನೀನು ಕೊಲ್ಲು, ಕಂಗೆಡದೆ ಹೋರಾಡು

ರಣದಲಿ ಗೆಲುವೆ ನೀ ಶತ್ರುಗಳೆಲ್ಲರ

35.

ಸಂಜಯ ಉವಾಚ |

ಏತಚ್ಛ್ರುತ್ವಾ ವಚನಂ ಕೇಶವಸ್ಯ

ಕೃತಾಂಜಲಿರ್ವೇಪಮಾನಃ ಕಿರೀಟೀ |

ನಮಸ್ಕೃತ್ವಾ ಭೂಯ ಏವಾಹ ಕೃಷ್ಣಂ

ಸಗದ್ಗದಂ ಭೀತಭೀತಃ ಪ್ರಣಮ್ಯ ||

ಸಂಜಯ ಉವಾಚ:

ಹೀಗೆ ಕಿರೀಟಿ ಕೇಶವನ ನುಡಿ ಕೇಳಿ

ಮುಗಿದು ಕೈ, ನಡುಗುತ, ಮರಮರಳಿ ನಮಿಸಿ

ಗದ್ಗದ ದನಿಯಲಿ ಹೆದಹೆದರುತ್ತಲಿ

ಆಗ ಕೃಷ್ಣನಿಗೆ ನುಡಿದನು ವಂದಿಸಿ

36.

ಅರ್ಜುನ ಉವಾಚ |

ಸ್ಥಾನೇ ಹೃಷೀಕೇಶ ತವ ಪ್ರಕೀರ್ತ್ಯಾ

ಜಗತ್ ಪ್ರಹೃಷ್ಯತ್ಯನುರಜ್ಯತೇ ಚ |

ರಕ್ಷಾಂಸಿ ಭೀತಾನಿ ದಿಶೋ ದ್ರವಂತಿ

ಸರ್ವೇ ನಮಸ್ಯಂತಿ ಚ ಸಿದ್ಧಸಂಘಾಃ ||

ಅರ್ಜುನ ಉವಾಚ:

ಕೀರ್ತಿಸುತ ನಿನ್ನ, ಹೇ ಹೃಷೀಕೇಶ

ಸಂತಸದಲಿದೆ ಜಗ, ಆಗಿ ಅನುರಕ್ತ

ಭೀತ ರಕ್ಕಸರು ಓಡುತಿಹರೆಲ್ಲೆಡೆ,

ಯುಕ್ತವಿದು, ಸಿದ್ಧರಿಹರು ನಮಿಸುತ್ತ

37.

ಕಸ್ಮಾಚ್ಚ ತೇ ನ ನಮೇರನ್ಮಹಾತ್ಮನ್

ಗರೀಯಸೇ ಬ್ರಹ್ಮಣೋಪ್ಯಾದಿಕರ್ತ್ರೇ ।

ಅನಂತ ದೇವೇಶ ಜಗನ್ನಿವಾಸ

ತ್ವಮಕ್ಷರಂ ಸದಸತ್ತತ್ವರಂ ಯತ್ ॥

ನೀನು ಕರ್ತಾರ ಬ್ರಹ್ಮಗೂ ಹಿರಿಯ

ನಿನಗವರೆಂತು ನಮಿಸದಿಹರು ಮಹಾತ್ಮ?!

ಅನಂತ, ದೇವೇಶ, ಜಗನ್ನಿವಾಸ

ನೀನಕ್ಷರ, ಇರದು, ಇರದಿಹದು, ಪರಮ

38.

ತ್ವಮಾದಿದೇವಃ ಪುರುಷಃ ಪುರಾಣಸ್

ತ್ವಮಸ್ಯ ವಿಶ್ವಸ್ಯ ಪರಂ ನಿಧಾನಮ್ ।

ವೇತ್ತಾಸಿ ವೇದ್ಯಂ ಚ ಪರಂ ಚ ಧಾಮ

ತ್ವಯಾ ತತಂ ವಿಶ್ವಮನಂತರೂಪ ॥

ಪುರಾತನ ಪುರುಷ, ನೀ ಆದಿದೇವ

ಪರಮ ಆಶ್ರಯ ವಿಶ್ವಕೆಲ್ಲ ನೀನೇ

ಪರಂಧಾಮ, ನೀನರಿವು, ನೀನರಿತವ

ಇರುವೆ ತುಂಬಿ ಜಗ, ಅನಂತ ರೂಪನೇ

39.

ವಾಯುರ್ಯಮೋಗ್ನಿರ್ವರುಣಃ ಶಶಾಂಕಃ
ಪ್ರಜಾಪತಿಸ್ತ್ವಂ ಪ್ರಪಿತಾಮಹಶ್ಚ ।
ನಮೋ ನಮಸ್ತೇಸ್ತು ಸಹಸ್ರಕೃತ್ವಃ
ಪುನಶ್ಚ ಭೂಯೋಪಿ ನಮೋ ನಮಸ್ತೇ ॥

ಯಮ, ಅಗ್ನಿ, ವರುಣ, ವಾಯು, ಶಶಾಂಕ ನೀ

ಬ್ರಹ್ಮ ನೀನೇ, ಪ್ರಪಿತಾಮಹನೂ ಸಹ

ನಮೋ ನಮೋ ನಿನಗೆ ಸಾವಿರ ಬಾರಿ

ನಮನ ಅರ್ಪಿಸುವೆನಿದೋ ಪುನಃ ಪುನಹ

40.

ನಮಃ ಪುರಸ್ತಾದಥ ಪೃಷ್ಠತಸ್ತೇ
ನಮೋಸ್ತು ತೇ ಸರ್ವತ ಏವ ಸರ್ವ ।
ಅನಂತವೀರ್ಯಾಮಿತವಿಕ್ರಮಸ್ತ್ವಂ
ಸರ್ವಂ ಸಮಾಪ್ನೋಷಿ ತತೋಸಿ ಸರ್ವಃ ॥

ಮುಂದಿಂದ ಹಿಂದಿಂದ ನಿನಗೆ ನಮನ

ವಂದನವು ಎಲ್ಲೆಡೆ - ಎಲ್ಲೂ ಇಹ ನಿನಗೆ

ಅನಂತವೀರ್ಯ, ನೀ ಅಮಿತ ವಿಕ್ರಮ

ತುಂಬಿರುತ ಎಲ್ಲೆಲ್ಲೂ ಎಲ್ಲ ನೀನಾಗೆ

41.

ಸಖೇತಿ ಮತ್ವಾ ಪ್ರಸಭಂ ಯದುಕ್ತಂ
ಹೇ ಕೃಷ್ಣ ಹೇ ಯಾದವ ಹೇ ಸಖೇತಿ ।
ಅಜಾನತಾ ಮಹಿಮಾನಂ ತವೇದಂ
ಮಯಾ ಪ್ರಮಾದಾತ್ಪ್ರಣಯೇನ ವಾಪಿ ॥

ಸಖನೆಂದು ಭಾವಿಸಿ, ಉದ್ಧಟತನದಲಿ

ಹೇ ಕೃಷ್ಣ, ಹೇ ಯಾದವ, ಸಖಿನೆನುತ

ಉಕ್ತಿ ಎನ್ನಿಂದಿರಲು ಅರಿಯದೆ ಮಹಿಮೆ

ಅಕ್ಕರೆ ಅಥವಾ ಪ್ರಮಾದದಲಿ ಸಹಿತ-

42.

ಯಚ್ಚಾವಹಾಸಾರ್ಥಮಸತ್ಕೃ ತೋಸಿ

ವಿಹಾರಶಯ್ಯಾಸನಭೋಜನೇಷು ।

ಏಕೋಥವಾಪ್ಯಚ್ಯುತ ತತ್ಸಮಕ್ಷಂ

ತತ್ಸಾಮಯೇ ತ್ವಾಮಹಮಪ್ರಮೇಯಮ್ ॥

-ವಿಹಾರ, ಶಯನ, ಆಸನ, ಭೋಜನದಲಿ

ಸಹಿತ ಯಾ ಒಬ್ಬನಿರಲು, ಹೇ ಅಚ್ಯುತ,

ನಾ ಹಾಸ್ಯದಲಿ ಅವಮಾನಿಸಿರಲದನು

ಸಹ ಕೇಳ್ತೆ – ಅಪ್ರಮೇಯ, ಕ್ಷಮಿಸೆನುತ

43.

ಪಿತಾಸಿ ಲೋಕಸ್ಯ ಚರಾಚರಸ್ಯ

ತ್ವಮಸ್ಯ ಪೂಜ್ಯಶ್ಚ ಗುರುರ್ಗರೀಯಾನ್ ।

ನ ತ್ವತ್ಸಮೋಸ್ಯಭ್ಯಧಿಕಃ ಕುತೋನ್ಯೋ

ಲೋಕತ್ರಯೇಪ್ಯಪ್ರತಿಮಪ್ರಭಾವ ॥

ನೀನು ಲೋಕದ ಚರಾಚರಗಳಿಗೆ ಪಿತ

ನೀನೇ ಪೂಜ್ಯನು, ಗುರು, ಹಿರಿಮೆಯಾತ

ನಿನಗಿಲ್ಲ ಮೂರು ಲೋಕದೊಳು ಸಮಾನ

ಅನ್ಯ ಮಿಗಿಲೆಂತು? ಅಪ್ರತಿಮ ಶಕ್ತ

44.

ತಸ್ಮಾತ್ ಪ್ರಣಮ್ಯ ಪ್ರಣಿಧಾಯ ಕಾಯಂ

ಪ್ರಸಾದಯೇ ತ್ವಾಮಹಮೀಶಮೀಡ್ಯಂ ।

ಪಿತೇವ ಪುತ್ರಸ್ಯ ಸಖೀವ ಸಖ್ಯುಃ

ಪ್ರಿಯಃ ಪ್ರಿಯಾಯಾರ್ಹಸಿ ದೇವ ಸೋಢುಮ್ ॥

ಪ್ರಣುತ ಈಶನೆ, ಅಂತೆಯೇ ನಿನಗೆ ನಾ

ಮಣಿಸಿ ನೆಲಕೆನ್ನ ಕಾಯವ, ಬೇಡುವೆನು

ಇನಿಯ ನಲ್ಲೆಯ, ಪಿತಸುತನ, ಸಖಿ ಸಖನ

ಮನ್ನಿಸುವ ತರ ದೇವ ಕ್ಷಮಿಸೆನ್ನನು

45.

ಅದೃಷ್ಟಪೂರ್ವಂ ಹೃಷಿತೋಸ್ಮಿ ದೃಷ್ಟ್ವಾ

ಭಯೇನ ಚ ಪ್ರವ್ಯಥಿತಂ ಮನೋ ಮೇ ।

ತದೇವ ಮೇ ದರ್ಶಯ ದೇವರೂಪಂ

ಪ್ರಸೀದ ದೇವೇಶ ಜಗನ್ನಿವಾಸ ॥

ಮುನ್ನ ನೋಡಿರದ ಕಂಡಾಗಿದೆ ಹರ್ಷ,

ಇನ್ನು ಭಯದಿ ತಲ್ಲಣಿಸಿದೆ ಎನ್ನ ಮನ

ಹೊಂದಿ ದಯೆ ದೇವೇಶ, ಜಗನ್ನಿವಾಸ

ನಿನ್ನ ದೇವರೂಪದಲಿ ಕೊಡು ದರುಶನ

46.

ಕಿರೀಟಿನಂ ಗದಿನಂ ಚಕ್ರಹಸ್ತಮ್

ಇಚ್ಛಾಮಿ ತ್ವಾಂ ದ್ರಷ್ಟುಮಹಂ ತಥೈವ ।

ತೇನೈವ ರೂಪೇಣ ಚತುರ್ಭುಜೇನ

ಸಹಸ್ರಬಾಹೋ ಭವ ವಿಶ್ವಮೂರ್ತೇ ॥

ಗದೆ, ಚಕ್ರ ಹಿಡಿದು, ಕಿರೀಟದೊಂದಿಗೂ

ಅದೇ ಚತುರ್ಭುಜ ರೂಪದಲಿಹ ರೀತಿ

ಇದೆ ನಿನ್ನ ಕಾಣಲು ಇಚ್ಛೆ, ಅಂತಾಗು,

ಹೇ ದೇವ ಸಹಸ್ರಭುಜ ವಿಶ್ವಮೂರ್ತಿ

47.

ಶ್ರೀಭಗವಾನುವಾಚ ।

ಮಯಾ ಪ್ರಸನ್ನೇನ ತವಾರ್ಜುನೇದಂ
ರೂಪಂ ಪರಂ ದರ್ಶಿತಮಾತ್ಮಯೋಗಾತ್ ।
ತೇಜೋಮಯಂ ವಿಶ್ವಮನಂತಮಾದ್ಯಂ
ಯನ್ಮೇ ತ್ವದನ್ಯೇನ ನ ದೃಷ್ಟಪೂರ್ವಮ್ ॥

ಶ್ರೀ ಭಗವಾನುವಾಚ:

ನಿನಗೆ ಪ್ರಸನ್ನನಾಗಿ ನಾ ಅರ್ಜುನ
ನನ್ನ ಯೋಗ ಶಕ್ತಿಯಿಂದ ತೋರಿದೆನು
ಮುನ್ನ ಅನ್ಯರು ಕಾಣದ ಪರಮ, ಆದಿ,
ಅನಂತ, ತೇಜಸ್ವಿ, ವಿಶ್ವರೂಪವನು

48.

ನ ವೇದಯಜ್ಞಾಧ್ಯಯನೈರ್ನ ದಾನೈರ್
ನ ಚ ಕ್ರಿಯಾಭಿರ್ನ ತಪೋಭಿರುಗ್ರೈಃ ।
ಏವಂರೂಪಃ ಶಕ್ಯ ಅಹಂ ನೃಲೋಕೇ
ದ್ರಷ್ಟುಂ ತ್ವದನ್ಯೇನ ಕುರುಪ್ರವೀರ ॥

ದಾನ, ಯಜ್ಞ, ವೇದಾಧ್ಯಯನಗಳಿಂದ
ಪುಣ್ಯಕಾರ್ಯ ಯಾ ತಪವಿರಲೂ ಉಗ್ರ
ಕಾಣಸಿಗದು ನರಲೋಕದಲೀ ರೂಪ
ನಿನ್ನ ಹೊರತನ್ಯರಿಗೆ, ಕುರು ಪ್ರವೀರ

49.

ಮಾ ತೇ ವ್ಯಥಾ ಮಾ ಚ ವಿಮೂಢಭಾವೋ

ದೃಷ್ಟ್ವಾ ರೂಪಂ ಘೋರಮೀದೃಙ್ಮಮೇದಂ ।

ವ್ಯಪೇತಭೀಃ ಪ್ರೀತಮನಾಃ ಪುನಸ್ತ್ವಂ

ತದೇವ ಮೇ ರೂಪಮಿದಂ ಪ್ರಪಶ್ಯ ॥

ನೋಡುತ ನನ್ನೀ ಬಗೆ ಘೋರ ರೂಪ

ಪಡದಿರು ವ್ಯಥೆ, ಆಗದಿರು ವಿಭ್ರಾಂತ

ತೊಡುವೆ ನಾ ನೋಡು ರೂಪ ಮೊದಲಂತೆ

ಬಿಡು ಎಲ್ಲ ಭಯ, ಮನದಲಿರುತ ಪ್ರೀತ

50.

ಸಂಜಯ ಉವಾಚ ।

ಇತ್ಯರ್ಜುನಂ ವಾಸುದೇವಸ್ತಥೋಕ್ತ್ವಾ

ಸ್ವಕಂ ರೂಪಂ ದರ್ಶಯಾಮಾಸ ಭೂಯಃ ।

ಆಶ್ವಾಸಯಾಮಾಸ ಚ ಭೀತಮೇನಂ

ಭೂತ್ವಾ ಪುನಃ ಸೌಮ್ಯವಪುರ್ಮಹಾತ್ಮಾ ॥

ಸಂಜಯ ಉವಾಚ:

ನುಡಿದಿಂತು ಅರ್ಜುನಗೆ ವಾಸುದೇವ

ನೀಡಿದನವಗೆ ಪುನಃ ತನ್ನ ದರುಶನ

ತೊಡುತ ಸೌಮ್ಯಸ್ವರೂಪವ ಮಹಾತ್ಮ

ಮಾಡಿದನು ಭೀತನಿಹ ಅವಗೆ ಸಾಂತ್ವನ

51.

ಅರ್ಜುನ ಉವಾಚ ।

ದೃಷ್ಟ್ವೇದಂ ಮಾನುಷಂ ರೂಪಂ ತವ ಸೌಮ್ಯಂ ಜನಾರ್ದನ ।

ಇದಾನೀಮಸ್ಮಿ ಸಂವೃತ್ತಃ ಸಚೇತಾಃ ಪ್ರಕೃತಿಂ ಗತಃ ॥

ಅರ್ಜುನ ಉವಾಚ:

ನಿನ್ನ ಈ ಸೌಮ್ಯ ಮಾನುಷ ಸ್ವರೂಪ

ಕಂಡು ಸ್ತಿಮಿತದ ಸ್ಥಿತಿಗೀಗ ಮತ್ತೆ

ಬಂದಿಹೆನು ನಾನು, ಹೇ ಜನಾರ್ಧನ

ಹಿಂದಿರುಗಿಹೆ ಪ್ರಜ್ಞೆಗೆ ಎಂದಿನಂತೆ

52.

ಶ್ರೀಭಗವಾನುವಾಚ ।

ಸುದುರ್ದರ್ಶಮಿದಂ ರೂಪಂ ದೃಷ್ಟವಾನಸಿ ಯನ್ಮಮ ।

ದೇವಾ ಅಪ್ಯಸ್ಯ ರೂಪಸ್ಯ ನಿತ್ಯಂ ದರ್ಶನಕಾಂಕ್ಷಿಣಃ ॥

ಶ್ರೀ ಭಗವಾನುವಾಚ:

ನೀನಾವ ನನ್ನ ರೂಪ ನೋಡಿದೆಯೋ

ಕಾಣಲದು ಬಹುದುರ್ಲಭವೇ ಸರಿ

ಹೊಂದಲು ನನ್ನೀ ರೂಪದ ದರ್ಶನ

ಹಂಬಲಿಪರು ದೇವತೆಗಳೂ ಪರಿಪರಿ

53.

ನಾಹಂ ವೇದೈರ್ನ ತಪಸಾ ನ ದಾನೇನ ನ ಚೇಜ್ಯಯಾ ।

ಶಕ್ಯ ಏವಂವಿಧೋ ದ್ರಷ್ಟುಂ ದೃಷ್ಟವಾನಸಿ ಮಾಂ ಯಥಾ ॥

ವೇದಗಳಿಂದಲೂ, ತಪಗಳಿಂದಲೂ

ಯಾ ದಾನ, ಆರಾಧನೆಗಳಿಂದಲೂ

ಸಾಧ್ಯವಿರದು ನೀ ಕಂಡಿರುವಂತಹ

ಇದೇ ರೀತಿಯಲಿ ಎನ್ನನು ಕಾಣಲು

54.

ಭಕ್ತ್ಯಾ ತ್ವನನ್ಯಯಾ ಶಕ್ಯ ಅಹಮೇವಂವಿಧೋರ್ಜುನ ।

ಜ್ಞಾತುಂ ದ್ರಷ್ಟುಂ ಚ ತತ್ತ್ವೇನ ಪ್ರವೇಷ್ಟುಂ ಚ ಪರಂತಪ ॥

ಆದರೆ ಅನನ್ಯ ಭಕ್ತಿಯಿಂದಲೇ

ಸಾಧ್ಯವು, ಹೇ ಅರ್ಜುನ, ಎನ್ನಯ ರೂಪ

ಇದೇ ವಿಧದಲಿ ಕಾಣಲು, ಸರಿ ತಿಳಿಯಲು

ಅದಲ್ಲದೇ ಸೇರಲು, ಹೇ ಪರಂತಪ

55.

ಮತ್ಕರ್ಮಕೃನ್ಮತ್ಪರಮೋ ಮದ್ಭಕ್ತಃ ಸಂಗವರ್ಜಿತಃ ।
ನಿರ್ವೈರಃ ಸರ್ವಭೂತೇಷು ಯಃ ಸ ಮಾಮೇತಿ ಪಾಂಡವ ॥

ಪರಮನೆಂದೆನುತೆನ್ನ ಕಾರ್ಯದಲಿರುತ

ತೊರೆದೆಲ್ಲ ಸಂಗ, ಎನ್ನ ಭಕ್ತನವ

ವೈರವ ಮರೆತು ಸರ್ವ ಭೂತಂಗಳಲಿ

ಬರುವನೆನ್ನಲ್ಲಿಗೇ, ಹೇ ಪಾಂಡವ

ಓಂ ತತ್ಸದಿತಿ ಶ್ರೀಮದ್ಭಗವದ್ಗೀತಾಸೂಪನಿಷತ್ಸು

ಬ್ರಹ್ಮವಿದ್ಯಾಯಾಂ ಯೋಗಶಾಸ್ತ್ರೇ ಶ್ರೀಕೃಷ್ಣಾರ್ಜುನಸಂವಾದೇ

ವಿಶ್ವರೂಪದರ್ಶನಯೋಗೋ ನಾಮ್ಯೇಕಾದಶೋಧ್ಯಾಯಃ॥

ದ್ವಾದಶೋಧ್ಯಾಯ:

1.

ಅರ್ಜುನ ಉವಾಚ |

ಏವಂ ಸತತಯುಕ್ತಾ ಯೇ ಭಕ್ತಾಸ್ತ್ವಾಂ ಪರ್ಯುಪಾಸತೇ |

ಯೇ ಚಾಪ್ಯಕ್ಷರಮವ್ಯಕ್ತಂ ತೇಷಾಂ ಕೇ ಯೋಗವಿತ್ತಮಾಃ ||

> ಅರ್ಜುನ ಉವಾಚ:
>
> ಭಕ್ತಿಯಲಿರುತಾರು ನಿನ್ನಲಿ ಸತತ
>
> ಯುಕ್ತರಾದವರೋ ಯಾ ನಿನ್ನಳಿಯದ
>
> ವ್ಯಕ್ತದಾಚೆಯ ತತ್ವದುಪಾಸಕರೋ?
>
> ವ್ಯಕ್ತಿಗಳಿವರಲಾರಿಹರು ಯೋಗವಿದ?

2.

ಶ್ರೀಭಗವಾನುವಾಚ |

ಮಯ್ಯಾವೇಶ್ಯ ಮನೋ ಯೇ ಮಾಂ ನಿತ್ಯಯುಕ್ತಾ ಉಪಾಸತೇ |

ಶ್ರದ್ಧಯಾ ಪರಯೋಪೇತಾಸ್ತೇ ಮೇ ಯುಕ್ತತಮಾ ಮತಾಃ ||

> ಶ್ರೀ ಭಗವಾನುವಾಚ:
>
> ಪರಮ ಶ್ರದ್ಧೆಯಲಿ ಎನ್ನ ಸೇವೆಯಲಿ,
>
> ಸ್ಥಿರಗೊಳಿಸಿ ಯಾರೆನ್ನಲಿ ಮನ ಸತತ
>
> ನಿರತರಿಹರೋ ಅವರೇ ಯೋಗದಲಿ
>
> ಪರಿಣತರೆಂದೆನ್ನಿಂದ ಪರಿಗಣಿತ

3.

ಯೇ ತ್ವಕ್ಷರಮನಿರ್ದೇಶ್ಯಮವ್ಯಕ್ತಂ ಪರ್ಯುಪಾಸತೇ |

ಸರ್ವತ್ರಗಮಚಿಂತ್ಯಂ ಚ ಕೂಟಸ್ಥಮಚಲಂ ಧ್ರುವಮ್ ||

ಆದರೆ ಅಕ್ಷರ, ಅನಿರ್ವಚನೀಯ,

ಬದಲಿರದ, ಸರ್ವವ್ಯಾಪಿ, ಅವ್ಯಕ್ತ -

ಆ ಧ್ರುವ, ಅಚಲ, ಅಚಿಂತ್ಯ ತತ್ತ್ವವನು

ಅದಾರು ಆರಾಧಿಸುವರೋ ನಿರತ-

4.

ಸಂನ್ನಿಯಮ್ಯೇಂದ್ರಿಯಗ್ರಾಮಂ ಸರ್ವತ್ರ ಸಮಬುದ್ಧಯಃ ।

ತೇ ಪ್ರಾಪ್ನುವಂತಿ ಮಾಮೇವ ಸರ್ವಭೂತಹಿತೇ ರತಾಃ ॥

-ಎಲ್ಲ ಇಂದ್ರಿಯಗಳನವರು ನಿಯಂತ್ರಿಸಿ,

ಎಲ್ಲೆಡೆ ಸಮದೃಷ್ಟಿಯಲಿ ಇರುತಿರೆ,

ಎಲ್ಲ ಜೀವಿಗಳ ಹಿತದಲಿ ತೊಡಗಿರಲು,

ತಲುಪುವರು ಖಂಡಿತವೂ ನನ್ನಾಸರೆ

5.

ಕ್ಲೇಶೋಧಿಕತರಸ್ತೇಷಾಮವ್ಯಕ್ತಾಸಕ್ತಚೇತಸಾಮ್ ।

ಅವ್ಯಕ್ತಾ ಹಿ ಗತಿರ್ದುಃಖಂ ದೇಹವದ್ಭಿರವಾಪ್ಯತೇ ॥

ಅವ್ಯಕ್ತದಲಾಸಕ್ತಿಯಲಿರೆ ಚಿತ್ತ

ಅವರಿಗೆದುರಿಹುದು ಅಧಿಕತರ ಕ್ಲೇಶ

ಅವ್ಯಕ್ತದ ಪಥ - ತಾ ದೇಹದಲಿರುತ

ಜೀವಿಗಳಿಗೆ - ಪ್ರಗತಿಸಲು ಪ್ರಯಾಸ

6.

ಯೇ ತು ಸರ್ವಾಣಿ ಕರ್ಮಾಣಿ ಮಯಿ ಸನ್ನ್ಯಸ್ಯ ಮತ್ಪರಾಃ ।

ಅನನ್ಯೇನೈವ ಯೋಗೇನ ಮಾಂ ಧ್ಯಾಯಂತ ಉಪಾಸತೇ ॥

ಆದರೆ ನನ್ನಲಿ ಕರ್ಮಗಳ ಸರ್ವ

ವಿಧವನೂ ಅರ್ಪಿಸಿ, ಇರುತಲಿ ತತ್ಪರ,

ಬದ್ಧನಾಗಿ ಯೋಗ ಮಾರ್ಗದಲಿ ನನ್ನ

ತಾ ಧ್ಯಾನಿಸುತ ಉಪಾಸಿಸುವವರ -

7.
ತೇಷಾಮಹಂ ಸಮುದ್ಧರ್ತಾ ಮೃತ್ಯುಸಂಸಾರಸಾಗರಾತ್ |
ಭವಾಮಿನ ಚಿರಾತ್ಪಾರ್ಥ ಮಯ್ಯಾವೇಶಿತಚೇತಸಾಮ್ ||

-ಸ್ಥಿರಗೊಳಿಸಲವರು ನನ್ನಲಿ ಚಿತ್ತ

ಮರಣ ಜನನ ಸಂಸಾರ ಕಡಲಿಂದಲಿ

ಪಾರು ಮಾಡುವೆನವರನು, ಹೇ ಪಾರ್ಥ,

ತೋರದೇ ನಾ ಬಹು ವಿಳಂಬವಿದರಲಿ

8.
ಮಯ್ಯೇವ ಮನ ಆಧತ್ಸ್ವ ಮಯಿ ಬುದ್ಧಿಂ ನಿವೇಶಯ |
ನಿವಸಿಷ್ಯಸಿ ಮಯ್ಯೇವ ಅತ ಊರ್ಧ್ವಂ ನ ಸಂಶಯಃ ||

ಮನವನು ನನ್ನಲ್ಲಿಯೇ ಸ್ಥಿರಗೊಳಿಸು

ನನ್ನಲಿ ನೆಲೆಗೊಳಿಸು ನಿನ್ನಯ ಬುದ್ಧಿಯ

ಇಂತಿರಲು ನಂತರದಿ ನೀ ನನ್ನಲಿ

ಎಂದೂ ನೆಲೆಸುವೆ ಇದಕಿರದು ಸಂಶಯ

9.
ಅಥ ಚಿತ್ತಂ ಸಮಾಧಾತುಂ ನ ಶಕ್ನೋಷಿ ಮಯಿ ಸ್ಥಿರಮ್ |
ಅಭ್ಯಾಸಯೋಗೇನ ತತೋ ಮಾಮಿಚ್ಛಾಪ್ತುಂ ಧನಂಜಯ ||

ಸ್ಥಿರವಾಗಿ ನಿನ್ನಯ ಚಿತ್ತವ ನನ್ನಲಿ

ಸರಿಯಾಗಿ ನಿಲಿಸಲು ಆಗದಿರೆ ಶಕ್ಯ

ಇರು ಅಭ್ಯಾಸ ಯೋಗದಲಿ, ನೀ ನನ್ನ

ಸೇರುವಿಚ್ಛೆಯ ಹೊಂದಿ, ಹೇ ಧನಂಜಯ

10.
ಅಭ್ಯಾಸೇಽಪ್ಯಸಮರ್ಥೋಽಸಿ ಮತ್ಕರ್ಮಪರಮೋ ಭವ ।
ಮದರ್ಥಮಪಿ ಕರ್ಮಾಣಿ ಕುರ್ವನ್ಸಿದ್ಧಿಮವಾಪ್ಸ್ಯಸಿ ॥

ಆಗಲು ಅಭ್ಯಾಸದಲೂ ಅಸಮರ್ಥ,

ಆಗ ನನಗರ್ಪಿಸಿ ಮಾಡುತಿರು ಕರ್ಮ

ಸಿಗುವುದು ಸಿದ್ಧಿ - ನೀ ನನಗಾಗಿಯೇ

ಸಾಗಲು ಆಚರಿಸುತ ಎಲ್ಲಾ ಕರ್ಮ

11.
ಅಥೈತದಪ್ಯಶಕ್ತೋಽಸಿ ಕರ್ತುಂ ಮದ್ಯೋಗಮಾಶ್ರಿತಃ ।
ಸರ್ವಕರ್ಮಫಲತ್ಯಾಗಂ ತತಃ ಕುರು ಯತಾತ್ಮವಾನ್ ॥

ಇದನು ಕೂಡ ಆಚರಿಸಲು ನಿನಗೆ

ಸಾಧ್ಯವಿರದಿರಲು, ಎನ್ನಾಶ್ರಯದಲಿ

ಇದ್ದು, ಸರ್ವಕರ್ಮಫಲ ತ್ಯಾಗವನು

ಗೈದು, ತೊಡಗಾತ್ಮಸಂಯಮ ಯತ್ನದಲಿ

12.
ಶ್ರೇಯೋ ಹಿ ಜ್ಞಾನಮಭ್ಯಾಸಾಜ್ಞಾನಾದ್ಧ್ಯಾನಂ ವಿಶಿಷ್ಯತೇ ।
ಧ್ಯಾನಾತ್ಕರ್ಮಫಲತ್ಯಾಗಸ್ತ್ಯಾಗಾಚ್ಛಾಂತಿರನಂತರಮ್ ॥

ಅರಿವು ಮಿಗಿಲು ಬರಿ ಅಭ್ಯಾಸಕಿಂತ

ಬರಿ ಅರಿವಿಗಿಂತ ಧ್ಯಾನವೇ ಶ್ರೇಯ

ಹಿರಿದದಕಿಂತ ಕರ್ಮಫಲ ತ್ಯಾಗ

ತರುವುದು ತ್ಯಾಗವು ನಂತರ ಶಾಂತಿಯ

13.
ಅದ್ವೇಷ್ಟಾ ಸರ್ವಭೂತಾನಾಂ ಮೈತ್ರಃ ಕರುಣ ಏವ ಚ ।
ನಿರ್ಮಮೋ ನಿರಹಂಕಾರಃ ಸಮದುಃಖಸುಖಃ ಕ್ಷಮೀ ॥

ತೊರೆದು ದ್ವೇಷ ಸರ್ವಭೂತಗಳಲೂ

ತೋರುವವ ಮೈತ್ರಿ, ಆಗಿರುತ ಕರುಣಿ,

ಇರದೇ ಮಮಕಾರ, ಮತ್ತಹಂಕಾರ,

ಸರಿಸಮವು ಸುಖ-ದುಃಖಿ, ಕ್ಷಮಾಗುಣಿ-

14.

ಸಂತುಷ್ಟಃ ಸತತಂ ಯೋಗೀ ಯತಾತ್ಮಾ ದೃಢನಿಶ್ಚಯಃ ।

ಮಯ್ಯರ್ಪಿತಮನೋಬುದ್ಧಿಯೋೕ ಮದ್ಭಕ್ತಃ ಸ ಮೇ ಪ್ರಿಯಃ ॥

-ಸತತ ಸಂತುಷ್ಟನಾಗಿ ಆ ಯೋಗಿ,

ಆತ್ಮಸಂಯಮಿ, ದೃಢ ನಿಶ್ಚಯದವನು

ಚಿತ್ತ ಬುದ್ಧಿಗಳ ಅರ್ಪಿಸುತ ನನ್ನಲಿ

ಭಕ್ತಿಯಲಿರುವವ ನನಗೆ ತಾ ಪ್ರಿಯನು

15.

ಯಸ್ಮಾನ್ನೋದ್ವಿಜತೇ ಲೋಕೋ ಲೋಕಾನ್ನೋದ್ವಿಜತೇ ಚ ಯಃ ।

ಹರ್ಷಾಮರ್ಷಭಯೋದ್ವೇಗೈರ್ಮುಕ್ತೋ ಯಃ ಸ ಚ ಮೇ ಪ್ರಿಯಃ ॥

ಯಾರಿಂದ ತಲ್ಲಣಿಸದೋ ಜನಲೋಕ,

ಪರರಿಂದ ತಲ್ಲಣಗೊಳದದಾರ ಬಗೆ

ಹರುಷ, ದುಃಖಿ, ಭಯ, ಉದ್ವೇಗಗಳಿಂದ

ಯಾರು ಮುಕ್ತರೋ ಅವರೂ ಪ್ರಿಯರೆನಗೆ

16.

ಅನಪೇಕ್ಷಃ ಶುಚಿರ್ದಕ್ಷ ಉದಾಸೀನೋ ಗತವ್ಯಥಃ ।

ಸರ್ವಾರಂಭಪರಿತ್ಯಾಗೀ ಯೋ ಮದ್ಭಕ್ತಃ ಸ ಮೇ ಪ್ರಿಯಃ ॥

ಏನನೂ ಆಶಿಸದ, ನಿರ್ಮಲ, ದಕ್ಷ,

ಮನ ಕೆಡಿಸಿಕೊಳ್ಳದವ, ಕಂಗೆಡದವ,

ಮುನ್ನ ಫಲದಾಸೆಯ ಯತ್ನವ ತೊರೆದವ-

ನನ್ನ ಭಕ್ತನವ, ನನಗೆ ಪ್ರಿಯನವ

17.
ಯೋ ನ ಹೃಷ್ಯತಿ ನ ದ್ವೇಷ್ಟಿ ನ ಶೋಚತಿ ನ ಕಾಂಕ್ಷತಿ ।
ಶುಭಾಶುಭಪರಿತ್ಯಾಗೀ ಭಕ್ತಿಮಾನ್ಯಃ ಸ ಮೇ ಪ್ರಿಯಃ ॥

ಹರುಷ, ದ್ವೇಷಗಳಲಿರದೇ ಯಾರು

ದೂರೀಕರಿಸಿ ಶೋಕವ, ಆಕಾಂಕ್ಷೆಯ,

ಪರಿತ್ಯಜಿಸಿರೆ ಶುಭಾಶುಭ ಕಾಳಜಿಯ-

ಆ ರೀತಿಯ ಭಕ್ತನು ನನಗೆ ಪ್ರಿಯ

18.
ಸಮಃ ಶತ್ರೌ ಚ ಮಿತ್ರೇ ಚ ತಥಾ ಮಾನಾಪಮಾನಯೋಃ ।
ಶೀತೋಷ್ಣಸುಖದುಃಖೇಷು ಸಮಃ ಸಂಗವಿವರ್ಜಿತಃ ॥

ಶತ್ರು ಮಿತ್ರರನು ಪರಿಗಣಿಸಿ ಸಮಾನ,

ಮತಿಗೆಡದೆ ಬರಲು ಮಾನಾಪಮಾನ,

ಶೀತೋಷ್ಣಗಳಲಿ, ಸುಖ ದುಃಖಿಗಳಲಿ

ಚಿತ್ತ ಸಮತೆಯಲಿರುವ, ಸಂಗವಿಹೀನ,-

19.
ತುಲ್ಯನಿಂದಾಸ್ತುತಿರ್ಮೌನೀ ಸಂತುಷ್ಟೋ ಯೇನ ಕೇನಚಿತ್ ।
ಅನಿಕೇತಃ ಸ್ಥಿರಮತಿರ್ಭಕ್ತಿಮಾನ್ಮೇ ಪ್ರಿಯೋ ನರಃ ॥

-ನಿಂದೆ ಸ್ತುತಿಗಳನೊಂದೆನುವ ಮೌನಿ,

ಸಂತುಷ್ಟನಾಗಿರುವವ ಇರುವುದರಲಿ,

ಒಂದೆಡೆ ನೆಲೆಗಂಟಿರದವ, ಸ್ಥಿರಮತಿ-

ಅಂತಹ ಭಕ್ತನು ಪ್ರಿಯನೆನಗೆ ನರರಲಿ

20.

ಯೇ ತು ಧರ್ಮ್ಯಾಮೃತಮಿದಂ ಯಥೋಕ್ತಂ ಪರ್ಯುಪಾಸತೇ ।
ಶ್ರದ್ಧಧಾನಾ ಮತ್ಪರಮಾ ಭಕ್ತಾಸ್ತೇತೀವ ಮೇ ಪ್ರಿಯಾಃ ॥

ಆದರೆ ಈ ಅಮೃತ ಧರ್ಮದಲಾರು

ಶ್ರದ್ಧೆಯಿಂದ, ಉಕ್ತವಾಗಿರುವ ಹಾಗೆ,

ಬದ್ಧರಾಗಿ ತೊಡಗಿ, ಪರಮನೆಂದೆನ್ನ

ಆಧರಿಸಿಹ ಭಕ್ತರತಿಪ್ರಿಯರೆನಗೆ

ಓಂ ತತ್ಸದಿತಿ ಶ್ರೀಮದ್ಭಗವದ್ಗೀತಾಸೂಪನಿಷತ್ಸು

ಬ್ರಹ್ಮವಿದ್ಯಾಯಾಂ ಯೋಗಶಾಸ್ತ್ರೇ ಶ್ರೀಕೃಷ್ಣಾರ್ಜುನಸಂವಾದೇ

ಭಕ್ತಿಯೋಗೋ ನಾಮ ದ್ವಾದಶೋಧ್ಯಾಯಃ ॥

ತ್ರಯೋದಶೋಧ್ಯಾಯ:

ಅರ್ಜುನ ಉವಾಚ ।
ಪ್ರಕೃತಿಂ ಪುರುಷಂ ಚೈವ ಕ್ಷೇತ್ರಂ ಕ್ಷೇತ್ರಜ್ಞಮೇವ ಚ ।
ಏತದ್ವೇದಿತುಮಿಚ್ಛಾಮಿ ಜ್ಞಾನಂ ಜ್ಞೇಯಂ ಚ ಕೇಶವ ॥

ಅರ್ಜುನ ಉವಾಚ:

ಪ್ರಕೃತಿಯನೂ ಮತ್ತು ಪುರುಷನನೂ,
ನಾ ಕ್ಷೇತ್ರವನೂ, ಕ್ಷೇತ್ರಜ್ಞನನೂ,
ಹೇ ಕೇಶವ, ತಿಳಿಯಲು ಇಚ್ಛಿಸುವೆನು
ಈ ಕೆಲವ, ಮತ್ತು ಜ್ಞಾನ, ಜ್ಞೇಯವನು

1.

ಶ್ರೀಭಗವಾನುವಾಚ ।
ಇದಂ ಶರೀರಂ ಕೌಂತೇಯ ಕ್ಷೇತ್ರಮಿತ್ಯಭಿಧೀಯತೇ ।
ಏತದ್ಯೋ ವೇತ್ತಿ ತಂ ಪ್ರಾಹುಃ ಕ್ಷೇತ್ರಜ್ಞ ಇತಿ ತದ್ವಿದಃ ॥

ಶ್ರೀ ಭಗವಾನುವಾಚ:

ಕೌಂತೇಯನೇ, ಬಲ್ಲವರಿಂತೆನುವರು-
ಕ್ಷೇತ್ರವೆಂದೀ ಶರೀರವ ಕರೆವರು
ಕ್ಷೇತ್ರವಿದರ ಅರಿವಲಿ ಯಾರಿಹನೋ
ಕ್ಷೇತ್ರಜ್ಞನೆಂದೆನುತವನ ನುಡಿವರು

2.

ಕ್ಷೇತ್ರಜ್ಞಂ ಚಾಪಿ ಮಾಂ ವಿದ್ಧಿ ಸರ್ವಕ್ಷೇತ್ರೇಷು ಭಾರತ ।
ಕ್ಷೇತ್ರಕ್ಷೇತ್ರಜ್ಞಯೋರ್ಜ್ಞಾನಂ ಯತ್ತಜ್ಞಾ ನಂ ಮತಂ ಮಮ ॥

ಕ್ಷೇತ್ರಜ್ಞನೆಂದೇ ನನ್ನನು ನೀ ತಿಳಿ

ಕ್ಷೇತ್ರಗಳಲ್ಲದರಲೂ, ಹೇ ಭಾರತ

ಕ್ಷೇತ್ರ-ಕ್ಷೇತ್ರಜ್ಞರನು ಅರಿಯುವುದೇ

ಸತ್ಯದಲಿ ಜ್ಞಾನವೆಂಬುದೆನ್ನ ಮತ

3.

ತತ್ಕ್ಷೇತ್ರಂ ಯಚ್ಚ ಯಾದೃಕ್ಚ ಯದ್ವಿಕಾರಿ ಯತಶ್ಚ ಯತ್ ।

ಸ ಚ ಯೋ ಯತ್ಪ್ರಭಾವಶ್ಚ ತತ್ಸಮಾಸೇನ ಮೇ ಶೃಣು ॥

ಯಾವುದೀ ಕ್ಷೇತ್ರದ ಸ್ವರೂಪ, ಮತ್ತು

ಯಾವುದರಿಂದಾಗುವುದದು ವಿಕಾರ

ಯಾವ ಪ್ರಭಾವಗಳಿದ ಬಲ್ಲವನದು

ಇವನರಿ ನನ್ನಿಂದ ತಿಳಿಸುವೆನು ಸಾರ

4.

ಋಷಿಭಿರ್ಬಹುಧಾ ಗೀತಂ ಛಂದೋಭಿರ್ವಿವಿಧೈಃ ಪೃಥಕ್ ।

ಬ್ರಹ್ಮಸೂತ್ರಪದೈಶ್ಚೈವ ಹೇತುಮದ್ಭಿರ್ವಿನಿಶ್ಚಿತೈಃ ॥

ನಾನಾ ವಿಧದ ವೇದ ಮಂತ್ರಗಳಲಿ

ವರ್ಣಿತವಿದೆ ಋಷಿಗಳಿಂದ ಬಗೆ ಬಗೆ

ಅಂತೆಯೇ ಬ್ರಹ್ಮಸೂತ್ರದ ನುಡಿಗಳಲಿ

ನಿರ್ಣಯಗೊಂಡಿದೆ ತರ್ಕಗಳೊಂದಿಗೆ-

5.

ಮಹಾಭೂತಾನ್ಯಹಂಕಾರೋ ಬುದ್ಧಿರವ್ಯಕ್ತಮೇವ ಚ ।

ಇಂದ್ರಿಯಾಣಿ ದಶೈಕಂ ಚ ಪಂಚ ಚೇಂದ್ರಿಯಗೋಚರಾಃ ॥

ಪಂಚಮಹಾಭೂತಗಳು, ಅಹಂಕಾರ,

ಅಂತೆಯೇ ಅವ್ಯಕ್ತವೂ, ಬುದ್ಧಿ ಸಹ,

ಇಂದ್ರಿಯಗಳು ಹನ್ನೊಂದು, ಅಲ್ಲದೆಯೇ

ಇಂದ್ರಿಯ ವಿಷಯಗಳೂ ಐದಿರುತಿಹ,

6.

ಇಚ್ಛಾ ದ್ವೇಷಃ ಸುಖಂ ದುಃಖಂ ಸಂಘಾತಶ್ಚೇತನಾ ಧೃತಿಃ ।
ಏತತ್ಕ್ಷೇತ್ರಂ ಸಮಾಸೇನ ಸವಿಕಾರಮುದಾಹೃತಮ್ ॥

ಮತ್ತು ಆಸೆ, ದ್ವೇಷ, ಸುಖ-ದುಃಖಗಳೂ,

ಚೇತನ, ಧೃತಿ, ಸಮಷ್ಟಿ ಶರೀರವೂ:

ಕ್ಷೇತ್ರ ಮತ್ತದರ ವಿಕಾರಗಳಿವೆಂದು

ತಾತ್ಪರ್ಯವಾಗಿ ಹೇಳಲಾಗಿಹವು

7.

ಅಮಾನಿತ್ವಮದಂಭಿತ್ವಮಹಿಂಸಾ ಕ್ಷಾಂತಿರಾರ್ಜವಮ್ ।
ಆಚಾರ್ಯೋಪಾಸನಂ ಶೌಚಂ ಸ್ಥೈರ್ಯಮಾತ್ಮವಿನಿಗ್ರಹಃ ॥

ನಮ್ರತೆಯೂ, ನಿಷ್ಕಪಟತೆಯೂ ಮತ್ತು

ಕ್ಷಮೆಯೂ, ಅಹಿಂಸೆಯೂ, ಆರ್ಜವವೂ

ನಿರ್ಮಲತೆಯೂ, ಗುರು ಸೇವೆಯೂ, ಮತ್ತು

ಆತ್ಮಸಂಯಮ ಹಾಗೂ ಸ್ಥೈರ್ಯವು,

8.

ಇಂದ್ರಿಯಾರ್ಥೇಷು ವೈರಾಗ್ಯಮನಹಂಕಾರ ಏವ ಚ ।
ಜನ್ಮಮೃತ್ಯುಜರಾವ್ಯಾಧಿದುಃಖದೋಷಾನುದರ್ಶನಮ್ ॥

ಇಂದ್ರಿಯ ವಿಷಯಗಳಲ್ಲಿ ವೈರಾಗ್ಯ,

ಹೊಂದಿರದೇ ತಾನೆಂದೂ ಅಹಂಕಾರ,

ಜನುಮ-ಮರಣ, ವೃದ್ಧಾಪ್ಯ, ರೋಗಗಳ

ಕುಂದು, ದುಃಖಗಳ ವಿಚಾರದಲೆಟ್ಟರ,

9.

ಅಸಕ್ತಿರನಭಿಷ್ವಂಗಃ ಪುತ್ರದಾರಗೃಹಾದಿಷು ।
ನಿತ್ಯಂ ಚ ಸಮಚಿತ್ತತ್ವಮಿಷ್ಟಾನಿಷ್ಟೋಪಪತ್ತಿಷು ॥

> ಮನೆ, ಮಕ್ಕಳು, ಮಡದಿ - ಎಂಬೆಲ್ಲರಲಿ
>
> ಮನವಿಡದೇ, ನಂಟುಗಳಲಂಟ ತೊರೆದು,
>
> ಅನವರತವೂ ಇರುತ ಸಮಚಿತ್ತದಲಿ-
>
> ಅನಿಷ್ಟ-ಇಷ್ಟಗಳೊದಗಿ ಬರುವಂದು,

10.

ಮಯಿ ಚಾನನ್ಯಯೋಗೇನ ಭಕ್ತಿರವ್ಯಭಿಚಾರಿಣೀ ।
ವಿವಿಕ್ತದೇಶಸೇವಿತ್ವಮರತಿರ್ಜನಸಂಸದಿ ॥

> ಅನನ್ಯ ಯೋಗಾಭ್ಯಾಸದಲಿರುತ,
>
> ಹೊಂದಿ ನನ್ನಲಿ ಚ್ಯುತಿ ಇರದ ಭಕ್ತಿ,
>
> ಮನ ಕೊಡುತಲಿ ವಾಸಿಸಲು ಏಕಾಂತ
>
> ಜನಸಂದಣಿಯಲಿ ಬೆರೆಯಲನಾಸಕ್ತಿ,

11.

ಅಧ್ಯಾತ್ಮಜ್ಞಾನನಿತ್ಯತ್ವಂ ತತ್ತ್ವಜ್ಞಾನಾರ್ಥದರ್ಶನಮ್ ।
ಏತಜ್ಞಾ ನಮಿತಿ ಪ್ರೋಕ್ತಮಜ್ಞಾನಂ ಯದತೋನ್ಯಥಾ ॥

> ನಿತ್ಯ ತೊಡಗಿ ಆಧ್ಯಾತ್ಮ ಜ್ಞಾನದಲಿ,
>
> ತತ್ತ್ವಜ್ಞಾನದಿಂದ ಸತ್ಯದರ್ಶನ:
>
> ಪ್ರೋಕ್ತವಿಹುದು ಜ್ಞಾನವೆನುತ ಇವೆಲ್ಲ,
>
> ಮತ್ತುಳಿದುದೆಲ್ಲವಿರುವುವು ಅಜ್ಞಾನ

12.

ಜ್ಞೇಯಂ ಯತ್ತತ್ಪ್ರವಕ್ಷ್ಯಾ ಮಿ ಯಜ್ಞಾ ತ್ವಾಮೃತಮಶ್ನುತೇ ।
ಅನಾದಿಮತ್ಪರಂ ಬ್ರಹ್ಮ ನ ಸತ್ತನ್ನಾಸದುಚ್ಯತೇ ॥

ಯಾವುದು ಜ್ಞೇಯವೆಂಬುದನು ಹೇಳುವೆ
ಯಾವುದರಿತು ದೊರೆವುದೋ ಅಮೃತತ್ವ,
ಯಾವುದು ಇಹುದೆಂದು, ಇರದಿಹುದೆಂದು,
ಭಾವಿಸಿಹ ಆ ಅನಾದಿ ಪರಬೊಮ್ಮವ-

13.
ಸರ್ವತಃಪಾಣಿಪಾದಂ ತತ್ಸರ್ವತೋಕ್ಷಿಶಿರೋಮುಖಮ್ ।
ಸರ್ವತಃಶ್ರುತಿಮಲ್ಲೋಕೇ ಸರ್ವಮಾವೃತ್ಯ ತಿಷ್ಠತಿ ॥

ಎಲ್ಲಡೆ ಅವನದು ಕೈಗಳು ಕಾಲ್ಗಳು
ತಲೆಗಳು ಕಂಗಳು ಮುಖಗಳು ಇರುವವು
ಎಲ್ಲ ಕಡೆಯಲೂ ಕಿವಿಗಳು, ಲೋಕದ
ಎಲ್ಲವನೂ ಆವರಿಸಿ ಅವನಿರವು

14.
ಸರ್ವೇಂದ್ರಿಯಗುಣಾಭಾಸಂ ಸರ್ವೇಂದ್ರಿಯವಿವರ್ಜಿತಮ್ ।
ಅಸಕ್ತಂ ಸರ್ವಭೃಚ್ಚೈವ ನಿರ್ಗುಣಂ ಗುಣಭೋಕ್ತೃ ಚ ॥

ಹೊಂದಿರನು ಯಾವ ಇಂದ್ರಿಯಗಳನೂ-
ಇಂದ್ರಿಯ ಕ್ರಿಯಗಳನೆಲ್ಲ ಬೆಳಗುವ,
ಅನಾಸಕ್ತ - ಆದರೆ ಸರ್ವಪಾಲಕ,
ಗುಣಗಳನುಭವಿಸುವ ನಿರ್ಗುಣನವ

15.
ಬಹಿರಂತಶ್ಚ ಭೂತಾನಾಮಚರಂ ಚರಮೇವ ಚ ।
ಸೂಕ್ಷ್ಮತ್ವಾತ್ತದವಿಜ್ಞೇಯಂ ದೂರಸ್ಥಂ ಚಾಂತಿಕೇ ಚ ತತ್ ॥

ಚರಾಚರ ಜೀವಿಗಳೆಲ್ಲದರಲೂ
ಹೊರಗೂ ಒಳಗೂ ಅವನೆಲ್ಲೂ ಇರುವ

ಇರುತ ತಾ ಸೂಕ್ಷ್ಮ - ಅರಿಯಲಶಕ್ಯನು

ದೂರದಲೂ ನೆಲೆಸಿ ಬಳಿಯೂ ತೋರುವ

16.

ಅವಿಭಕ್ತಂ ಚ ಭೂತೇಷು ವಿಭಕ್ತಮಿವ ಚ ಸ್ಥಿತಮ್ ।

ಭೂತಭರ್ತೃ ಚ ತಜ್ಞ್ಞೇಯಂ ಗ್ರಸಿಷ್ಣು ಪ್ರಭವಿಷ್ಣು ಚ ॥

ಏಕರೂಪನಾಗಿರುತ, ಜತೆಗವನು

ಸಕಲ ಜೀವಿಗಳಲಿ ಅನೇಕನಾಗಿಹ

ಲೋಕಪಾಲಕನೆಂದರಿಯಬೇಕವನ

ಭಕ್ಷಕ, ವೃದ್ಧಿಕಾರಕನೆಂದೂ ಸಹ

17.

ಜ್ಯೋತಿಷಾಮಪಿ ತಜ್ಜ್ಯೋತಿಸ್ತಮಸಃ ಪರಮುಚ್ಯತೇ ।

ಜ್ಞಾನಂ ಜ್ಞೇಯಂ ಜ್ಞಾನಗಮ್ಯಂ ಹೃದಿ ಸರ್ವಸ್ಯ ವಿಷ್ಠಿತಮ್ ॥

ಜ್ಯೋತಿಗಳಿಗೆಲ್ಲ ಆಗಿಹನು ಬೆಳಕು,

ಕತ್ತಲೆಯಾಚೆಯ ಬಿತ್ತರವೆಂದುಕ್ತ

ಆತ ಜ್ಞಾನ, ಜ್ಞಾನದ ಗುರಿ, ಜ್ಞೇಯ,

ಪ್ರತಿ ಹೃದಯದಲವನು ಪ್ರತಿಷ್ಠಿತ

18.

ಇತಿ ಕ್ಷೇತ್ರಂ ತಥಾ ಜ್ಞಾನಂ ಜ್ಞೇಯಂ ಚೋಕ್ತಂ ಸಮಾಸತಃ ।

ಮದ್ಭಕ್ತ ಏತದ್ವಿಜ್ಞಾಯ ಮದ್ಭಾವಾಯೋಪಪದ್ಯತೇ ॥

ಕ್ಷೇತ್ರ, ಜ್ಞಾನ, ಜ್ಞೇಯಗಳ ಬಗ್ಗೆ

ಈ ತನಕ ಹೇಳಿದೆ ಸಾರ ರೂಪದಲಿ

ಈ ತಿಳಿವಿಗಳವೊಡುತ ನನ್ನಯ ಭಕ್ತ

ಗತಿಯ ಹೊಂದುವನು ಎನ್ನ ಭಾವದಲಿ

19.

ಪ್ರಕೃತಿಂ ಪುರುಷಂ ಚೈವ ವಿದ್ಧ್ಯನಾದೀ ಉಭಾವಪಿ ।
ವಿಕಾರಾಂಶ್ಚ ಗುಣಾಂಶ್ಚೈವ ವಿದ್ಧಿ ಪ್ರಕೃತಿಸಂಭವಾನ್ ॥

ಪುರುಷನನೂ, ಪ್ರಕೃತಿಯನೂ ನೀನು-
ಅರಿಯಬೇಕು ಅನಾದಿ ಎಂದೆರಡನೂ
ಮೂರು ಗುಣಗಳೂ, ಪರಿವರ್ತನೆಗಳೂ
ಹೊರಹೊಮ್ಮಿವೆ ಪ್ರಕೃತಿಯಲೆಂಬುದನು

20.

ಕಾರ್ಯಕಾರಣಕರ್ತೃತ್ವೇ ಹೇತುಃ ಪ್ರಕೃತಿರುಚ್ಯತೇ ।
ಪುರುಷಃ ಸುಖದುಃಖಾನಾಂ ಭೋಕ್ತೃತ್ವೇ ಹೇತುರುಚ್ಯತೇ ॥

ಕಾರಣವೆಂದೆನುವರು ಪ್ರಕೃತಿಯನು
ಶರೀರ-ಇಂದ್ರಿಯ ನಿರ್ಮಾಣದಲಿ
ಕಾರಣವೆಂದೆನುವರು ಅನುಭವಕೆಲ್ಲ
ಪುರುಷನೇ - ಬಗೆಬಗೆ ಸುಖದುಃಖದಲಿ

21.

ಪುರುಷಃ ಪ್ರಕೃತಿಸ್ಥೋ ಹಿ ಭುಂಕ್ತೇ ಪ್ರಕೃತಿಜಾನ್ಗುಣಾನ್ ।
ಕಾರಣಂ ಗುಣಸಂಗೋಸ್ಯ ಸದಸದ್ಯೋನಿಜನ್ಮಸು ॥

ಪ್ರಕೃತಿಯಲೊಂದಾಗಿ ತಾ ಪುರುಷನು
ಪ್ರಕೃತಿಯಿಂದಾದ ಗುಣಗಳನುಭವಿಸಿ
ಹೊಕ್ಕುಬರುವ ಒಳ್ಳೆ-ಕೆಟ್ಟ ಜನ್ಮಗಳ
ಪಕ್ಕಾಗಿ ಪ್ರಕೃತಿ ಸಹಯೋಗಕೆಳಸಿ

22.

ಉಪದ್ರಷ್ಟಾನುಮಂತಾ ಚ ಭರ್ತಾ ಭೋಕ್ತಾ ಮಹೇಶ್ವರಃ ।
ಪರಮಾತ್ಮೇತಿ ಚಾಪ್ಯುಕ್ತೋ ದೇಹೇಸ್ಮಿನ್ಪುರುಷಃ ಪರಃ ॥

ಶರೀರದಲಿ ನೆಲೆಸಿರುವ ಈ ಪರಮ

ಪುರುಷನೆಲ್ಲದರ ಸಾಕ್ಷಿ, ಅನುಮೋದಕ,

ಪರಿಪಾಲಕ, ಭೋಕ್ತೃ, ಮಹೇಶ್ವರನೆಂದು,

ಪರಮಾತ್ಮನೆಂದು ಕರೆವ ವಿಧ ಅನೇಕ

23.

ಯ ಏವಂ ವೇತ್ತಿ ಪುರುಷಂ ಪ್ರಕೃತಿಂ ಚ ಗುಣೈಃ ಸಹ ।
ಸರ್ವಥಾ ವರ್ತಮಾನೋಪಿ ನ ಸ ಭೂಯೋಭಿಜಾಯತೇ ॥

ಯಾರೀ ರೀತಿಯಲಿ ಪ್ರಕೃತಿಯನೂ,

ಪುರುಷನನೂ, ಜೊತೆಯಲಿ ಗುಣಗಳನೂ

ಅರಿತಿರಲವನು - ವರ್ತಮಾನದಲಾವ

ಪರಿಸ್ಥಿತಿಯಲೇ ಇರಲಿ - ಮರು ಹುಟ್ಟನು

24.

ಧ್ಯಾನೇನಾತ್ಮನಿ ಪಶ್ಯಂತಿ ಕೇಚಿದಾತ್ಮಾನಮಾತ್ಮನಾ ।
ಅನ್ಯೇ ಸಾಂಖ್ಯೇನ ಯೋಗೇನ ಕರ್ಮಯೋಗೇನ ಚಾಪರೇ ॥

ಕೆಲರು ಒಳಗಿಹ ಆತ್ಮನ ದೀಪ್ತ ಮನದ

ಬೆಳಕಿಂದ ಕಾಣುವರು ಧ್ಯಾನದಲಿ,

ಹಲವರದು ಸಾಂಖ್ಯ ಯೋಗದ ಮಾರ್ಗ

ಉಳಿದವರ ಪಯಣ ಕರ್ಮ ಯೋಗದಲಿ

25.

ಅನ್ಯೇ ತ್ವೇವಮಜಾನಂತಃ ಶ್ರುತ್ವಾನ್ಯೇಭ್ಯ ಉಪಾಸತೇ ।
ತೇಪಿ ಚಾತಿತರಂತ್ಯೇವ ಮೃತ್ಯುಂ ಶ್ರುತಿಪರಾಯಣಾಃ ॥

ಜ್ಞಾನವ ಹೊಂದಿರದೇ - ಈ ಮಾರ್ಗಗಳ,

ಅನ್ಯರ ಕೇಳಿ ಉಪಾಸಿಸುವರು ಕೆಲರು

ಮನವಿಟ್ಟೇ ಶ್ರುತಿಗಳಲಿ ಸಹಿತವೂ

ಮುನ್ನಡೆದು ಮೃತ್ಯುವನು ಮೀರುವರು

26.

ಯಾವತ್ಸಂಜಾಯತೇ ಕಿಂಚಿತ್ಸತ್ತ್ವಂ ಸ್ಥಾವರಜಂಗಮಮ್ ।

ಕ್ಷೇತ್ರಕ್ಷೇತ್ರಜ್ಞಸಂಯೋಗಾತ್ತದ್ವಿದ್ಧಿ ಭರತರ್ಷಭ ॥

ಸ್ಥಾವರ-ಜಂಗಮ ಯಾವುದೇ ಇರಲಿ

ಅವೆಲ್ಲ ಕ್ಷೇತ್ರ - ಕ್ಷೇತ್ರಜ್ಞರಲಿ

ಭವಿಸಿವೆಯವರ ಸಂಯೋಗದಲೆಂದು

ಭಾವಿಸು, ಹೇ ಶ್ರೇಷ್ಠನೇ ಭಾರತರಲಿ

27.

ಸಮಂ ಸರ್ವೇಷು ಭೂತೇಷು ತಿಷ್ಠಂತಂ ಪರಮೇಶ್ವರಮ್ ।

ವಿನಶ್ಯತ್ಸ್ವವಿನಶ್ಯಂತಂ ಯಃ ಪಶ್ಯತಿ ಸ ಪಶ್ಯತಿ ॥

ಸರ್ವಜೀವಿಗಳಲೂ ಸಮಾನವಾಗಿ

ಪರಮೇಶ್ವರ ತಾ ನೆಲೆಸಿರುವ ತರಹ -

ಯಾರಿಂತು ವಿನಾಶಿಗಳಲವಿನಾಶಿಯ

ಇರವ ತಿಳಿವನೋ ನಿಜವನವ ತಿಳಿದಿಹ

28.

ಸಮಂ ಪಶ್ಯನ್ ಹಿ ಸರ್ವತ್ರ ಸಮವಸ್ಥಿತಮೀಶ್ವರಮ್ ।

ನ ಹಿನಸ್ತ್ಯಾತ್ಮನಾತ್ಮಾನಂ ತತೋ ಯಾತಿ ಪರಾಂ ಗತಿಮ್ ॥

ಎಲ್ಲ ಕಡೆಗಳಲೂ ಆ ಈಶ್ವರನು

ನೆಲೆಸಿ ಸಮಾನವಿರುವನೆಂಬೇ ಸ್ಥಿತಿ

ತಿಳಿಯುವವನು ತನ್ನಿಂದಲೇ ತನ್ನಯ

ಅಳಿವಿಗೆಳಸದೇ ಹೊಂದುವ ಪರಮ ಗತಿ

29.
ಪ್ರಕೃತ್ಯೈವ ಚ ಕರ್ಮಾಣಿ ಕ್ರಿಯಮಾಣಾನಿ ಸರ್ವಶಃ ।
ಯಃ ಪಶ್ಯತಿ ತಥಾತ್ಮಾನಮಕರ್ತಾರಂ ಸ ಪಶ್ಯತಿ ॥

ಎಲ್ಲ ಕಾರ್ಯಗಳು ಎಲ್ಲ ರೀತಿಯಲೂ
ಸಲ್ಲುವುವು ಪ್ರಕೃತಿಯಿಂದಲೆನುತ,
ಅಲ್ಲವು ತನ್ನಿಂದಾದ ಕ್ರಿಯೆಯಿಂದು
ಬಲ್ಲವನೇ ನಿಜವನ್ನು ತಿಳಿದಾತ

30.
ಯದಾ ಭೂತಪೃಥಗ್ಭಾವಮೇಕಸ್ಥಮನುಪಶ್ಯತಿ ।
ತತ ಏವ ಚ ವಿಸ್ತಾರಂ ಬ್ರಹ್ಮ ಸಂಪದ್ಯತೇ ತದಾ ॥

ಎಂದು ಪ್ರತ್ಯೇಕ ಜೀವಿ ರೂಪಗಳು
ಒಂದರಲ್ಲಿಯೇ ನಿಂದಿವೆಯೆಂದೂ
ಒಂದರದನೇಕ ಬಿತ್ತರವೆಂದರಿಯೆ -
ಹೊಂದುವನು ಆ ಬ್ರಹ್ಮನನೇ ಅಂದು

31.
ಅನಾದಿತ್ವಾನ್ನಿರ್ಗುಣತ್ವಾತ್ಪರಮಾತ್ಮಾಯಮವ್ಯಯಃ ।
ಶರೀರಸ್ಥೋಪಿ ಕೌಂತೇಯ ನ ಕರೋತಿ ನ ಲಿಪ್ಯತೇ ॥

ಅನಾದಿಯೂ, ನಿರ್ಗುಣನೂ ಆಗಿಹ
ಈ ನಾಶರಹಿತ ಪರಮಾತ್ಮನೆಂದೂ
ತಾನಿರಲೂ ಶರೀರದಲಿ, ಕೌಂತೇಯ,
ಏನನೂ ಮಾಡನು, ಆಗನು ಕುಂದು

32.
ಯಥಾ ಸರ್ವಗತಂ ಸೌಕ್ಷ್ಮ್ಯಾದಾಕಾಶಂ ನೋಪಲಿಪ್ಯತೇ ।
ಸರ್ವತ್ರಾವಸ್ಥಿತೋ ದೇಹೇ ತಥಾತ್ಮಾ ನೋಪಲಿಪ್ಯತೇ ॥

ಆಗಸವು ವ್ಯಾಪಿಸಿರಲೂ ಎಲ್ಲೆಡೆ

ಹೇಗೆ ನವಿರಾದುದರಿಂದಲಿ ಅಂಟದ

ಬಗೆಯಲಿಹುದೋ, ಆತ್ಮನೂ ದೇಹದಲಿ

ಹಾಗೆಯೇ ಇರುವನು ಅಂಟನು ಹೊಂದ

33.
ಯಥಾ ಪ್ರಕಾಶಯತ್ಯೇಕಃ ಕೃತ್ಸ್ನಂ ಲೋಕಮಿಮಂ ರವಿಃ ।
ಕ್ಷೇತ್ರಂ ಕ್ಷೇತ್ರೀ ತಥಾ ಕೃತ್ಸ್ನಂ ಪ್ರಕಾಶಯತಿ ಭಾರತ ॥

ಈ ರವಿಯು ಎಂತು ಓರ್ವನೇ ತಾನು

ಪೂರ ಲೋಕವನು ಬೆಳಗುತಲಿರುವಾ

ಪರಿಯಲೇ ಕ್ಷೇತ್ರಿಯು ಕ್ಷೇತ್ರವ ಪೂರ್ಣ,

ಭಾರತನೇ ತಿಳಿ, ಪ್ರಕಾಶಿಸುತಿರುವ

34.
ಕ್ಷೇತ್ರಕ್ಷೇತ್ರಜ್ಞಯೋರೇವಮಂತರಂ ಜ್ಞಾನಚಕ್ಷುಷಾ ।
ಭೂತಪ್ರಕೃತಿಮೋಕ್ಷಂ ಚ ಯೇ ವಿದುರ್ಯಾಂತಿ ತೇ ಪರಮ್ ॥

ಇಂತು ಕ್ಷೇತ್ರ - ಕ್ಷೇತ್ರಜ್ಞರೊಳಗಣ

ಅಂತರವರಿತು ಜ್ಞಾನ ಚಕ್ಷುಗಳಿಂದ,

ಅಂತೇ ಪ್ರಕೃತಿಯಿಂ ಜೀವಿಗೆ ಮೋಕ್ಷ

ಎಂತೆಂದರಿಯೆ - ಹೊಂದುವರು ಪರಮಪದ

ಓಂ ತತ್ಸದಿತಿ ಶ್ರೀಮದ್ಭಗವದ್ಗೀತಾಸೂಪನಿಷತ್ಸು

ಬ್ರಹ್ಮವಿದ್ಯಾಯಾಂ ಯೋಗಶಾಸ್ತ್ರೇ ಶ್ರೀಕೃಷ್ಣಾರ್ಜುನಸಂವಾದೇ

ಕ್ಷೇತ್ರಕ್ಷೇತ್ರಜ್ಞವಿಭಾಗಯೋಗೋ ನಾಮ ತ್ರಯೋದಶೋಧ್ಯಾಯಃ॥

ಚತುರ್ದಶೋಧ್ಯಯ:

1.

ಶ್ರೀಭಗವಾನುವಾಚ ।

ಪರಂ ಭೂಯಃ ಪ್ರವಕ್ಷ್ಯಾಮಿ ಜ್ಞಾನಾನಾಂ ಜ್ಞಾನಮುತ್ತಮಮ್ ।

ಯಜ್ಜ್ಞಾತ್ವಾ ಮುನಯಃ ಸರ್ವೇ ಪರಾಂ ಸಿದ್ಧಿಮಿತೋ ಗತಾಃ ॥

ಶ್ರೀ ಭಗವಾನುವಾಚ:

ಅರಿವುಗಳೆಲ್ಲದರಲಿ ಉತ್ತಮವಿಹ

ಪರಮ ಜ್ಞಾನವ ಮತ್ತೊರೆವೆನು ನಿನಗೆ

ಅರಿಯುತಲಿ ಇದನು ಎಲ್ಲ ಮುನಿಗಳೂ

ಪರಮಸಿದ್ಧಿಯನು ಗಳಿಸಿದರು ಕೊನೆಗೆ

2.

ಇದಂ ಜ್ಞಾನಮುಪಾಶ್ರಿತ್ಯ ಮಮ ಸಾಧರ್ಮ್ಯಮಾಗತಾಃ ।

ಸರ್ಗೇಪಿ ನೋಪಜಾಯಂತೇ ಪ್ರಲಯೇ ನ ವ್ಯಥಂತಿ ಚ ॥

ಜ್ಞಾನವಿದನು ಆಶ್ರಯಿಸಿ ನನ್ನಲ್ಲಿಯೇ

ಒಂದಾದ ಭಾವವನು ಹೊಂದಿದ ಜನರು

ಜನಿಸರು ಹೊಸ ಸೃಷ್ಟಿ ಚಕ್ರದ ಜತೆ

ಅಂತೆಯೇ ಪ್ರಳಯದಲೂ ವ್ಯಥೆಪಡರು

3.

ಮಮ ಯೋನಿರ್ಮಹದ್ಬ್ರಹ್ಮ ತಸ್ಮಿನ್ಗರ್ಭಂ ದಧಾಮ್ಯಹಮ್ ।

ಸಂಭವಃ ಸರ್ವಭೂತಾನಾಂ ತತೋ ಭವತಿ ಭಾರತ ॥

ನನ್ನ ಯೋನಿ - ಮಹತ್ ಬ್ರಹ್ಮವು - ಅದರಲಿ

ನಾನೇ ಗರ್ಭವ ಮಾಡುವೆ ಸೃಷ್ಟಿ

ಅನಂತರ, ಹೇ ಭಾರತ, ಜೀವಿಗಳ

ಗಣಗಳೆಲ್ಲ ಪ್ರಕಟಗೊಳುವುವು ಹುಟ್ಟಿ

4.

ಸರ್ವಯೋನಿಷು ಕೌಂತೇಯ ಮೂರ್ತಯಃ ಸಂಭವಂತಿ ಯಾಃ ।

ತಾಸಾಂ ಬ್ರಹ್ಮ ಮಹದ್ಯೋನಿರಹಂ ಬೀಜಪ್ರದಃ ಪಿತಾ ॥

ಯಾವ ಯೋನಿಗಳಲಿ ಯಾವೆಲ್ಲ ರೂಪ

ಜೀವ ಪಡೆವವೋ, ಹೇ ಕೌಂತೇಯನೆ,

ಅವೆಲ್ಲಕೂ ಮಹತ್ ಬ್ರಹ್ಮವೇ ಯೋನಿ

ಭವಿಸಲು ಬೀಜ ನೀಡುವ ಪಿತ ನಾನೇ

5.

ಸತ್ತ್ವಂ ರಜಸ್ತಮ ಇತಿ ಗುಣಾಃ ಪ್ರಕೃತಿಸಂಭವಾಃ ।

ನಿಬಧ್ನಂತಿ ಮಹಾಬಾಹೋ ದೇಹೇ ದೇಹಿನಮವ್ಯಯಮ್ ॥

ಸತ್ತ, ರಜ, ತಮಸುಗಳೆಂಬ ಗುಣಗಳು

ಉತ್ಪನ್ನವಾಗಿವೆ ಪ್ರಕೃತಿಯಿಂದ

ನಿತ್ಯನಿರುವ ಜೀವಿಗೆ ಅವು ಮಾಡುವುವು,

ಹೇ ತೋಳ್ಬಲಿಯೇ, ದೇಹದಲಿ ಬಂಧ

6.

ತತ್ರ ಸತ್ತ್ವಂ ನಿರ್ಮಲತ್ವಾತ್ಪ್ರಕಾಶಕಮನಾಮಯಮ್ ।

ಸುಖಸಂಗೇನ ಬಧ್ನಾತಿ ಜ್ಞಾನಸಂಗೇನ ಚಾನಘ ॥

ತ್ರಿಗುಣಗಳಲಿ ನಿರ್ಮಲವಿಹುದದು ಸತ್ತ

ನೀಗುವುದು ಬೇಗೆ, ನೀಡುವುದು ಬೆಳಕ

ಹೀಗಿರಲೂ ಸಾತ್ತ್ವಿಕನನು, ಹೇ ಅನಘ,

ಬಿಗಿದು ಕಟ್ಟುವುವು ಜ್ಞಾನ ಮತ್ತು ಸುಖ

7.

ರಜೋ ರಾಗಾತ್ಮಕಂ ವಿದ್ಧಿ ತೃಷ್ಣಾಸಂಗಸಮುದ್ಭವಮ್ ।
ತನ್ನಿಬಧ್ನಾತಿ ಕೌಂತೇಯ ಕರ್ಮಸಂಗೇನ ದೇಹಿನಮ್ ॥

ರಾಗಗಳಿಗೆ ಆಗರವು ರಜೋಗುಣ

ಉಗಮವಿವೆ ಸಂಗ, ಬಯಕೆಗಳದರಿಂದ

ಬಿಗಿವುದದು ದೇಹಿಯ, ಹೇ ಕೌಂತೇಯ,

ಬಗೆಬಗೆ ಕಾಮ್ಯ ಕರ್ಮಗಳ ನಂಟಿಂದ

8.

ತಮಸ್ತ್ವಜ್ಞಾನಜಂ ವಿದ್ಧಿ ಮೋಹನಂ ಸರ್ವದೇಹಿನಾಮ್ ।
ಪ್ರಮಾದಾಲಸ್ಯನಿದ್ರಾಭಿಸ್ತನ್ನಿಬಧ್ನಾತಿ ಭಾರತ ॥

ತಮಕಾದರೋ ಜನ್ಮ ಅಜ್ಞಾನದಲಿ

ಭ್ರಮೆಗೊಳಿಪುದೆಲ್ಲ ದೇಹಿಗಳ, ಇದ ತಿಳಿ

ತಾ ಮಾಳ್ಪುದು ಬಂಧನವ, ಹೇ ಭಾರತ,

ಪ್ರಮಾದ, ಆಲಸ್ಯ ಮತ್ತು ನಿದ್ರೆಯಲಿ

9.

ಸತ್ತ್ವಂ ಸುಖೀ ಸಂಜಯತಿ ರಜಃ ಕರ್ಮಣಿ ಭಾರತ ।
ಜ್ಞಾನಮಾವೃತ್ಯ ತು ತಮಃ ಪ್ರಮಾದೇ ಸಂಜಯತ್ಯುತ ॥

ಬಂಧಿಸುವುದು ಸುಖಿದೊಡನೆ ಸತ್ತ್ವ ಗುಣ,

ಅಂಟಿಸುವುದು ರಜವು ಕರ್ಮಗಳ ನಂಟ,

ಜ್ಞಾನವನಾವರಿಸಿ ತಮವು, ಹೇ ಭಾರತ,

ಎನುವರದು - ಗೈವುದು ತಿಳಿವಿನ ಪಲ್ಲಟ

10.

ರಜಸ್ತಮಶ್ಚಾಭಿಭೂಯ ಸತ್ತ್ವಂ ಭವತಿ ಭಾರತ ।
ರಜಃ ಸತ್ತ್ವಂ ತಮಶ್ಚೈವ ತಮಃ ಸತ್ತ್ವಂ ರಜಸ್ತಥಾ ॥

ಮೀರುತ ರಜ-ತಮಗಳ, ಹೇ ಭಾರತ,

ಏರುವುದು ಸತ್ವ, ಅಂತೇ ಕೆಲ ಬಾರಿ

ಪಾರಮ್ಯ ರಜಕೆ - ಅಡಗಿಸಿ ತಮ-ಸತ್ವ,

ತೋರಿ ತಮ ಕೆಲ ಸಲ - ರಜ-ಸತ್ವ ಮೀರಿ

11.

ಸರ್ವದ್ವಾರೇಷು ದೇಹೇಸ್ಮಿನ್ವ್ರಕಾಶ ಉಪಜಾಯತೇ ।

ಜ್ಞಾನಂ ಯದಾ ತದಾ ವಿದ್ಯಾದ್ವಿವೃದ್ಧಂ ಸತ್ತ್ವ ಮಿತ್ಯುತ ॥

ದೇಹದೆಲ್ಲ ಇಂದ್ರಿಯಗಳೂ ಕೂಡ

ಬಹು ಪ್ರಕಾಶಿಸುತಿರಲು ಜ್ಞಾನದಲಿ

ಇಹುದೆಂದು ಆಗ ಸತ್ವದ ವೃದ್ಧಿಯ

ಬಾಹುಳ್ಯವೆಂದೆನುತ ಹೇಳಿಹುದು, ತಿಳಿ

12.

ಲೋಭಃ ಪ್ರವೃತ್ತಿರಾರಂಭಃ ಕರ್ಮಣಾಮಶಮಃ ಸ್ಪೃಹಾ ।

ರಜಸ್ಯೇತಾನಿ ಜಾಯಂತೇ ವಿವೃದ್ಧೇ ಭರತರ್ಷಭ ॥

ಲೋಭ, ಕರ್ತೃತ್ವ, ಕಾರ್ಯ ಪ್ರವೃತ್ತಿ,

ಅಭಿಲಾಷೆ ಹಾಗೂ ನೆಮ್ಮದಿಗೆಡುವಿಕೆ

ಅಭಿವ್ಯಕ್ತವಾಗುತಿವೆಲ್ಲ ಬೆಳೆಯಲು

ಹೇ ಭರತರ್ಷಭ, ಇದು ರಜದ ಇರುವಿಕೆ

13.

ಅಪ್ರಕಾಶೋಪ್ರವೃತ್ತಿಶ್ಚ ಪ್ರಮಾದೋ ಮೋಹ ಏವ ಚ ।

ತಮಸ್ಯೇತಾನಿ ಜಾಯಂತೇ ವಿವೃದ್ಧೇ ಕುರುನಂದನ ॥

ಅಂಧಕಾರವು, ನಿಷ್ಕ್ರಿಯತೆಯು ಹಾಗೂ

ಭ್ರಾಂತಿ ಮತ್ತು ಪ್ರಮಾದವೂ ಕೂಡಾ

ಕಾಣಿಸುವುವಾಗ, ಹೇ ಕುರುನಂದನ,

ಎಂದು ತಾಮಸದ ವೃದ್ಧಿಯಿರೆ ಗಾಥ

14.
ಯದಾ ಸತ್ತ್ವೇ ಪ್ರವೃದ್ಧೇ ತು ಪ್ರಲಯಂ ಯಾತಿ ದೇಹಭೃತ್ ।
ತದೋತ್ತಮವಿದಾಂ ಲೋಕಾನಮಲಾನ್ಪ್ರತಿಪದ್ಯತೇ ॥

ಸತ್ವ ಪ್ರವೃದ್ಧವಿಹ ದೇಹಿಯು ತಾ

ಸತ್ತರೆ ಅವನಾಗ ಏರುವನು ಕೊನೆಗೆ

ಉತ್ತಮ ಜ್ಞಾನಿಗಳು ನೆಲೆಗೊಂಡಿರುವ

ಅತ್ಯುನ್ನತ ಪರಿಶುದ್ಧ ಲೋಕಗಳಿಗೆ

15.
ರಜಸಿ ಪ್ರಲಯಂ ಗತ್ವಾ ಕರ್ಮಸಂಗಿಷು ಜಾಯತೇ ।
ತಥಾ ಪ್ರಲೀನಸ್ತಮಸಿ ಮೂಢಯೋನಿಷು ಜಾಯತೇ ॥

ರಜೋಗುಣದಲಿರುತ ಸಾವನಪ್ಪಿದರೆ

ತಾ ಜನಿಸುವ ಕರ್ಮಸಂಗದ ಜನರಲಿ,

ಈ ಜಗ ತೊರೆಯೆ ತಾಮಸಿಯು ಅಂತೆಯೇ

ತಾ ಜನಿಸುವನು ಮೂಢಯೋನಿಗಳಲಿ

16.
ಕರ್ಮಣಃ ಸುಕೃತಸ್ಯಾಹುಃ ಸಾತ್ತ್ವಿಕಂ ನಿರ್ಮಲಂ ಫಲಮ್ ।
ರಜಸಸ್ತು ಫಲಂ ದುಃಖಮಜ್ಞಾನಂ ತಮಸಃ ಫಲಮ್ ॥

ಒಳ್ಳೆಯ ಕರ್ಮಗಳ ಮಾಡಲು ಸಿಗುವ

ಫಲಕೆನುವರು ಅದು ಸಾತ್ವಿಕ, ನಿರ್ಮಲ

ಫಲಿಸುವುದು ರಾಜಸಿಕ ಕರ್ಮಕೆ ದುಃಖ

ಬೆಳೆವುದು ತಮಕರ್ಮಕೆ ಅಜ್ಞಾನ ಫಲ

17.

ಸತ್ತ್ವಾತ್ಸಂಜಾಯತೇ ಜ್ಞಾನಂ ರಜಸೋ ಲೋಭ ಏವ ಚ ।

ಪ್ರಮಾದಮೋಹೌ ತಮಸೋ ಭವತೋಜ್ಞಾನಮೇವ ಚ ॥

> ಸತ್ವದಿಂದ ತಳೆದು ಬೆಳೆವುದು ಜ್ಞಾನ
>
> ಉತ್ಪನ್ನವು ರಜದಿಂದ ಜಿಪುಣತನ
>
> ಗತಿಸುವುದು ತಮದಿಂದಲೇ ಪ್ರಮಾದ
>
> ಮತ್ತು ಮೋಹ, ಅಂತೆಯೇ ಅಜ್ಞಾನ

18.

ಊರ್ಧ್ವಂ ಗಚ್ಛಂತಿ ಸತ್ತ್ವಸ್ಥಾ ಮಧ್ಯೇ ತಿಷ್ಠಂತಿ ರಾಜಸಾಃ ।

ಜಘನ್ಯಗುಣವೃತ್ತಿಸ್ಥಾ ಅಧೋ ಗಚ್ಛಂತಿ ತಾಮಸಾಃ ॥

> ಊರ್ಧ್ವದೆಡೆ ಪಯಣಗೈವರು ಸಾತ್ತ್ವಿಕರು
>
> ಮಧ್ಯದಲಿ ನೆಲೆ ನಿಲುವರು ರಾಜಸಿಕರು
>
> ಆಧರಿಸಿ ಹೀನ ಗುಣದ ವೃತ್ತಿಯನು
>
> ಅಧಃಪತನ ಹೊಂದುವರು ತಾಮಸಿಕರು

19.

ನಾನ್ಯಂ ಗುಣೇಭ್ಯಃ ಕರ್ತಾರಂ ಯದಾ ದ್ರಷ್ಟಾನುಪಶ್ಯತಿ ।

ಗುಣೇಭ್ಯಶ್ಚ ಪರಂ ವೇತ್ತಿ ಮದ್ಭಾವಂ ಸೋಽಧಿಗಚ್ಛತಿ ॥

> ತ್ರಿಗುಣಗಳಲ್ಲದ ಅನ್ಯ ಕರ್ತಾರನ
>
> ಬಗೆಯಿರದೆನುತ ದ್ರಷ್ಟಾರ ತಾನು
>
> ಬಗೆಯುತಿರಲು ಹಾಗೂ ಗುಣಾತೀತನ
>
> ತಾ ಗ್ರಹಿಸಿರಲೆನ್ನಯ ನೆಲೆ ಹೊಂದುವನು

20.

ಗುಣಾನೇತಾನತೀತ್ಯ ತ್ರೀಂದೇಹೀ ದೇಹಸಮುದ್ಭವಾನ್ ।

ಜನ್ಮಮೃತ್ಯುಜರಾದುಃಖೈರ್ವಿಮುಕ್ತೋಽಮೃತಮಶ್ನುತೇ ॥

ದೇಹಕೆ ಕಾರಣವಾದೀ ತ್ರಿಗುಣಗಳ

ದೇಹಿಯು ಮೀರುತ ದಾಟಿ ನಡೆದಾಗ

ಇಹದ ಜನ್ಮ, ಮೃತ್ಯು, ಮುಪ್ಪು, ದುಃಖ

ಸಹಿತಿರದೆ ಸವಿವ ಅಮೃತತ್ವ ಭೋಗ

21.

ಅರ್ಜುನ ಉವಾಚ ।

ಕೈರ್ಲಿಂಗ್ಯೈಸ್ತ್ರೀನ್ಗುಣಾನೇತಾನತೀತೋ ಭವತಿ ಪ್ರಭೋ ।

ಕಿಮಾಚಾರಃ ಕಥಂ ಚೈತಾಂಸ್ತ್ರೀನ್ಗುಣಾನತಿವರ್ತತೇ ॥

ಅರ್ಜುನ ಉವಾಚ:

ಈಯೆಲ್ಲ ತ್ರಿಗುಣಗಳನು ದಾಟಿದವ

ಯಾಯಾವ ಕುರುಹುಗಳನು ತೋರುವನು?

ಆ ಯಾವ ಆಚಾರಗಳು ಅವನವು?

ಹಾಯುವವನೆಂತು ಈ ತ್ರಿಗುಣಗಳನು?

22.

ಶ್ರೀಭಗವಾನುವಾಚ ।

ಪ್ರಕಾಶಂ ಚ ಪ್ರವೃತ್ತಿಂ ಚ ಮೋಹಮೇವ ಚ ಪಾಂಡವ ।

ತ ದ್ವೇಷ್ಟಿ ಸಂಪ್ರವೃತ್ತಾನಿ ನ ನಿವೃತ್ತಾನಿ ಕಾಂಕ್ಷತಿ ॥

ಶ್ರೀ ಭಗವಾನುವಾಚ:

ತಿಳಿವಿನ ಬೆಳಕಿರಲಿ, ಚಟುವಟಿಕೆ ಇರಲಿ,

ಅಲ್ಲದೆ ಭ್ರಾಂತಿಯಿರಲಿ, ಪಾಂಡವನೇ,

ಬಳ್ಳಳವು ಅವಗಿರದೆಂದೂ ದ್ವೇಷ,

ಅಳಿಯಲವು ಅವ ಪಡನು ಆಸೆಯನೇ

23.

ಉದಾಸೀನವದಾಸೀನೋ ಗುಣ್ಯೈರ್ಯೋ ನ ವಿಚಾಲ್ಯತೇ ।
ಗುಣಾ ವರ್ತಂತ ಇತ್ಯೇವ ಯೋವತಿಷ್ಠತಿ ನೇಂಗತೇ ॥

ನೆಲೆಸಿರುತ ಉದಾಸೀನ ಭಾವದಲಿ

ಗಲಿಬಿಲಿಗೊಳದಿಹ ಗುಣಗಳ ಆಟಕೆ

ಎಲ್ಲವೂ ಗುಣಗಳ ವರ್ತನೆಯೆನುತಲಿ

ಉಳಿವನು ಸುಮ್ಮನೆ, ಪಡದೆ ಚಡಪಡಿಕೆ

24.

ಸಮದುಃಖಸುಖಃ ಸ್ವಸ್ಥಃ ಸಮಲೋಷ್ಟಾಶ್ಮಕಾಂಚನಃ ।
ತುಲ್ಯಪ್ರಿಯಾಪ್ರಿಯೋ ಧೀರಸ್ತುಲ್ಯನಿಂದಾತ್ಮಸಂಸ್ತುತಿಃ ॥

ತನ್ನಲಿ ನೆಲೆಸಿ, ಸುಖ-ದುಃಖ ಸಮವೆನುತ,

ಚಿನ್ನ, ಶಿಲೆ, ಮಣ್ಣ - ಎಣಿಸಿ ಒಂದೇ ಬಗೆ,

ಒಂದೆನುತ ಪ್ರಿಯ-ಅಪ್ರಿಯಗಳನಳೆದು

ನಿಂದೆ-ಸ್ತುತಿ ಸಮಾನ ಆ ಧೀರನಿಗೆ

25.

ಮಾನಾಪಮಾನಯೋಸ್ತುಲ್ಯಸ್ತುಲ್ಯೋ ಮಿತ್ರಾರಿಪಕ್ಷಯೋಃ ।
ಸರ್ವಾರಂಭಪರಿತ್ಯಾಗೀ ಗುಣಾತೀತಃ ಸ ಉಚ್ಯತೇ ॥

ಮಾನ-ಅಪಮಾನಗಳ ತಿಳಿದು ಸಮಾನ

ಒಂದೇ ವಿಧ ಮಿತ್ರ-ಶತ್ರುಗಳಲಿರುತ

ಅಂಟದಿರಲಾವ ಲೌಕಿಕ ಕರ್ಮಕೂ

ಅಂತಹವನೆನಿಸುವನು ಗುಣಾತೀತ

26.

ಮಾಂ ಚ ಯೋವ್ಯಭಿಚಾರೇಣ ಭಕ್ತಿಯೋಗೇನ ಸೇವತೇ ।
ಸ ಗುಣಾನ್ಸಮತೀತ್ಯೈತಾನ್ಬ್ರಹ್ಮಭೂಯಾಯ ಕಲ್ಪತೇ ॥

ಯಾವ ವ್ಯಕ್ತಿಯು ಎಡಬಿಡದೆ ನನ್ನ

ಸೇವಿಸುವನೋ ತಾ ಭಕ್ತಿಯಲಿ ಸತತ

ಅವನು ಈ ಎಲ್ಲ ಗುಣಗಳ ಮೀರುತ

ಅವರೋಹಿಸುವನಾಗ ಬ್ರಹ್ಮದತ್ತ

27.

ಬ್ರಹ್ಮಣೋ ಹಿ ಪ್ರತಿಷ್ಠಾಹಮಮ್ಮತಸ್ಯಾವ್ಯಯಸ್ಯ ಚ ।

ಶಾಶ್ವತಸ್ಯ ಚ ಧರ್ಮಸ್ಯ ಸುಖಸ್ಯೈಕಾಂತಿಕಸ್ಯ ಚ ॥

ಅಮೃತವೂ ಅವ್ಯಯವೂ ಆಗಿಹ

ಬ್ರಹ್ಮಕೇ ನಾ ಆಗಿರುವೆನಾಶ್ರಯವು

ಸಂಪೂರ್ಣ ಸುಖಕೂ, ಮತ್ತು ಸನಾತನ

ಧರ್ಮಕೆ ಕೂಡಾ ನಾ ಆಧಾರವು

ಓಂ ತತ್ಸದಿತಿ ಶ್ರೀಮದ್ಭಗವದ್ಗೀತಾಸೂಪನಿಷತ್ಸು

ಬ್ರಹ್ಮವಿದ್ಯಾಯಾಂ ಯೋಗಶಾಸ್ತ್ರೇ ಶ್ರೀಕೃಷ್ಣಾರ್ಜುನಸಂವಾದೇ

ಗುಣತ್ರಯವಿಭಾಗಯೋಗೋ ನಾಮ ಚತುರ್ದಶೋಧ್ಯಾಯಃ ॥

ಪಂಚದಶೋಧ್ಯಾಯ:

1.
ಶ್ರೀಭಗವಾನುವಾಚ ।
ಊರ್ಧ್ವಮೂಲಮಧಃಶಾಖಮಶ್ವತ್ಥಂ ಪ್ರಾಹುರವ್ಯಯಮ್ ।
ಛಂದಾಂಸಿ ಯಸ್ಯ ಪರ್ಣಾನಿ ಯಸ್ತಂ ವೇದ ಸ ವೇದವಿತ್ ॥

ಶ್ರೀ ಭಗವಾನುವಾಚ:

ಹೇಳುವರು ಅವ್ಯಯ ಅಶ್ವತ್ಥ ಕುರಿತು:

ಮೇಲದಕಿದೆ ಬೇರು, ಕೆಳಗೆ ರೆಂಬೆಗಳು,

ಎಲೆಗಳು ವೇದಮಂತ್ರ, ಇಂತಿದನಾರು

ತಿಳಿವನೋ ಅವನರಿವಲಿವೆ ವೇದಗಳು

2.
ಅಧಶ್ಚೋರ್ಧ್ವಂ ಪ್ರಸೃತಾಸ್ತಸ್ಯ ಶಾಖಾ
ಗುಣಪ್ರವೃದ್ಧಾ ವಿಷಯಪ್ರವಾಲಾಃ ।
ಅಧಶ್ಚ ಮೂಲಾನ್ಯನುಸಂತತಾನಿ
ಕರ್ಮಾನುಬಂಧೀನಿ ಮನುಷ್ಯಲೋಕೇ ॥

ಮೇಲೆ ಕೆಳಗೆ ವಿಸ್ತರಿಸಿವೆ ಕೊಂಬೆಗಳು

ಬೆಳೆದು ಗುಣವುಂಡು, ವಿಷಯ ಕುಡಿಯೊಡೆದು

ಕೆಳದಿಕ್ಕಿಗೂ ಇಳಿದಿವೆ ಬೇರುಗಳು

ಇಳೆಯ ಕರ್ಮಗಳಿಗೆ ನರನ ಎಡೆತಂದು

3.
ನ ರೂಪಮಸ್ಯೇಹ ತಥೋಪಲಭ್ಯತೇ

ನಾಂತೋ ನ ಚಾದಿರ್ನ ಚ ಸಂಪ್ರತಿಷ್ಠಾ |
ಅಶ್ವತ್ಥಮೇನಂ ಸುವಿರೂಢಮೂಲಮ್
ಅಸಂಗಶಸ್ತ್ರೇಣ ದೃಢೇನ ಛಿತ್ವಾ ||

ಈ ಮರದ ರೂಪ, ತುದಿ, ಮೊದಲು, ನೆಲೆಯು
ಗಮನಿಸಲು ಇದಾವುದೂ ಕೂಡ ಸಿಗದು
ಹಮ್ಮಿ ಬೇರೂರಿಹ ಈ ಅಶ್ವತ್ಥವ
ನೆಮ್ಮಿ ದೃಢ ಅಸಂಗ ಶಸ್ತ್ರದಿ ತರಿದು-

4.

ತತಃ ಪದಂ ತತ್ಪರಿಮಾರ್ಗಿತವ್ಯಂ
ಯಸ್ಮಿನ್ನತಾ ನ ನಿವರ್ತಂತಿ ಭೂಯಃ |
ತಮೇವ ಚಾದ್ಯಂ ಪುರುಷಂ ಪ್ರಪದ್ಯೇ
ಯತಃ ಪ್ರವೃತ್ತಿಃ ಪ್ರಸೃತಾ ಪುರಾಣೀ ||

-ಆಗ ಹುಡುಕಲು ಬೇಕು ಆ ಪದವನೇ
ಸಿಗಲಾವುದದು ತಾನಿಹ ಮರಳದೆಯೇ,
ಆಗಿ ಶರಣು ಆದಿಪುರುಷಗೆ ಯಾರಲಿ
ಉಗಮವಿಹುದೊ ಅನಾದಿ ಸೃಷ್ಟಿಕ್ರಿಯ

5.

ನಿರ್ಮಾನಮೋಹಾ ಜಿತಸಂಗದೋಷಾ
ಅಧ್ಯಾತ್ಮನಿತ್ಯಾ ವಿನಿವೃತ್ತಕಾಮಾಃ |
ದ್ವಂದ್ವೈರ್ವಿಮುಕ್ತಾಃ ಸುಖದುಃಖಸಂಜ್ಞೈರ್
ಗಚ್ಛಂತ್ಯಮೂಢಾಃ ಪದಮವ್ಯಯಂ ತತ್ ||

ಪ್ರತಿಷ್ಠ, ಮೋಹ, ಸಂಗದೋಷಗಳಳಿದು,
ಆತ್ಮದಲೆಂದೂ ನೆಲೆಸಿ, ತೊರೆದು ಬಯಕೆ
ಮುಕ್ತರಿರುತ ಸುಖ-ದುಃಖ ದ್ವಂದ್ವದಲಿ

ಮತಿಗೆಡದೆ ನಡೆಯುವರು ಅವ್ಯಯ ಪದಕೆ

6.

ನ ತದ್ಭಾಸಯತೇ ಸೂರ್ಯೋ ನ ಶಶಾಂಕೋ ನ ಪಾವಕಃ ।
ಯದ್ಗತ್ವಾ ನ ನಿವರ್ತಂತೇ ತದ್ಧಾಮ ಪರಮಂ ಮಮ ॥

ಎಲ್ಲಿ ರವಿ, ಚಂದ್ರ, ಅಗ್ನಿಯರಾರೂ

ಇಲ್ಲವಾಗಿಹರೋ ಬೆಳಕ ಕೊಡುವ ಸೆಲೆ

ಎಲ್ಲಿ ತಲುಪಿದರೆ ಇಲ್ಲ ಮರಳುವಿಕೆ

ಅಲ್ಲಿಹುದೆನ್ನ ಪರಂಧಾಮದ ನೆಲೆ

7.

ಮಮ್ಮೆವಾಂಶೋ ಜೀವಲೋಕೇ ಜೀವಭೂತಃ ಸನಾತನಃ ।
ಮನಃಷಷ್ಠಾನೀಂದ್ರಿಯಾಣಿ ಪ್ರಕೃತಿಸ್ಥಾನಿ ಕರ್ಷತಿ ॥

ನನ್ನ ಸನಾತನ ಅಂಶವೇ ತಾನು

ಜನಿಸಿ ಜೀವಿಯಾಗಿ ಜೀವಲೋಕದಲಿ

ಮನವೂ ಸೇರಿ ಆರು ಇಂದ್ರಿಯಗಳ

ತನ್ನೆಡೆ ಸೆಳೆದು ನೆಲೆಸಿ ಪ್ರಕೃತಿಯಲಿ-

8.

ಶರೀರಂ ಯದವಾಪ್ನೋತಿ ಯಚ್ಚಾಪ್ಯುತ್ಕ್ರಾಮತೀಶ್ವರಃ ।
ಗೃಹೀತ್ವೈತಾನಿ ಸಂಯಾತಿ ವಾಯುರ್ಗಂಧಾನಿವಾಶಯಾತ್ ॥

ದೇಹವ ಪಡೆದಿರಲು ಅಂತೆಯೇ ಮತ್ತೆ

ಇಹದಲಿ ತ್ಯಜಿಸುತ ನಡೆಯಲು ಈಶ್ವರ-

ಸಹಿತ ಅವೆಲ್ಲವನೂ ಒಯ್ಯುವನಾಗ,

ಆ ಹೂಗಂಧವ ವಾಯು ಒಯ್ಯುವ ತರ

9.

ಶ್ರೋತ್ರಂ ಚಕ್ಷುಃ ಸ್ಪರ್ಶನಂ ಚ ರಸನಂ ಘ್ರಾಣಮೇವ ಚ ।
ಅಧಿಷ್ಠಾಯ ಮನಶ್ಚಾಯಂ ವಿಷಯಾನುಪಸೇವತೇ ॥

ಕಾಣುವ, ಕೇಳುವ, ಮುಟ್ಟುವ, ಹಾಗೂ

ಘ್ರಾಣಿಸುವ, ರುಚಿ ಸವಿಯುವ ಕರಣಗಳಲಿ

ಮನೆ ಮಾಡುತವನು ಮನಸನೂ ಬಳಸಿ

ಅನುಭವಿಸುವನಿರುತ ವಿಷಯ ಭೋಗದಲಿ

10.

ಉತ್ಕ್ರಾಮಂತಂ ಸ್ಥಿತಂ ವಾಪಿ ಭುಂಜಾನಂ ವಾ ಗುಣಾನ್ವಿತಮ್ ।
ವಿಮೂಢಾ ನಾನುಪಶ್ಯಂತಿ ಪಶ್ಯಂತಿ ಜ್ಞಾನಚಕ್ಷುಷಃ ॥

ಇರುವವನ, ಅನುಭವಿಸುವನ, ದೇಹವನು

ತೊರೆವವನ, ಗುಣ ತೋರುವವನ- ಮೂಢರು

ಅರಿಯಲಾರರು ಎಂದೂ ಸಹ, ಆದರೆ

ಅರಿವಿನ ಒಳ ಕಣ್ಣಿರೆದವರರಿವರು

11.

ಯತಂತೋ ಯೋಗಿನಶ್ಚೈನಂ ಪಶ್ಯಂತ್ಯಾತ್ಮನ್ಯವಸ್ಥಿತಮ್ ।
ಯತಂತೋಽಪ್ಯಕೃತಾತ್ಮಾನೋ ನೈನಂ ಪಶ್ಯಂತ್ಯಚೇತಸಃ ॥

ಪ್ರಯತ್ನಶೀಲ ಯೋಗಿಗಳು ಈತನನು

ಸ್ವಯಂ ತಮ್ಮಲಿ ನೆಲೆಸಿಹುದ ಕಾಣುವರು

ನಿಯತಿ ಇರದೆ, ನಿರ್ಮಲ ಚಿತ್ತ ಹೊಂದದೆ

ಪ್ರಯತ್ನಶೀಲರೂ ಆತನ ಕಾಣರು

12.

ಯದಾದಿತ್ಯಗತಂ ತೇಜೋ ಜಗದ್ಭಾಸಯತೇಖಿಲಮ್ ।
ಯಚ್ಚಂದ್ರಮಸಿ ಯಚ್ಚಾಗ್ನೌ ತತ್ತೇಜೋ ವಿದ್ಧಿ ಮಾಮಕಮ್ ॥

ಅಖಿಲ ಜಗವ ಬೆಳಗುವ ಆ ಬೆಳಕಿನ

ಆಕರವಾಗಿಹ ರವಿ ತೇಜವದೂ,

ಪ್ರಕಾಶಿಸುವ ಚಂದ್ರ, ಅಗ್ನಿಯರಲಿರುವ

ಸಕಲ ತೇಜವೂ, ತಿಳಿ, ನನ್ನದೆಂದು

13.

ಗಾಮಾವಿಶ್ಯ ಚ ಭೂತಾನಿ ಧಾರಯಾಮ್ಯಹಮೋಜಸಾ ।

ಪುಷ್ಣಾಮಿ ಚೌಷಧೀಃ ಸರ್ವಾಃ ಸೋಮೋ ಭೂತ್ವಾ ರಸಾತ್ಮಕಃ ॥

ಭುವಿಯ ನನ್ನ ಓಜದಲಿ ನಾ ವ್ಯಾಪಿಸಿ

ಜೀವಿಗಳಿಗೆಲ್ಲ ನೀಡುವೆ ಆಧಾರ

ದ್ರವಾತ್ಮಕನಾದ ಸೋಮನಾಗಿರುತ

ನಾ ವೃದ್ಧಿಗೊಳಿಸುವೆ ಎಲ್ಲ ಗಿಡ-ಮರ

14.

ಅಹಂ ವೈಶ್ವಾನರೋ ಭೂತ್ವಾ ಪ್ರಾಣಿನಾಂ ದೇಹಮಾಶ್ರಿತಃ ।

ಪ್ರಾಣಾಪಾನಸಮಾಯುಕ್ತಃ ಪಚಾಮ್ಯನ್ನಂ ಚತುರ್ವಿಧಮ್ ॥

ವೈಶ್ವಾನರನಾಗಿ ಜೀವಿಗಳ ದೇಹ

ಆಶ್ರಯಿಸಿ, ಪ್ರಾಣ-ಅಪಾನಗಳನು

ನಾ ಸೇರಿ ಒಡಗೂಡಿ, ಚತುರ್ವಿಧವಿಹ

ಅಶನವನು ಪಚನಗೈಯುವೆನು ನಾನು

15.

ಸರ್ವಸ್ಯ ಚಾಹಂ ಹೃದಿ ಸನ್ನಿವಿಷ್ಟೋ

ಮತ್ತಃ ಸ್ಮೃತಿರ್ಜ್ಞಾನಮಪೋಹನಂ ಚ ।

ವೇದ್ಯೈಶ್ಚ ಸರ್ವೈರಹಮೇವ ವೇದ್ಯೋ

ವೇದಾಂತಕೃದ್ವೇದವಿದೇವ ಚಾಹಮ್ ॥

ಸಕಲ ಜೀವಿಗಳ ಹೃದಯವಾಸಿ ನಾ

ವ್ಯಕ್ತ ನನ್ನಿಂದ - ಸ್ಮೃತಿ, ಅರಿವು, ಮರೆವು

ನಿಖಿಲ ವೇದಗಳ ವೇದ್ಯ, ವೇದಾಂತಕೆ

ನಾ ಕರ್ತೃವಿರುವೆ, ನಾ ವೇದದರಿವು

16.

ದ್ವಾವಿಮೌ ಪುರುಷೌ ಲೋಕೇ ಕ್ಷರಶ್ಚಾಕ್ಷರ ಏವ ಚ ।

ಕ್ಷರಃ ಸರ್ವಾಣಿ ಭೂತಾನಿ ಕೂಟಸ್ಥೋಕ್ಷರ ಉಚ್ಯತೇ ॥

ಲೋಕವಿದರಲಿ ತೋರುವ ಪುರುಷರಲಿ

ಅಕ್ಷರ, ಕ್ಷರ - ಎಂದಿಹುದು ಎರಡು ಬಗೆ

ಅಕ್ಷರವು ಕೂಟಸ್ಥ ದಿವ್ಯ ಪ್ರಜ್ಞೆ

ಕ್ಷರವೆಂದೆನುವರು ಸಕಲ ಜೀವಿಗಳಿಗೆ

17.

ಉತ್ತಮಃ ಪುರುಷಸ್ತ್ವನ್ಯಃ ಪರಮಾತ್ಮೇತ್ಯುಧಾಹೃತಃ ।

ಯೋ ಲೋಕತ್ರಯಮಾವಿಶ್ಯ ಬಿಭರ್ತ್ಯವ್ಯಯ ಈಶ್ವರಃ ॥

ಬೇರೊಬ್ಬ ಉತ್ತಮ ಪುರುಷನೂ ಇಹನು

ಕರೆಯುವರವನ ಪರಮಾತ್ಮನೆಂದೆನುತ

ಮೂರು ಲೋಕಗಳನೂ ಆವರಿಸುತಲಿ

ಪೊರೆಯುತಿರುವ ಅವ್ಯಯ ಈಶ್ವರನಾತ

18.

ಯಸ್ಮಾತ್ಕ್ಷರಮತೀತೋಹಮಕ್ಷರಾದಪಿ ಚೋತ್ತಮಃ ।

ಅತೋಸ್ಮಿ ಲೋಕೇ ವೇದೇ ಚ ಪ್ರಥಿತಃ ಪುರುಷೋತ್ತಮಃ ॥

ಅತೀತ ನಾನಾಗಿರುತಿರಲು ಕ್ಷರಕೆ,

ಮತ್ತು ಅಕ್ಷರಕಿಂತುತ್ತಮನಿರುತ

ಅತಿಶಯದಿ ಲೋಕದಲಿ, ವೇದಗಳಲಿ

ಪ್ರತೀತನಿಹೆ ನಾ ಪುರುಷೋತ್ತಮನೆನುತ

19.

ಯೋ ಮಾಮೇವಮಸಂಮೂಢೋ ಜಾನಾತಿ ಪುರುಷೋತ್ತಮಂ ।
ಸ ಸರ್ವವಿದ್ಭಜತಿ ಮಾಂ ಸರ್ವಭಾವೇನ ಭಾರತ ॥

ಯಾರು ಇಂತು ಭ್ರಾಂತಿ ನೀಗಿ ನನ್ನನು

ಪುರುಷೋತ್ತಮನೆಂದು ತಿಳಿವನೋ ಅವನು

ಅರಿತು ತಾ ಸರ್ವವನೂ, ಹೇ ಭಾರತ,

ಸರ್ವ ಬಗೆಯಲೂ ನನ್ನ ಪೂಜಿಸುವನು

20.

ಇತಿ ಗುಹ್ಯತಮಂ ಶಾಸ್ತ್ರಮಿದಮುಕ್ತಂ ಮಯಾನಘ ।
ಏತದ್ಬುದ್ಧ್ವಾ ಬುದ್ಧಿಮಾನ್ಸ್ಯಾತ್ಕೃತಕೃತ್ಯಶ್ಚ ಭಾರತ ॥

ಅನಘನೇ, ಈ ರಹಸ್ಯ ಶಾಸ್ತ್ರವನೇ

ನಾ ನಿನಗೆ ತಿಳಿಸಿ ನುಡಿದೆನೀ ಮಾತ

ಜ್ಞಾನಿಯವನು ಇದನರಿತವನು- ಮತ್ತು

ತಾನಿಹ ಕೃತಕೃತ್ಯ, ಹೇ ಭಾರತ

ಓಂ ತತ್ಸದಿತಿ ಶ್ರೀಮದ್ಭಗವದ್ಗೀತಾಸೂಪನಿಷತ್ಸು
ಬ್ರಹ್ಮವಿದ್ಯಾಯಾಂ ಯೋಗಶಾಸ್ತ್ರೇ ಶ್ರೀಕೃಷ್ಣಾರ್ಜುನಸಂವಾದೇ
ಪುರುಷೋತ್ತಮಯೋಗೋ ನಾಮ ಪಂಚದಶೋಧ್ಯಾಯಃ॥

ಷೋಡಪೋದ್ಯಾಯ:

1.

ಶ್ರೀಭಗವಾನುವಾಚ ।

ಅಭಯಂ ಸತ್ತ್ವ ಸಂಶುದ್ಧಿರ್ಜ್ಞಾನಯೋಗವ್ಯವಸ್ಥಿತಿಃ ।

ದಾನಂ ದಮಶ್ಚ ಯಜ್ಞಶ್ಚ ಸ್ವಾಧ್ಯಾಯಸ್ತಪ ಆರ್ಜವಮ್ ॥

ಶ್ರೀ ಭಗವಾನುವಾಚ:

ಮನದಲ್ಲಿ ನಿರ್ಭೀತಿ, ಶುದ್ಧ ಹೃದಯ,

ಜ್ಞಾನ, ಯೋಗಗಳಲಿ ಅಬಾಧಿತ ಆಸ್ಥೆ,

ದಾನ, ಮನೋನಿಗ್ರಹ, ಯಜ್ಞಾಚರಣೆ,

ಅನುಷ್ಠಾನ, ವೇದಾಧ್ಯಯನ, ಸರಳತೆ,

2.

ಅಹಿಂಸಾ ಸತ್ಯಮಕ್ರೋಧಸ್ತ್ಯಾಗಃ ಶಾಂತಿರಪೈಶುನಮ್ ।

ದಯಾ ಭೂತೇಷ್ವಲೋಲುಪ್ತ್ವಂ ಮಾರ್ದವಂ ಹ್ರೀರಚಾಪಲಮ್ ॥

ಸತ್ಯ, ಅಹಿಂಸೆ, ಕೋಪವಿರದಿರುವಿಕೆ,

ಶಾಂತಿ, ತ್ಯಾಗ, ಕುಂದು ಹುಡುಕದ ಮತಿ,

ಭೂತದಯೆ, ಲೋಭರಾಹಿತ್ಯ, ಸಭ್ಯತೆ,

ಮತ್ತು ನಮ್ರತೆ, ಚಂಚಲವಿರದ ಸ್ಥಿತಿ,

3.

ತೇಜಃ ಕ್ಷಮಾ ಧೃತಿಃ ಶೌಚಮದ್ರೋಹೋ ನಾತಿಮಾನಿತಾ ।

ಭವಂತಿ ಸಂಪದಂ ದೈವೀಮಭಿಜಾತಸ್ಯ ಭಾರತ ॥

ಕ್ಷಮೆ, ತೇಜ, ಸ್ಥೈರ್ಯ, ಶುಚಿತ್ವ ಹೊಂದಿ,

ಹಮ್ಮು, ದ್ರೋಹಗಳಿಂದ ಇರುತ ಮುಕ್ತ:

ಸಂಪದವಿವು ದೈವೀಗುಣಗಳೊಡನೆ

ಸಂಜಾತನಾದವನವು, ಹೇ ಭಾರತ

4.

ದಂಭೋ ದರ್ಪೋಭಿಮಾನಶ್ಚ ಕ್ರೋಧಃ ಪಾರುಷ್ಯಮೇವ ಚ ।

ಅಜ್ಞಾನಂ ಚಾಭಿಜಾತಸ್ಯ ಪಾರ್ಥ ಸಂಪದಮಾಸುರೀಮ್ ॥

ಬೂಟಾಟಿಕೆ, ದರ್ಪ, ದುರಭಿಮಾನಗಳು,

ಕಾರಿಣ್ಯತೆ, ಕೋಪ, ಅಜ್ಞಾನ ಸಹಿತ

ಕೆಟ್ಟ ಗುಣಗಳು ಅಸುರ ಸ್ವಭಾವದಲಿ

ಹುಟ್ಟಿ ಬಂದವನಲಿರುವುವು, ಹೇ ಪಾರ್ಥ

5.

ದೈವೀ ಸಂಪದ್ವಿಮೋಕ್ಷಾಯ ನಿಬಂಧಾಯಾಸುರೀ ಮತಾ ।

ಮಾ ಶುಚಃ ಸಂಪದಂ ದೈವೀಮಭಿಜಾತೋಸಿ ಪಾಂಡವ ॥

ದೈವೀಸಂಪತ್ತು ನೀಡುವುದು ಮೋಕ್ಷ,

ಭವಬಂಧಕೆ ತಾವು ಅಸುರ ಸ್ವಭಾವ,

ನವೆಯದಿರು ನೀನು - ಜನಿಸಿದವನಾಗಿಹೆ

ದೈವೀಸಂಪದದೊಡನೆ, ಹೇ ಪಾಂಡವ

6.

ದ್ವೌ ಭೂತಸರ್ಗೌ ಲೋಕೇಸ್ಮಿಂದ್ಯೈವ ಆಸುರ ಏವ ಚ ।

ದೈವೋ ವಿಸ್ತರಶಃ ಪ್ರೋಕ್ತ ಆಸುರಂ ಪಾರ್ಥ ಮೇ ಶೃಣು ॥

ಜೀವಿಗಳು ಎರಡು ವಿಧ - ಈ ಲೋಕದೊಳು-

ದೈವ ಹಾಗೂ ಅಸುರ ಗುಣದವರೆನುತ

ದೈವಿಕ ವಿವರ ನಾ ಹೇಳಿಹೆನು ಮೊದಲು

ಅವಧರಿಸೆನ್ನಿಂದ ಅಸುರ ಬಗೆ, ಪಾರ್ಥ

7.

ಪ್ರವೃತ್ತಿಂ ಚ ನಿವೃತ್ತಿಂ ಚ ಜನಾ ನ ವಿದುರಾಸುರಾಃ ।
ನ ಶೌಚಂ ನಾಪಿ ಚಾಚಾರೋ ನ ಸತ್ಯಂ ತೇಷು ವಿದ್ಯತೇ ॥

ಕೆಡುನಡೆಯ ಜನಕೆ ತಿಳಿವಿರದಾವ ಪಥ

ಹಿಡಿಯಲೆಂಬುದು, ಅಂತೇ ಬಿಡಲೆಂಬುದು,

ಮಡಿ ಇರದು, ಸರಿ ನಡೆ ಇರದು, ನಿಜವಾದ

ನುಡಿ ಸಹಿತ ಈ ವಿಧದವರಲಿ ತೋರದು

8.

ಅಸತ್ಯಮಪ್ರತಿಷ್ಠಂ ತೇ ಜಗದಾಹುರನೀಶ್ವರಮ್ ।
ಅಪರಸ್ಪರಸಂಭೂತಂ ಕಿಮನ್ಯತ್ಕಾಮಹೈತುಕಮ್ ॥

ಅವರೆನುವರು: ಭವದ ಹಿಂದಾವ ನಿಜದ

ತವರಿಲ್ಲ, ನೆಲೆಯಿಲ್ಲ, ಈಶ್ವರನಿಲ್ಲ,

ಯಾವ ಕಾರಣವಿಲ್ಲ ಇದಿರಲು, ಕಾಮ

ತವಿಸಲಲದೇ ಉದ್ದೇಶ ಬೇರಿಲ್ಲ

9.

ಏತಾಂ ದೃಷ್ಟಿಮವಷ್ಟಭ್ಯ ನಷ್ಟಾತ್ಮಾನೋಲ್ಪಬುದ್ಧಯಃ ।
ಪ್ರಭವಂತ್ಯುಗ್ರಕರ್ಮಾಣಃ ಕ್ಷಯಾಯ ಜಗತೋಹಿತಾಃ ॥

ಮಂದಮತಿಗಳಿವರಿಂಥ ದೃಷ್ಟಿಯನು

ಹೊಂದಿ, ಅವರಲ್ಲಿಯ ವಿವೇಕವು ನಶಿಸಿ

ಮುಂದಾಗುವರು ಜಗದ ವಿನಾಶಕೆ ಈ

ಮಂದಿ ಅಹಿತರಿರುತುಗ್ರ, ಕ್ರಿಯೆ ನಡೆಸಿ

10.

ಕಾಮಮಾಶ್ರಿತ್ಯ ದುಷ್ಪೂರಂ ದಂಭಮಾನಮದಾನ್ವಿತಾಃ ।
ಮೋಹಾದ್ಗೃಹೀತ್ವಾಸದ್ಗ್ರಾಹಾನ್ಪ್ರವರ್ತಂತೇಶುಚಿವ್ರತಾಃ ॥

ತಣಿಯದ ಬಯಕೆಗಳ ಅಂಕೆಗೆ ಸಿಲುಕಿ

ಎಣೆಯಿರದ ಡಂಭ, ಬಿಂಕ, ಮದ ಹೊಂದಿ

ಮಣಿದು ಮೋಹಕೆ, ಮಿಥ್ಯ ಗ್ರಹಿಕೆಗೊದಗಿ

ಹೀನ ಕರ್ಮಗಳನು ಕೈಗೊಳುವ ಮಂದಿ

11.

ಚಿಂತಾಮಪರಿಮೇಯಾಂ ಚ ಪ್ರಲಯಾಂತಾಮುಪಾಶ್ರಿತಾಃ ।
ಕಾಮೋಪಭೋಗಪರಮಾ ಏತಾವದಿತಿ ನಿಶ್ಚಿತಾಃ ॥

ಇಂದ್ರಿಯ ತೃಪ್ತಿಯೆ ಪರಮ ಗುರಿಯೆಂದು

ಇಂತಿರುವುದಂತಿಮ ಎಂದು ನಂಬಿ ಮಿಗೆ

ಚಿಂತೆಗಳ ಕಂತೆಗಳಲಿ ಅಳತೆಗೆ ಮೀರಿ

ಅಂಟಿಕೊಂಡಿರುತ ದೇಹಾಂತ್ಯದವರೆಗೆ

12.

ಆಶಾಪಾಶಶತೈರ್ಬದ್ಧಾಃ ಕಾಮಕ್ರೋಧಪರಾಯಣಾಃ ।
ಈಹಂತೇ ಕಾಮಭೋಗಾರ್ಥಮನ್ಯಾಯೇನಾರ್ಥಸಂಚಯಾನ್ ॥

ನೂರು ಆಶೆಗಳ ಪಾಶದಲಿ ಸಿಲುಕಿ

ಇರುತ ನಿರತ ಕಾಮಕ್ರೋಧಗಳಲಿ

ಪರಿಪರಿ ಕಾಮಭೋಗಗಳ ಪಡೆಯಲು

ಸಿರಿಸಂಗ್ರಹ ಮಾಡುತ ಅನ್ಯಾಯದಲಿ

13.

ಇದಮದ್ಯ ಮಯಾ ಲಬ್ಧಮಿಮಂ ಪ್ರಾಪ್ಸ್ಯೇ ಮನೋರಥಮ್ ।
ಇದಮಸ್ತೀದಮಪಿ ಮೇ ಭವಿಷ್ಯತಿ ಪುನರ್ಧನಮ್ ॥

"ಇದನಿಂದು ಹೊಂದಿರುವೆನು ನಾನಿನ್ನು,

ಇದೆ ಅದರಲಾಸೆ - ಪಡೆವೆನು ಅದನೂ,

ಒದಗಿಹುದು ಈ ಸಂಪದ, ಈ ಆಸ್ತಿ,

ಈ ಧನವ ಮೀರಿ ಮುಂದೆ ಗಳಿಸುವೆನು"

14.

ಅಸೌ ಮಯಾ ಹತಃ ಶತ್ರುರ್ಹನಿಷ್ಯೇ ಚಾಪರಾನಪಿ ।

ಈಶ್ವರೋಹಮಹಂ ಭೋಗೀ ಸಿದ್ಧೋಹಂ ಬಲವಾನ್ಸುಖೀ ॥

"ಆ ಶತ್ರು ಹತನಾಗಿಹ ನನ್ನಿಂದ,

ನಾಶಮಾಡುವೆ ಬೇರೆ ಶತ್ರುಗಳನೂ,

ನಾ ಸ್ವಾಮಿ ಇದಕೆ, ನಾನಿದರ ಭೋಗಿ,

ನಾ ಸುಖಿಯು, ಜಯಶಾಲಿ, ಬಲವಂತನು"

15.

ಆಢ್ಯೋಭಿಜನವಾನಸ್ಮಿ ಕೋನ್ಯೋಸ್ತಿ ಸದೃಶೋ ಮಯಾ ।

ಯಕ್ಷ್ಯೇ ದಾಸ್ಯಾಮಿ ಮೋದಿಷ್ಯ ಇತ್ಯಜ್ಞಾನವಿಮೋಹಿತಾಃ ॥

"ಸಿರಿವಂತನು ನಾ, ಕುಲವಂತನು ನಾ,

ಬೇರೆ ಯಾರೆನಗೆ ಸಮಾನರಿರುವರು?

ಇರುವೆ ಯಜ್ಞ ದಾನ ಮಾಡಿ, ಖುಷಿಯಲಿ"

-ಅರಿವಿರದೆ ಭ್ರಾಂತಿಯಲಿಂತು ನುಡಿವರು

16.

ಅನೇಕಚಿತ್ತವಿಭ್ರಾಂತಾ ಮೋಹಜಾಲಸಮಾವೃತಾಃ ।

ಪ್ರಸಕ್ತಾಃ ಕಾಮಭೋಗೇಷು ಪತಂತಿ ನರಕೇಶುಚೌ ॥

ತೊಳಲಿ ನಾನಾ ಭ್ರಾಂತ ಮನದಲೆಗಳಲಿ

ಸಿಲುಕಿ ಮುತ್ತಿರುವ ಮೋಹಜಾಲದಲಿ

ಮುಳುಗಿ ಕಾಮ ಭೋಗದ ಆಸಕ್ತಿಯಲಿ

ಬೀಳುವರು ಅವರು ಮಲಿನ ನರಕದಲಿ

17.

ಆತ್ಮಸಂಭಾವಿತಾಃ ಸ್ತಬ್ಧಾ ಧನಮಾನಮದಾನ್ವಿತಾಃ ।
ಯಜಂತೇ ನಾಮಯಜ್ಞೈಸ್ತೇ ದಂಭೇನಾವಿಧಿಪೂರ್ವಕಮ್ ॥

ಅಹಂಕಾರ, ಉದ್ಧಟತನಗಳಲಿರುತ

ಬಹು ಬೀಗಿ ಧನ ಸಮ್ಮಾನ ಮದದಲಿ

ನಿಹಿತ ವಿಧಿ ಅನುಸರಿಸದೆ ಯಜ್ಞಗಳ

ಬಾಹ್ಯಾಡಂಬರಕೆ ಆಚರಿಸುತಲಿ

18.

ಅಹಂಕಾರಂ ಬಲಂ ದರ್ಪಂ ಕಾಮಂ ಕ್ರೋಧಂ ಚ ಸಂಶ್ರಿತಾಃ ।
ಮಾಮಾತ್ಮಪರದೇಹೇಷು ಪ್ರದ್ವಿಷಂತೋಭ್ಯಸೂಯಕಾಃ ॥

ಹಮ್ಮು, ಬಲಾಢ್ಯತೆ, ದರ್ಪಗಳು ಹಾಗೂ

ಕಾಮ, ಕ್ರೋಧಗಳನ್ನು ಆಶ್ರಯಿಸಿ

ತಮ್ಮ, ಇತರರ ದೇಹದಲಿರುವ ನನ್ನ

ಅಮರ್ಷದಲಿ ಇರುತಿಹರು ಕಡೆಗಣಿಸಿ

19.

ತಾನಹಂ ದ್ವಿಷತಃ ಕ್ರೂರಾನ್ಸಂಸಾರೇಷು ನರಾಧಮಾನ್ ।
ಕ್ಷಿಪಾಮ್ಯಜಸ್ರಮಶುಭಾನಾಸುರೀಷ್ವೇವ ಯೋನಿಷು ॥

ಕ್ರೂರಿ, ದ್ವೇಷಿಗಳಾಗಿರುವ ಈ ತರ

ನರಾಧಮರ, ಸಂಸಾರ ಸಾಗರದಲಿ

ಮರಮರಳಿ ಬರುತಿರುವಂತೆ ನಾನೆಸೆವೆ

ತಿರುತಿರುಗಿ ಆಸುರೀ ಗರ್ಭಗಳಲಿ

20.

ಆಸುರೀಂ ಯೋನಿಮಾಪನ್ನಾ ಮೂಢಾ ಜನ್ಮನಿ ಜನ್ಮನಿ ।
ಮಾಮಪ್ರಾಪ್ಯೈವ ಕೌಂತೇಯ ತತೋ ಯಾಂತ್ಯಧಮಾಂ ಗತಿಂ ॥

ಅಸುರ ಅಸ್ತಿತ್ವಗಳಲಿ ಅಸು ತಳೆದು

ಹೊಸ ಹೊಸ ಜನ್ಮದಲಿ ಮೂಢರಿರುತಳಿದು

ಯಶರಾಗದೆನ್ನ ಪಡೆಯಲು, ಕೌಂತೇಯ

ನಾಶಗೊಳುವರಿಂತು ಅಧಮಗತಿಗಿಳಿದು

21.

ತ್ರಿವಿಧಂ ನರಕಸ್ಯೇದಂ ದ್ವಾರಂ ನಾಶನಮಾತ್ಮನಃ |

ಕಾಮಃ ಕ್ರೋಧಸ್ತಥಾ ಲೋಭಸ್ತಸ್ಮಾದೇತತ್ತ್ರಯಂ ತ್ಯಜೇತ್ ||

ಮೂರಿವು - ಕಾಮ, ಕ್ರೋಧ, ಲೋಭಗಳು

ದ್ವಾರಗಳಿವು ತೆರೆಯುತಲಿ ನರಕದೆಡೆ

ದಾರಿಗಳು ಆತ್ಮದುನ್ನತಿಯ ನಾಶಕೆ

ಮೂರನೂ ಹೀಗಾಗಿ ನೀ ತ್ಯಜಿಸಿ ನಡೆ

22.

ಏತ್ಯೈರ್ವಿಮುಕ್ತಃ ಕೌಂತೇಯ ತಮೋದ್ವಾರ್ಯೈಸ್ತ್ರಿಭಿರ್ನರಃ |

ಆಚರತ್ಯಾತ್ಮನಃ ಶ್ರೇಯಸ್ತತೋ ಯಾತಿ ಪರಾಂ ಗತಿಮ್ ||

ಮೂರು ವಿಧವಿಹ ತಮದ್ವಾರಗಳಿವನು

ಪಾರಾದರೆ ಆಗ, ಹೇ ಕೌಂತೇಯ,

ನರನು ತನ್ನ ಶ್ರೇಯದ ಕಾರ್ಯಗಳಲಿ

ನಿರತನಿರುತ ಪಡೆವನುತ್ತಮದ ಗತಿಯ

23.

ಯಃ ಶಾಸ್ತ್ರವಿಧಿಮುತ್ಸೃಜ್ಯ ವರ್ತತೇ ಕಾಮಕಾರತಃ |

ನ ಸ ಸಿದ್ಧಿಮವಾಪ್ನೋತಿ ನ ಸುಖಂ ನ ಪರಾಂ ಗತಿಮ್ ||

ಇಷ್ಟ ಬಂದಂತೆ ವರ್ತಿಸುತ ಶಾಸ್ತ್ರದ

ಕಟ್ಟುಗಳನಾರು ಮೀರುವನೋ ಆತ

ಮುಟ್ಟಲಾರನು ಪರಿಪೂರ್ಣ ಸಿದ್ಧಿಯನು,

ಗಟ್ಟಿಸುಖ, ಪರಮಗತಿಯನೂ ಸಹಿತ

24.

ತಸ್ಮಾಚ್ಛಾಸ್ತ್ರಂ ಪ್ರಮಾಣಂ ತೇ ಕಾರ್ಯಾಕಾರ್ಯವ್ಯವಸ್ಥಿತೌ ।

ಜ್ಞಾತ್ವಾ ಶಾಸ್ತ್ರವಿಧಾನೋಕ್ತಂ ಕರ್ಮ ಕರ್ತುಮಿಹಾರ್ಹಸಿ ॥

ಹೀಗಿರಲು ಶಾಸ್ತ್ರಗಳು ಕಾರ್ಯ-ಅಕಾರ್ಯ

ಬಗ್ಗೆ ಪ್ರಮಾಣ ನಿನಗೆ ನಿರ್ಧಾರಕೆ,

ಹೇಗೆ ಶಾಸ್ತ್ರ ವಿಧಿಗಳಲಿ ಹೇಳಿದೆಯೋ

ಹಾಗೆ ಅರಿತಿಲ್ಲಿ ಅರ್ಹ ನೀ ಕರ್ಮಕೆ

ಓಂ ತತ್ಸದಿತಿ ಶ್ರೀಮದ್ಭಗವದ್ಗೀತಾಸೂಪನಿಷತ್ಸು

ಬ್ರಹ್ಮವಿದ್ಯಾಯಾಂ ಯೋಗಶಾಸ್ತ್ರೇ ಶ್ರೀಕೃಷ್ಣಾರ್ಜುನಸಂವಾದೇ

ದೈವಾಸುರಸಂಪದ್ವಿಭಾಗಯೋಗೋ ನಾಮ

ಷೋಡಶೋಧ್ಯಾಯಃ॥

ಸಪ್ತದಶೋಧ್ಯಾಯ:

1.

ಅರ್ಜುನ ಉವಾಚ ।

ಯೇ ಶಾಸ್ತ್ರವಿಧಿಮುತ್ಸೃಜ್ಯ ಯಜಂತೇ ಶ್ರದ್ಧಯಾನ್ವಿತಾಃ ।

ತೇಷಾಂ ನಿಷ್ಠಾ ತು ಕಾ ಕೃಷ್ಣ ಸತ್ತ್ವ ಮಾಹೋ ರಜಸ್ತಮಃ ॥

> ಅರ್ಜುನ ಉವಾಚ:
>
> ಯಾರು ಶಾಸ್ತ್ರವಿಧಿಗಳ ತ್ಯಜಿಸಿದರೂ
>
> ಪೂರ ಶ್ರದ್ಧೆಯಲಿ ಯಜ್ಞ ಕೈಗೊಳಲು
>
> ತರ ಯಾವುದು ನಿಷ್ಠೆ ಅವರದು, ಕೃಷ್ಣ?
>
> ತಾ ರಜವೋ, ತಮವೋ, ಸತ್ವವೋ? ಹೇಳು

2.

ಶ್ರೀಭಗವಾನುವಾಚ ।

ತ್ರಿವಿಧಾ ಭವತಿ ಶ್ರದ್ಧಾ ದೇಹಿನಾಂ ಸಾ ಸ್ವಭಾವಜಾ ।

ಸಾತ್ತ್ವಿಕೀ ರಾಜಸೀ ಚೈವ ತಾಮಸೀ ಚೇತಿ ತಾಂ ಶೃಣು ॥

> ಶ್ರೀ ಭಗವಾನುವಾಚ:
>
> ದೇಹಿಗಳ ಶ್ರದ್ಧೆಯಲಿ ವಿಧಗಳಿವೆ:
>
> ಐಹಿಕ ಗುಣಗಳ ಅನುಸಾರ ಮೂರು
>
> ಇಹುದು ಸಾತ್ತ್ವಿಕ, ರಾಜಸಿಕ, ತಾಮಸಿಕ
>
> ನಾ ಹೇಳುವೆ ಈ ಬಗ್ಗೆ - ಆಲಿಸುತಿರು

3.

ಸತ್ತ್ವಾನುರೂಪಾ ಸರ್ವಸ್ಯ ಶ್ರದ್ಧಾ ಭವತಿ ಭಾರತ ।

ಶ್ರದ್ಧಾಮಯೋಯಂ ಪುರುಷೋ ಯೋ ಯಚ್ಛ್ರದ್ಧಃ ಸ ಏವ ಸಃ ॥

ಅವರವರ ಪ್ರಕೃತಿಯ ಅನುಸಾರ

ಭವಿಸುವುದವರ ಶ್ರದ್ಧೆ, ಹೇ ಭಾರತ

ಜೀವಿ ಶ್ರದ್ಧಾಮಯನೇ ಆಗಿಹನು

ಯಾವ ಶ್ರದ್ಧೆ ಇಹುದೋ - ಅದೇ ಆತ

4.
ಯಜಂತೇ ಸಾತ್ತ್ವಿಕಾ ದೇವಾನ್ಯಕ್ಷರಕ್ಷಾಂಸಿ ರಾಜಸಾಃ ।
ಪ್ರೇತಾನ್ಭೂತಗಣಾಂಶ್ಚಾನ್ಯೇ ಯಜಂತೇ ತಾಮಸಾ ಜನಾಃ ॥

ಸಾತ್ತ್ವಿಕರದು ದೇವತೆಗಳಿಗೆ ಪೂಜೆ

ದೈತ್ಯ-ಯಕ್ಷರ ಪೂಜೆ - ರಾಜಸಿಕರದು

ಪ್ರೇತಗಳ, ಮತ್ತಿತರ ಭೂತಗಣಗಳ

ಸತ್ಕರಿಸುತ ಪೂಜೆ ತಾಮಸಿಕರದು

5.
ಅಶಾಸ್ತ್ರವಿಹಿತಂ ಘೋರಂ ತಪ್ಯಂತೇ ಯೇ ತಪೋ ಜನಾಃ ।
ದಂಭಾಹಂಕಾರಸಂಯುಕ್ತಾಃ ಕಾಮರಾಗಬಲಾನ್ವಿತಾಃ ॥

ಕಲೆತು ಡಂಭ, ಅಹಂಕಾರಗಳಲಿರುತ

ಬಲಿದ ಕಾಮರಾಗಗಳಲಿ ಕೂಡಿರುತ

ಕೆಲ ಜನರು ಶಾಸ್ತ್ರವಿಹಿತವಿರದಂತಹ

ಬಲು ಘೋರ ತಪಸ್ಸಿನಲಿಹರು ನಿರತ

6.
ಕರ್ಷಯಂತಃ ಶರೀರಸ್ಥಂ ಭೂತಗ್ರಾಮಮಚೇತಸಃ ।
ಮಾಂ ಚೈವಾಂತಃಶರೀರಸ್ಥಂ ತಾನ್ವಿದ್ಧ್ಯ ಸುರನಿಶ್ಚಯಾನ್ ॥

ಶರೀರದ ಮೂಲತತ್ತ್ವ ಗಣಗಳನೂ

ಶರೀರದೊಳಗಿರುವ ನನ್ನನೂ ಸಹಿತ

ನರಳಿಸುವರು ಇಂಥ ತಿಳಿಗೇಡಿಗಳು

ಅರಿಯವರನು ನೀ ಅಸುರರೆಂದೆನುತ

7.

ಆಹಾರಸ್ತ್ವಪಿ ಸರ್ವಸ್ಯ ತ್ರಿವಿಧೋ ಭವತಿ ಪ್ರಿಯಃ ।

ಯಜ್ಞಸ್ತಪಸ್ತಥಾ ದಾನಂ ತೇಷಾಂ ಭೇದಮಿಮಂ ಶೃಣು ॥

ಮೂರು ವಿಧದವರ ಪ್ರಿಯ ಆಹಾರ

ಬೇರೆ ಬೇರೆ ತರವಿಹುದು ಮೂರರಲೂ

ಬೇರೆ ಬೇರೆ ಯಜ್ಞ, ತಪ, ದಾನ ಸಹ

ಇರುತಿಹ ಈ ಭೇದಗಳ ಬಗೆ ಕೇಳು

8.

ಆಯುಃಸತ್ತ್ವ ಬಲಾರೋಗ್ಯಸುಖಪ್ರೀತಿವಿವರ್ಧನಾಃ ।

ರಸ್ಯಾಃ ಸ್ನಿಗ್ಧಾಃ ಸ್ಥಿರಾ ಹೃದ್ಯಾ ಆಹಾರಾಃ ಸಾತ್ತ್ವಿಕಪ್ರಿಯಾಃ ॥

ಆರೋಗ್ಯ, ಆಯು, ಚೈತನ್ಯ, ಬಲ, ಮುದ -

ವರ್ಧಿಸುವ, ರುಚಿಯಿಹ, ಸಾರವಿಹ, ಸೌಮ್ಯ,

ಶರೀರಕಾಪ್ಯಾಯಮಾನ ಆಹಾರ -

ಇರುವುದದು ಸಾತ್ತ್ವಿಕ ವ್ಯಕ್ತಿಗೆ ಪ್ರಿಯ

9.

ಕಟ್ವಮ್ಲಲವಣಾತ್ಯುಷ್ಣತೀಕ್ಷ್ಣರೂಕ್ಷವಿದಾಹಿನಃ ।

ಆಹಾರಾ ರಾಜಸಸ್ಯೇಷ್ಟಾ ದುಃಖಶೋಕಾಮಯಪ್ರದಾಃ ॥

ಕಹಿ, ಹುಳಿ, ಉಪ್ಪಾದ, ಅತಿ ಬಿಸಿಯಾದ,

ಬಹುತೀಕ್ಷ್ಣ, ರಸರಹಿತ, ಉರಿಬರಿಸುವ -

ಆಹಾರಗಳು ಇಷ್ಟ ರಾಜಸರಿಗೆ

ಸಹಿತ ತರುವುವು ದುಃಖ, ಶೋಕ, ರೋಗವ

10.

ಯಾತಯಾಮಂ ಗತರಸಂ ಪೂತಿ ಪರ್ಯುಷಿತಂ ಚ ಯತ್ ।
ಉಚ್ಛಿಷ್ಟಮಪಿ ಚಾಮೇಧ್ಯಂ ಭೋಜನಂ ತಾಮಸಪ್ರಿಯಮ್ ॥

ಯಾಮ ಮೀರಿ ಸತ್ವವಿರದ, ರುಚಿ ಕಳೆದ,

ಅಮೇಧ್ಯ, ನಾರುತಿಹ, ಇತರರು ತಿಂದು

ಆಮೇಲೆ ಉಳಿದ, ಹಳಸಿಹ ಭೋಜನ

ತಾಮಸರಿಗೆ ತಿಳಿ ಪ್ರಿಯ ತಿನ್ನಲೆಂದು

11.

ಅಫಲಾಕಾಂಕ್ಷಿಭಿರ್ಯಜ್ಞೋ ವಿಧಿದೃಷ್ಟೋ ಯ ಇಜ್ಯತೇ ।
ಯಷ್ಟವ್ಯಮೇವೇತಿ ಮನಃ ಸಮಾಧಾಯ ಸ ಸಾತ್ತ್ವಿಕಃ ॥

ಯಜ್ಞವಾವುದನು ಫಲಾಪೇಕ್ಷೆಯಿರದೆ

ಯಜಿಸಲಾಗುತಿಹುದೋ ವಿಧಿಪೂರ್ವಕ

ಸಜ್ಜುಗೊಳಿಸಿ, ಕರ್ತವ್ಯಕೆಂದು, ಮನ

ಉಜ್ಜುಗಿಸಲು, ಆ ಯಜ್ಞವದು ಸಾತ್ತ್ವಿಕ

12.

ಅಭಿಸಂಧಾಯ ತು ಫಲಂ ದಂಭಾರ್ಥಮಪಿ ಚೈವ ಯತ್ ।
ಇಜ್ಯತೇ ಭರತಶ್ರೇಷ್ಠ ತಂ ಯಜ್ಞಂ ವಿದ್ಧಿ ರಾಜಸಮ್ ॥

ಆದರೋ ಫಲ ಪಡೆವ ಅಭಿಲಾಷೆಯಲಿ,

ಉದ್ದೇಶ ಆಡಂಬರಕೆಂದಾಗಲಿ,

ಮೊದಲಾಗಲು ಯಜ್ಞಕೆ, ರಾಜಸವೆಂದು

ಅದನು, ಹೇ ಭರತ ಶ್ರೇಷ್ಠನೆ, ನೀ ತಿಳಿ

13.

ವಿಧಿಹೀನಮಸೃಷ್ಟಾನ್ನಂ ಮಂತ್ರಹೀನಮದಕ್ಷಿಣಮ್ ।
ಶ್ರದ್ಧಾವಿರಹಿತಂ ಯಜ್ಞಂ ತಾಮಸಂ ಪರಿಚಕ್ಷತೇ ॥

ವಿಧ್ಯುಕ್ತವಿರದ, ಅನ್ನದಾನವಿರದ

ವೇದಮಂತ್ರವಿರದ, ದಕ್ಷಿಣೆಯ ರಹಿತ

ಶ್ರದ್ಧಾರಹಿತ ಯಜ್ಞವು ತಾಮಸದ

ವಿಧವೆಂದು ಆಗಿರುವುದು ಪರಿಗಣಿತ

14.

ದೇವದ್ವಿಜಗುರುಪ್ರಾಜ್ಞಪೂಜನಂ ಶೌಚಮಾರ್ಜವಮ್ ।

ಬ್ರಹ್ಮಚರ್ಯಮಹಿಂಸಾ ಚ ಶಾರೀರಂ ತಪ ಉಚ್ಯತೇ ॥

ದೇವತೆ, ದ್ವಿಜ, ಗುರು, ಪ್ರಾಜ್ಞರುಗಳ

ಸೇವಿಸುವಿಕೆ, ಶುಚಿತ್ವ, ಬ್ರಹ್ಮಚರ್ಯ,

ನೋವ ನೀಡದಿರುವಿಕೆ, ನೇರ ನಡತೆ-

ಇವೆಲ್ಲವ ಕರೆವರು ಶರೀರ ತಪಸ್ಯ

15.

ಅನುದ್ವೇಗಕರಂ ವಾಕ್ಯಂ ಸತ್ಯಂ ಪ್ರಿಯಹಿತಂ ಚ ಯತ್ ।

ಸ್ವಾಧ್ಯಾಯಾಭ್ಯಸನಂ ಚೈವ ವಾಙ್ಮಯಂ ತಪ ಉಚ್ಯತೇ ॥

ಉದ್ವೇಗಕರವಿರದ, ಪ್ರಿಯವಾದ,

ಮುದ ಕೊಡುವ, ಸತ್ಯ ವಾಕ್ಯಗಳು, ಜತೆಗೆ

ವೇದಾಧ್ಯಯನ ಅಭ್ಯಾಸವು ಸೇರಲು -

ಅದಾಗುವುದು ವಾಕ್ಕಿನ ತಪವೆಂಬ ಬಗೆ

16.

ಮನಃ ಪ್ರಸಾದಃ ಸೌಮ್ಯತ್ವಂ ಮೌನಮಾತ್ಮವಿನಿಗ್ರಹಃ ।

ಭಾವಸಂಶುದ್ಧಿರಿತ್ಯೇತತ್ತಪೋ ಮಾನಸಮುಚ್ಯತೇ ॥

ಮನದಲಿ ಸಂತೃಪ್ತಿ, ಸೌಮ್ಯತೆ ಹಾಗೂ

ಮೌನವೂ ಮತ್ತು ಆತ್ಮನಿಗ್ರಹವೂ,

ತನ್ನ ಭಾವಸಂಶುದ್ಧಿಯೂ ಸೇರಿ

ಮಾನಸ ಭೂಮಿಕೆಯ ತಪವೆನಿಸುವುವು

17.

ಶ್ರದ್ಧಯಾ ಪರಯಾ ತಪ್ತಂ ತಪಸ್ತ್ತ್ರಿವಿಧಂ ನರ್ಕೈಃ ।
ಅಫಲಾಕಾಂಕ್ಷಿಭಿರ್ಯುಕ್ತೈಃ ಸಾತ್ತ್ವಿಕಂ ಪರಿಚಕ್ಷತೇ ॥

ಬಹಳ ಶ್ರದ್ಧೆಯಲಿ, ಫಲಾಪೇಕ್ಷೆಗೆ

ತಹತಹಿಸದೆಯೇ, ತೊಡಗಿ ಮಾನವರು

ವಿಹಿತವಿದೆಂದಾಚರಿಸುವ ಈ ತ್ರಿವಿಧ

ರೂಹಿನ ತಪಕೆ ಸಾತ್ತ್ವಿಕತಪವೆನುವರು

18.

ಸತ್ಕಾರಮಾನಪೂಜಾರ್ಥಂ ತಪೋ ದಂಭೇನ ಚೈವ ಯತ್ ।
ಕ್ರಿಯತೇ ತದಿಹ ಪ್ರೋಕ್ತಂ ರಾಜಸಂ ಚಲಮಧ್ರುವಮ್ ॥

ಗೌರವ, ಮಾನ, ಸತ್ಕಾರ ಗಳಿಸಲು

ಬರಿದೆ ಆಚರಿಸುವುದರ ಬೂಟಾಟಿಕೆ

ತರದ ತಪಕೆ ಇಹದಿ ರಾಜಸವೆಂಬರು

ಸ್ಥಿರತೆ ಇರದದಕೆ, ಪಡೆಯದು ಬಾಳಿಕೆ

19.

ಮೂಢಗ್ರಾಹೇಣಾತ್ಮನೋ ಯತ್ಪೀಡಯಾ ಕ್ರಿಯತೇ ತಪಃ ।
ಪರಸ್ಯೋತ್ಸಾದನಾರ್ಥಂ ವಾ ತತ್ತಾಮಸಮುದಾಹೃತಮ್ ॥

ಇರುತ ಮೌಢ್ಯದಲಿ, ಮೂರ್ಖೀತನದಿಂದ

ನರಳಿಸಲು ತನ್ನನು ನಡೆಸುವ ಅಥವಾ

ಪರರ ವಿನಾಶಕಾಗಿ ಕೈಗೊಳುವುದನು

ಕರೆಯುವರು ತಾಮಸವೆಂದಾ ತಪವ

20.

ದಾತವ್ಯಮಿತಿ ಯದ್ದಾನಂ ದೀಯತೇನುಪಕಾರಿಣೇ ।
ದೇಶೇ ಕಾಲೇ ಚ ಪಾತ್ರೇ ಚ ತದ್ದಾನಂ ಸಾತ್ತ್ವಿಕಂ ಸ್ಮೃತಮ್ ॥

ಪ್ರತಿಫಲಕಾಶಿಸದೆ ಕಾಲ-ದೇಶಗಳ

ಪ್ರತೀಕ್ಷಿಸಿ, ಕರ್ತವ್ಯ ದೃಷ್ಟಿಯಲಿ,

ಪಾತ್ರನಾದವಗೆ ನೀಡಲಾ ದಾನವು

ಸಾತ್ತ್ವಿಕವೆನಿಸುವುದು ಪರಿಗಣನೆಯಲಿ

21.

ಯತ್ತು ಪ್ರತ್ಯುಪಕಾರಾರ್ಥಂ ಫಲಮುದ್ದಿಶ್ಯ ವಾ ಪುನಃ ।
ದೀಯತೇ ಚ ಪರಿಕ್ಲಿಷ್ಟಂ ತದ್ದಾನಂ ರಾಜಸಂ ಸ್ಮೃತಮ್ ॥

ಪ್ರತ್ಯುಪಕಾರದಾಸೆಯಲಿ ಅಥವಾ

ಪ್ರತಿಫಲ ದೊರೆಯಲೆಂಬ ಉದ್ದೇಶದಲಿ

ಅಥವಾ ಮನಸ್ಸಿಲ್ಲದೆಯೂ ಮಾಡುವ

ರೀತಿಯ ದಾನವು ರಾಜಸವೆಂದು ತಿಳಿ

22.

ಅದೇಶಕಾಲೇ ಯದ್ದಾನಮಪಾತ್ರೇಭ್ಯಶ್ಚ ದೀಯತೇ ।
ಅಸತ್ಕೃ ತಮವಜ್ಞಾತಂ ತತ್ತಾಮಸಮುದಾಹೃತಮ್ ॥

ತಪ್ಪು ಸ್ಥಳ-ಕಾಲಗಳಲಿ ದಾನವನು

ಅಪಾತ್ರನಿಗೆ ಅನಾದರ ಅಲಕ್ಷ್ಯ ದಲಿ

ಒಪ್ಪಿಸಲಾ ದಾನವದು ತಾಮಸದ

ರೂಪದಲಿಹುದೆನಿಸುವುದು ಗಣನೆಯಲಿ

23.

ಓಂ ತತ್ಸದಿತಿ ನಿರ್ದೇಶೋ ಬ್ರಹ್ಮಣಸ್ತ್ರಿವಿಧಃ ಸ್ಮೃತಃ ।
ಬ್ರಾಹ್ಮಣಾಸ್ತೇನ ವೇದಾಶ್ಚ ಯಜ್ಞಾಶ್ಚ ವಿಹಿತಾಃ ಪುರಾ ॥

'ಓಂ ತತ್ ಸತ್' - ಈ ತ್ರಿವಿಧ ನಿರ್ದೇಶನ

ಬ್ರಹ್ಮನನು ಕುರಿತಾಗಿ ಪರಿಗಣಿತವು

ಬ್ರಹ್ಮವಿದ, ವೇದ, ಯಜ್ಞಗಳದರಿಂದ

ಹಿಂದೆಯೇ ವಿಹಿತಗೊಳಿಸಲಾಗಿಹವು

24.

ತಸ್ಮಾದೋಮಿತ್ಯುದಾಹೃತ್ಯ ಯಜ್ಞದಾನತಪಃಕ್ರಿಯಾಃ ।
ಪ್ರವರ್ತಂತೇ ವಿಧಾನೋಕ್ತಾಃ ಸತತಂ ಬ್ರಹ್ಮವಾದಿನಾಮ್ ॥

ಹೀಗಾಗಿ ಬ್ರಹ್ಮವಾದಿಗಳು ಶಾಸ್ತ್ರ-

-ಮಾರ್ಗದಲ್ಲಿ ಆಚರಿಸುವ ತಪ, ದಾನ,

ಯಾಗ ಕ್ರಿಯೆಗಳು ಮೊದಲಲಿ 'ಓಂ' ಎನುತ

ಸಾಗಗೊಳುವುದಿಹುದು ಎಂದಿನ ವಿಧಾನ

25.

ತದಿತ್ಯನಭಿಸಂಧಾಯ ಫಲಂ ಯಜ್ಞತಪಃಕ್ರಿಯಾಃ ।
ದಾನಕ್ರಿಯಾಶ್ಚ ವಿವಿಧಾಃ ಕ್ರಿಯಂತೇ ಮೋಕ್ಷಕಾಂಕ್ಷಿಭಿಃ ॥

'ತತ್' ನುಡಿದು ಮನವಿರಿಸಿ, ಅಪೇಕ್ಷಿಸದೆ

ತತ್ಫಲವ, ತೊಡಗಿ ಯಜ್ಞ, ತಪ, ದಾನ

ಇತ್ಯಾದಿ ವಿಧವಿಧದ ಕ್ರಿಯೆಗಳಲಿ

ತತ್ಪರಗೊಳುವರು ಮೋಕ್ಷಾಕಾಂಕ್ಷಿ ಜನ

26.

ಸದ್ಭಾವೇ ಸಾಧುಭಾವೇ ಚ ಸದಿತ್ಯೇತತ್ಪ್ರಯುಜ್ಯತೇ ।
ಪ್ರಶಸ್ತೇ ಕರ್ಮಣಿ ತಥಾ ಸಚ್ಛಬ್ದಃ ಪಾರ್ಥ ಯುಜ್ಯತೇ ॥

ಅತ್ಯಂತ ಸತ್ಯ ಮತ್ತು ಸದ್ಗುಣ - ಇವು

'ಸತ್' ಎಂಬುದಕೆ ಸೂಕ್ತವಾಗಿಹ ಅರ್ಥ

ಉತ್ತಮ ಕರ್ಮಗಳನುದ್ದೇಶಿಸಲೂ

'ಸತ್' ಶಬ್ದವು ಸಲ್ಲುವುದು, ಹೇ ಪಾರ್ಥ

27.

ಯಜ್ಞೇ ತಪಸಿ ದಾನೇ ಚ ಸ್ಥಿತಿಃ ಸದಿತಿ ಚೋಚ್ಯತೇ |

ಕರ್ಮ ಚೈವ ತದರ್ಥೀಯಂ ಸದಿತ್ಯೇವಾಭಿಧೀಯತೇ ||

ಯಜ್ಞ, ದಾನ, ತಪಗಳಿಗೆ ನಿಷ್ಠೆಯಲಿ

ಸಜ್ಜಾದ ಸ್ಥಿತಿಯನೂ 'ಸತ್' ಎನುವರು

ನಿಜದಲಿ 'ತತ್' ಹೊಂದುವುದ್ದೇಶದಲಿ

ಉಜ್ಜುಗಿಸುವ ಕರ್ಮಕೂ 'ಸತ್' ಎಂಬರು

28.

ಅಶ್ರದ್ಧಯಾ ಹುತಂ ದತ್ತಂ ತಪಸ್ತಪ್ತಂ ಕೃತಂ ಚ ಯತ್ |

ಅಸದಿತ್ಯುಚ್ಯತೇ ಪಾರ್ಥ ನ ಚ ತತ್ಪ್ರೇತ್ಯ ನೋ ಇಹ ||

ಶ್ರದ್ಧೆಯಿರದೇ ಮಾಡಿದ ಹೋಮವಿರಲಿ

ಪ್ರದಾನ, ತಪ, ಕರ್ಮವಿರಲಿ, ಹೇ ಪಾರ್ಥ

ಅದೆಲ್ಲ ಸಹ 'ಅಸತ್' ಎಂದೆನಿಸುವುದು

ಅದು ಇಹದಲೂ, ಪರದಲೂ ವ್ಯರ್ಥ

ಓಂ ತತ್ಸದಿತಿ ಶ್ರೀಮದ್ಭಗವದ್ಗೀತಾಸೂಪನಿಷತ್ಸು

ಬ್ರಹ್ಮವಿದ್ಯಾಯಾಂ ಯೋಗಶಾಸ್ತ್ರೇ ಶ್ರೀಕೃಷ್ಣಾರ್ಜುನಸಂವಾದೇ

ಶ್ರದ್ಧಾತ್ರಯವಿಭಾಗಯೋಗೋ ನಾಮ ಸಪ್ತದಶೋಧ್ಯಾಯಃ ||

ಅಷ್ಟದಶೋಧ್ಯಾಯಃ

1.

ಅರ್ಜುನ ಉವಾಚ ।

ಸಂನ್ಯಾಸಸ್ಯ ಮಹಾಬಾಹೋ ತತ್ತ್ವ ಮಿಚ್ಛಾಮಿ ವೇದಿತುಮ್ ।

ತ್ಯಾಗಸ್ಯ ಚ ಹೃಷೀಕೇಶ ಪೃಥಕ್ಕೇಶಿನಿಷೂದನ ॥

> ಅರ್ಜುನ ಉವಾಚ:
>
> ಮಹಾಬಾಹುವೆ, ಸನ್ಯಾಸ ತತ್ತ್ವವನು,
>
> ಹೇ ಹೃಷೀಕೇಶ, ತ್ಯಾಗದ ವಿಚಾರ
>
> ಸಹಿತ ತಿಳಿಯಲಿಚ್ಛೆ, ಕೇಶಿಸೂದನನೆ,
>
> ಇಹುದಿವುಗಳಲಿ ಅದಾವ ತರದಂತರ?

2.

ಶ್ರೀಭಗವಾನುವಾಚ ।

ಕಾಮ್ಯಾನಾಂ ಕರ್ಮಣಾಂ ನ್ಯಾಸಂ ಸಂನ್ಯಾಸಂ ಕವಯೋ ವಿದುಃ ।

ಸರ್ವಕರ್ಮಫಲತ್ಯಾಗಂ ಪ್ರಾಹುಸ್ತ್ಯಾಗಂ ವಿಚಕ್ಷಣಾಃ ॥

> ಶ್ರೀ ಭಗವಾನುವಾಚ:
>
> ಎಲ್ಲ ಕಾಮ್ಯಕರ್ಮಗಳ ತ್ಯಾಗವನು
>
> ಕಲಿತವರು ತಿಳಿವರು ಸನ್ಯಾಸವೆಂದು
>
> ಎಲ್ಲ ಕರ್ಮಗಳ ಫಲತ್ಯಾಗವನು
>
> ಬಲ್ಲವರು ಕರೆವರು ತ್ಯಾಗವೆಂದು

3.

ತ್ಯಾಜ್ಯಂ ದೋಷವದಿತ್ಯೇಕೇ ಕರ್ಮ ಪ್ರಾಹುರ್ಮನೀಷಿಣಃ ।

ಯಜ್ಞದಾನತಪಃಕರ್ಮ ನ ತ್ಯಾಜ್ಯಮಿತಿ ಚಾಪರೇ ॥

ಕಾರ್ಯಗಳನೆಲ್ಲ ದೋಷವೆಂಬಂತೆ

ತೊರೆಯಬೇಕೆಂಬರು ಕೆಲ ಮನೀಡಿ ಜನ

ಅರಿವುಳ್ಳ ಅನ್ಯರು ನುಡಿವರು ಎಂದೂ

ತೊರೆಯಲೇಬಾರದು ಯಜ್ಞ, ತಪ, ದಾನ

4.

ನಿಶ್ಚಯಂ ಶೃಣು ಮೇ ತತ್ರ ತ್ಯಾಗೇ ಭರತಸತ್ತಮ ।

ತ್ಯಾಗೋ ಹಿ ಪುರುಷವ್ಯಾಘ್ರ ತ್ರಿವಿಧಃ ಸಂಪ್ರಕೀರ್ತಿತಃ ॥

ತ್ಯಾಗದ ವಿಷಯದಲಿ ಅಂತಿಮ ನಿರ್ಣಯ

ಈಗ ತಿಳಿ ನನ್ನಿಂದ, ಭರತೋತ್ತಮ

ತ್ಯಾಗವು, ಹೇ ಪುರುಷವ್ಯಾಘ್ರನೆ, ಮೂರು

ಬಗೆಯಲಿಹುದೆಂದು ಹೇಳುವುದು ಕ್ರಮ

5.

ಯಜ್ಞದಾನತಪಃಕರ್ಮ ನ ತ್ಯಾಜ್ಯಂ ಕಾರ್ಯಮೇವ ತತ್ ।

ಯಜ್ಞೋ ದಾನಂ ತಪಶ್ಚೈವ ಪಾವನಾನಿ ಮನೀಡಿಣಾಮ್ ॥

ಯಜ್ಞ, ದಾನ, ತಪಗಳೆಂಬ ಕರ್ಮಗಳ

ತ್ಯಜಿಸದಯೇ ಮಾಡಬೇಕು ಆಚರಣೆ

ಯಜ್ಞ, ದಾನ, ತಪ ಮಾಡುವುವು ಪಾವನ

ನಿಜದಲಿ ಆ ಪರಮ ಮನೀಡಿಗಳನೇ

6.

ಏತಾನ್ಯಪಿ ತು ಕರ್ಮಾಣಿ ಸಂಗಂ ತ್ಯಕ್ತ್ವಾ ಫಲಾನಿ ಚ ।

ಕರ್ತವ್ಯಾನೀತಿ ಮೇ ಪಾರ್ಥ ನಿಶ್ಚಿತಂ ಮತಮುತ್ತಮಮ್ ॥

ಪರಂತು ಈ ಕರ್ಮಗಳಲೂ ಕೂಡ,

ತೊರೆದು ನಂಟಿನ ಅಂಟು, ಬಿಟ್ಟು ಬಯಕೆ,

ನಿರತನಿರಬೇಕು, ಹೇ ಪಾರ್ಥ, ಇದೆನ್ನ

ಪರಮ ಹಾಗೂ ನಿಶ್ಚಿತದ ಅನಿಸಿಕೆ

7.

ನಿಯತಸ್ಯ ತು ಸಂನ್ಯಾಸಃ ಕರ್ಮಣೋ ನೋಪಪದ್ಯತೇ ।

ಮೋಹಾತ್ತಸ್ಯ ಪರಿತ್ಯಾಗಸ್ತಾಮಸಃ ಪರಿಕೀರ್ತಿತಃ ॥

ಹೀಗಿರಲು ವಿಹಿತವಾದ ಕರ್ಮಗಳನು

ತ್ಯಾಗ ಮಾಡುವುದು ಎಂದೂ ಅನುಚಿತ

ಸಿಗುತ ಭ್ರಾಂತಿಗೆ ಮಾಡಲೀ ಪರಿಯ

ತ್ಯಾಗವದು ತಾಮಸವೆಂದು ಪರಿಗಣಿತ

8.

ದುಃಖಮಿತ್ಯೇವ ಯತ್ಕರ್ಮ ಕಾಯಕ್ಲೇಶಭಯಾತ್ತ್ಯಜೇತ್ ।

ಸ ಕೃತ್ವಾ ರಾಜಸಂ ತ್ಯಾಗಂ ನೈವ ತ್ಯಾಗಫಲಂ ಲಭೇತ್ ॥

ಬಗ್ಗಿಸಲು ಶರೀರ ಭಯಗೊಂಡು ಯಾರು

ಬಗೆದು ಕರ್ಮವಿದು ಕಠಿಣವೆಂದೆಲ್ಲ

ತ್ಯಾಗಗ್ಗೈಯಲದನು ರಾಜಸವೆಂಬರು

ಆಗ ಅವನಿಗಾ ತ್ಯಾಗದ ಫಲವಿಲ್ಲ

9.

ಕಾರ್ಯಮಿತ್ಯೇವ ಯತ್ಕರ್ಮ ನಿಯತಂ ಕ್ರಿಯತೇರ್ಜುನ ।

ಸಂಗಂ ತ್ಯಕ್ತ್ವಾ ಫಲಂ ಚೈವ ಸ ತ್ಯಾಗಃ ಸಾತ್ತ್ವಿಕೋ ಮತಃ ॥

ವಿಹಿತವಾದ ಕರ್ಮವ, ಹೇ ಅರ್ಜುನ,

ಐಹಿಕ ಸಂಗ, ಫಲಗಳನು ತ್ಯಜಿಸುತ

ಇಹುದಿದು ಕರ್ತವ್ಯವೆಂದು ಮಾಡಲು

ಅಹುದದು ಸಾತ್ತ್ವಿಕವೆಂದು ಪರಿಗಣಿತ

10.

ನ ದ್ವೇಷ್ಟಿ ಕುಶಲಂ ಕರ್ಮ ಕುಶಲೇ ನಾನುಷಜ್ಜತೇ ।
ತ್ಯಾಗೀ ಸತ್ತ್ವ ಸಮಾವಿಷ್ಟೋ ಮೇಧಾವೀ ಛಿನ್ನಸಂಶಯಃ ॥

ಸತ್ತ್ವದಲಿ ನೆಲೆಸಿ ಮೇಧಾವಿ ತ್ಯಾಗಿ

ಕತ್ತರಿಸಿ ಸಂಶಯಗಳ ತಾನೆಂದೂ

ಅತಿ ಹರ್ಷಗೊಳನು ಇಷ್ಟದ ಕರ್ಮದಲಿ

ವ್ಯಥಿಸನು ಸಹ ಕರ್ಮ ಕಷ್ಟ ಕೊಡಲಂದು

11.

ನ ಹಿ ದೇಹಭೃತಾ ಶಕ್ಯಂ ತ್ಯಕ್ತುಂ ಕರ್ಮಾಣ್ಯಶೇಷತಃ ।
ಯಸ್ತು ಕರ್ಮಫಲತ್ಯಾಗೀ ಸ ತ್ಯಾಗೀತ್ಯಭಿಧೀಯತೇ ॥

ಶೇಷವಿರದಂತೆ ಕರ್ಮಗಳ ತ್ಯಾಗ

ಅಶಕ್ಯ ದೇಹಧಾರಿಗೆ ಇರಲು ಸಹಿತ,

ಆಶೆಯ ಕರ್ಮಫಲದಲಿಡದ ತ್ಯಾಗಿ

ತಾ ಸತ್ಯದಲೂ ತ್ಯಾಗಿಯೇ ಆತ

12.

ಅನಿಷ್ಟಮಿಷ್ಟಂ ಮಿಶ್ರಂ ಚ ತ್ರಿವಿಧಂ ಕರ್ಮಣಃ ಫಲಮ್ ।
ಭವತ್ಯತ್ಯಾಗಿನಾಂ ಪ್ರೇತ್ಯ ನ ತು ಸಂನ್ಯಾಸಿನಾಂ ಕ್ವಚಿತ್ ॥

ಬಗೆ - ಇಷ್ಟ, ಅನಿಷ್ಟ, ಮಿಶ್ರ - ಮೂರಿರುತ

ಆಗುವುವು ಕರ್ಮಫಲ ಸಂದಾಯ

ತ್ಯಾಗಿಯಲ್ಲದವನಿಗೆ ತೀರಲು ಆಯು,

ತಾಗವು ಸನ್ಯಾಸಿಗಾವುದೇ ಸಮಯ

13.

ಪಂಚೈತಾನಿ ಮಹಾಬಾಹೋ ಕಾರಣಾನಿ ನಿಬೋಧ ಮೇ ।
ಸಾಂಖ್ಯೇ ಕೃತಾಂತೇ ಪ್ರೋಕ್ತಾನಿ ಸಿದ್ಧಯೇ ಸರ್ವಕರ್ಮಣಾಮ್ ॥

ಕಾರಣಗಳು ಐದು ಎಲ್ಲ ಕರ್ಮಗಳ

ಪೂರಣಸಿದ್ಧಿಗೆ, ಮಹಾಬಾಹುವೇ

ತರಹವಿವನು ಸಾಂಖ್ಯಸಿದ್ಧಾಂತದಲಿ

ಅರುಹಲಾಗಿದೆ, ನನ್ನಿಂದ ತಿಳಿ, ನುಡಿವೆ

14.
ಅಧಿಷ್ಠಾನಂ ತಥಾ ಕರ್ತಾ ಕರಣಂ ಚ ಪೃಥಗ್ವಿಧಮ್ ।
ವಿವಿಧಾಶ್ಚ ಪೃಥಕ್ಚೇಷ್ಟಾ ದೈವಂ ಚೈವಾತ್ರ ಪಂಚಮಮ್ ॥

ಅಧಿಷ್ಠಾನ, ಕರ್ತ, ಹಾಗೂ ಅನೇಕ

ಸಾಧನಗಳು, ಅಂತೆಯೇ ಪ್ರತ್ಯೇಕ

ವಿಧವಿಧ ಪೂರಕ ಕ್ರಿಯೆಗಳೂ ಮತ್ತು

ಐದನೆಯದಾದ ಕಾರಣವು ದೈವಿಕ

15.
ಶರೀರವಾಙ್ಮನೋಭಿರ್ಯತ್ಕರ್ಮ ಪ್ರಾರಭತೇ ನರಃ ।
ನ್ಯಾಯ್ಯಂ ವಾ ವಿಪರೀತಂ ವಾ ಪಂಚೈತೇ ತಸ್ಯ ಹೇತವಃ ॥

ಶರೀರದಿಂದ, ಮಾತಿಂದ, ಮನದಿಂದ,

ನರನು ಕೈಗೊಳುವ ಕರ್ಮವೆಲ್ಲವದು,

ಇರಲೂ ಒಪ್ಪು ಅಥವಾ ತಪ್ಪು - ಅದಕೆ

ಕಾರಣಗಳು ಆಗಿರುವುವು ಈ ಐದು

16.
ತತ್ರೈವಂ ಸತಿ ಕರ್ತಾರಮಾತ್ಮಾನಂ ಕೇವಲಂ ತು ಯಃ ।
ಪಶ್ಯತ್ಯಕೃತಬುದ್ಧಿತ್ವಾನ್ನ ಸ ಪಶ್ಯತಿ ದುರ್ಮತಿಃ ॥

ಇದಿಂತಿರಲು ಕೇವಲ ತಾನೋರ್ವನೇ

ಇದರ ಕರ್ತನೆಂದೆಣಿಸುವ ವ್ಯಕ್ತಿ

ಬುದ್ಧಿಗೇಡಿತನದಲಿರುತ ನಿಜದಲಿ

ಇದ್ದ ರೀತಿಯನು ಕಾಣದ ದುರ್ಮತಿ

17.

ಯಸ್ಯ ನಾಹಂಕೃತೋ ಭಾವೋ ಬುದ್ಧಿರ್ಯಸ್ಯ ನ ಲಿಪ್ಯತೇ ।

ಹತ್ವಾಪಿ ಸ ಇಮಾಂಲ್ಲೋಕಾನ್ನ ಹಂತಿ ನ ನಿಬಧ್ಯತೇ ॥

ಯಾರಿಗೆ ಅಹಂಕಾರ ಭಾವವಿರದೋ,

ಯಾರ ಬುದ್ಧಿಯು ಇಹುದೋ ನಿರ್ಲಿಪ್ತ,

ನರರಿವರನೆಲ್ಲ ಅವನು ಹತಿಸಿರಲೂ

ಇರದು ಬಂಧ, ನಿಜದಲಿ ಹತಿಸಿರನಾತ

18.

ಜ್ಞಾನಂ ಜ್ಞೇಯಂ ಪರಿಜ್ಞಾತಾ ತ್ರಿವಿಧಾ ಕರ್ಮಚೋದನಾ ।

ಕರಣಂ ಕರ್ಮ ಕರ್ತೇತಿ ತ್ರಿವಿಧಃ ಕರ್ಮಸಂಗ್ರಹಃ ॥

ಅರಿಯುವವನು, ಅರಿವಿನ ವಿಷಯ, ಅರಿವು:

ಮೂರಿವು ಪ್ರಚೋದನೆಗಳು ಕರ್ಮಕೆ

ಕರಣಗಳು, ಕರ್ಮ, ಹಾಗೂ ಕರ್ತನು:

ಮೂರಿವು ಕರ್ಮದ ಒಟ್ಟಾದ ಇರುವಿಕೆ

19.

ಜ್ಞಾನಂ ಕರ್ಮ ಚ ಕರ್ತಾ ಚ ತ್ರಿಧೈವ ಗುಣಭೇದತಃ ।

ಪ್ರೋಚ್ಯತೇ ಗುಣಸಂಖ್ಯಾನೇ ಯಥಾವಚ್ಛೃಣು ತಾನ್ಯಪಿ ॥

ಜ್ಞಾನ, ಕರ್ಮ, ಕರ್ತರುಗಳಲ್ಲಿಯೂ

ಗುಣ ಭೇದದಿಂದ ಮೂರು ವಿಧವೆನುತ

ಗಣಿಸಲಾಗಿದೆ ಸಾಂಖ್ಯದಲಿ, ಅದು ಅಲ್ಲಿ

ಪ್ರಣೀತವಿರುವಂತೆ ಕೇಳದನು ಸಹಿತ

20.

ಸರ್ವಭೂತೇಷು ಯೇನೈಕಂ ಭಾವಮವ್ಯಯಮೀಕ್ಷತೇ ।
ಅವಿಭಕ್ತಂ ವಿಭಕ್ತೇಷು ತಜ್ಞಾನಂ ವಿದ್ಧಿ ಸಾತ್ತ್ವಿಕಮ್ ॥

ಯಾವುದರಿಂದ ತೋರೀತೋ ಏಕ

ಅವ್ಯಯ ತತ್ವವು - ಎಲ್ಲ ಜೀವಿಗಳಲಿ

ಅವಿಭಕ್ತವ ಬಗೆಬಗೆಯಲಿ ಕಾಣುವುದು

ಯಾವುದೋ ಅದು ಸಾತ್ತ್ವಿಕ ಜ್ಞಾನ - ತಿಳಿ

21.

ಪೃಥಕ್ತ್ವೇನ ತು ಯಜ್ಞಾನಂ ನಾನಾಭಾವಾನ್ಪೃಥಗ್ವಿಧಾನ್ ।
ವೇತ್ತಿ ಸರ್ವೇಷು ಭೂತೇಷು ತಜ್ಞಾನಂ ವಿದ್ಧಿ ರಾಜಸಮ್ ॥

ಆದರೋ ಅದಾವ ಜ್ಞಾನದಿಂದ

ವಿಧವಿಧ ತೋರುವ ಜೀವಿಗಳನೆಲ್ಲ

ಭೇದಭಾವದಲಿ ತಿಳಿಯಲಾಗುವುದೋ

ಅದನು ರಾಜಸವೆಂದು ಅರಿತವನು ಬಲ್ಲ

22.

ಯತ್ತು ಕೃತ್ಸ್ನ ವದೇಕಸ್ಮಿನ್ಕಾರ್ಯೇ ಸಕ್ತಮಹೈತುಕಮ್ ।
ಅತತ್ತ್ವಾರ್ಥವದಲ್ಪಂ ಚ ತತ್ತಾಮಸಮುದಾಹೃತಮ್ ॥

ಭವಿಸಿರದೆ ಸತ್ಯ-ತತ್ವ ಪಾತಳಿಯಲಿ

ಯಾವ ಅರಿವದು - ಹೇತುರಹಿತ ಕಾರ್ಯವು

ಸರ್ವಸ್ವವೆಂದು ಒರೆವುದೋ ತೋರುತ

-ಆ ವಿಧದ ಹುಲು ಜ್ಞಾನ ತಾಮಸಿಕವು

23.

ನಿಯತಂ ಸಂಗರಹಿತಮರಾಗದ್ವೇಷತಃ ಕೃತಮ್ ।
ಅಫಲಪ್ರೇಪ್ಸುನಾ ಕರ್ಮ ಯತ್ತತ್ಸಾತ್ತ್ವಿಕಮುಚ್ಯತೇ ॥

ಹಚ್ಚಿಕೊಳದಿದ್ದು, ಮೆಚ್ಚು-ಕಿಚ್ಚು ಮರೆತು,

ನೆಚ್ಚದೇ ಫಲವ, ಏಹಿತದಂತಿರುತ

ಆಚರಿಸುವ ಕರ್ಮವಾವುದೋ ಅದುವೆ

ಅಚ್ಚ ಸಾತ್ತ್ವಿಕವೆಂದಾಗಿ ಪರಿಗಣಿತ

24.

ಯತ್ತು ಕಾಮೇಪ್ಸುನಾ ಕರ್ಮ ಸಾಹಂಕಾರೇಣ ವಾ ಪುನಃ ।

ಕ್ರಿಯತೇ ಬಹುಲಾಯಾಸಂ ತದ್ರಾಜಸಮುದಾಹೃತಮ್ ॥

ಆದರಾವ ಕರ್ಮವನು ಕಾಮನೆಗಳ

ಸಾಧಿಸುವ ಇಚ್ಛೆ ಯಾ ಅಹಮ್ಮಿನಲಿ,

ಮೊದಲಿಡುವರೋ ನಡೆಸಲು ಬಲು ಶ್ರಮಿಸಿ

ಉದಿತವಿಹುದು ಆ ಕರ್ಮ ರಾಜಸದಲಿ

25.

ಅನುಬಂಧಂ ಕ್ಷಯಂ ಹಿಂಸಾಮನಪೇಕ್ಷ್ಯ ಚ ಪೌರುಷಮ್ ।

ಮೋಹಾದಾರಭ್ಯತೇ ಕರ್ಮ ಯತ್ತತ್ತಾಮಸಮುಚ್ಯತೇ ॥

ಪರಿಣಾಮ, ಪೋಲು, ಹಿಂಸೆಗಳ ಕೂಡ

ಪರಿಗಣಿಸದೇ, ತನ್ನಳವ ಗಮನಿಸದೆ

ಶುರುವಿಡುವ ಮೋಹಪ್ರೇರಿತ ಕರ್ಮವ

ಕರೆಯುವರು ಅದನು ತಾಮಸವೆಂದೇ

26.

ಮುಕ್ತಸಂಗೋನಹಂವಾದೀ ಧೃತ್ಯುತ್ಸಾಹಸಮನ್ವಿತಃ ।

ಸಿದ್ಧ್ಯಸಿದ್ಧ್ಯೋರ್ನಿರ್ವಿಕಾರಃ ಕರ್ತಾ ಸಾತ್ತ್ವಿಕ ಉಚ್ಯತೇ ॥

ಹಚ್ಚಿಕೊಳ್ಳದ, ತಾ ಅಹಂಕಾರದಲಿ

ಕೊಚ್ಚಿಕೊಳದ, ಉತ್ಸಾಹದ ಗಟ್ಟಿಗನು,

ವಿಚಲಿತನಿರದೇ ಸಿದ್ಧಿ-ಅಸಿದ್ಧಿಯಲಿ

ಪ್ರಚಲಿತನು ಸಾತ್ತ್ವಿಕ ಎನುತಾ ಕರ್ತನು

27.
ರಾಗೀ ಕರ್ಮಫಲಪ್ರೇಪ್ಸುರ್ಲುಬ್ಧೋ ಹಿಂಸಾತ್ಮಕೋಶುಚಿ: |
ಹರ್ಷಶೋಕಾನ್ವಿತ: ಕರ್ತಾ ರಾಜಸ: ಪರಿಕೀರ್ತಿತ: ||

ವಿಪುಲಾಸಕ್ತ, ಕರ್ಮಫಲಕಾಶಿಸುವ

ಜಿಪುಣ, ಹಿಂಸಾ ಭಾವದ ಮಲಿನಮತಿ,

ಲಿಪ್ತನಿರೆ ಹರ್ಷ ಶೋಕಗಳಲಿ ಆ ಕರ್ತ,

ಒಪ್ಪವವನಿಗೆ ರಾಜಸವೆನುವ ಉಕ್ತಿ

28.
ಅಯುಕ್ತ: ಪ್ರಾಕೃತ: ಸ್ತಬ್ಧ: ಶಠೋ ನೈಷ್ಕೃತಿಕೋಲಸ: |
ವಿಷಾದೀ ದೀರ್ಘಸೂತ್ರೀ ಚ ಕರ್ತಾ ತಾಮಸ ಉಚ್ಯತೇ ||

ಸ್ಥಿರ ನಿಲುವಿರದ, ಅಸಂಸ್ಕೃತ, ಉದ್ಧಟ,

ಪರನಿಂದೆಯ ಪರಿಣತ, ಶಠ, ಆಲಸಿ,

ಹುರುಪಿರದವ, ಮುಂದೆ ಕಾರ್ಯ ಸರಿಸುವವ -

ಕರೆಯುವರು ಇಂಥ ಕರ್ತನನು - 'ತಾಮಸಿ'

29.
ಬುದ್ಧೇರ್ಭೇದಂ ಧೃತೇಶ್ಚೈವ ಗುಣತಸ್ತ್ರಿವಿಧಂ ಶೃಣು |
ಪ್ರೋಚ್ಯಮಾನಮಶೇಷೇಣ ಪೃಥಕ್ತ್ವೇನ ಧನಂಜಯ ||

ಬುದ್ಧಿ ಮತ್ತು ಸ್ಥೈರ್ಯಗಳಲೂ ಸಹಿತ

ವಿಧವಿವೆ - ಗುಣ ಪ್ರಕಾರದಲಿ - ಮೂರು

ವಿಧವಿಧದಲವನು ವಿವರವಾಗಿ ನುಡಿವೆ

ಹೇ ಧನಂಜಯನೇ, ಆಲಿಸುತಲಿರು

30.

ಪ್ರವೃತ್ತಿಂ ಚ ನಿವೃತ್ತಿಂ ಚ ಕಾರ್ಯಾಕಾರ್ಯೇ ಭಯಾಭಯೇ ।
ಬಂಧಂ ಮೋಕ್ಷಂ ಚ ಯಾ ವೇತ್ತಿ ಬುದ್ಧಿಃ ಸಾ ಪಾರ್ಥ ಸಾತ್ತ್ವಿಕೀ ॥

ಪ್ರವೃತ್ತಿ-ನಿವೃತ್ತಿ, ಕಾರ್ಯ-ಅಕಾರ್ಯ-
ಇವು ಹಾಗೂ ಭಯ-ಅಭಯಗಳನು ಸಹಿತ,
ಯಾವುವು ಬಂಧ-ಮೋಕ್ಷವೆಂಬುದನೂ
ಭಾವಿಸುವ ಬುದ್ಧಿ ಸಾತ್ತ್ವಿಕ, ಹೇ ಪಾರ್ಥ

31.

ಯಯಾ ಧರ್ಮಮಧರ್ಮಂ ಚ ಕಾರ್ಯಂ ಚಾಕಾರ್ಯಮೇವ ಚ ।
ಅಯಥಾವತ್ಪ್ರಜಾನಾತಿ ಬುದ್ಧಿಃ ಸಾ ಪಾರ್ಥ ರಾಜಸೀ ॥

ಕಾರ್ಯ-ಅಕಾರ್ಯ, ಧರ್ಮ-ಅಧರ್ಮಗಳ
ಪರಿಯ ಅಂತರವ ತಪ್ಪಾದ ತರದಲಿ
ಅರಿಯಲಾಗುವ ಬುದ್ಧಿ ಯಾವುದೋ ಅದು
ಇರುವುದು, ಹೇ ಪಾರ್ಥನೆ, ರಾಜಸದಲಿ

32.

ಅಧರ್ಮಂ ಧರ್ಮಮಿತಿ ಯಾ ಮನ್ಯತೇ ತಮಸಾವೃತಾ ।
ಸರ್ವಾರ್ಥಾನ್ವಿಪರೀತಾಂಶ್ಚ ಬುದ್ಧಿಃ ಸಾ ಪಾರ್ಥ ತಾಮಸೀ ॥

ಯಾವುದು ಅಧರ್ಮವನು ಧರ್ಮವೆಂದು
ಭಾವಿಸುವುದೋ ತಮದಲಾವೃತವಿರುತ-
ಸರ್ವ ವಿಷಯವ ವಿಪರೀತದಲಿ ತಿಳಿವ
ಆ ವಿಧ ಬುದ್ಧಿ ತಾಮಸಿಕ, ಹೇ ಪಾರ್ಥ

33.

ಧೃತ್ಯಾ ಯಯಾ ಧಾರಯತೇ ಮನಃಪ್ರಾಣೇಂದ್ರಿಯಕ್ರಿಯಾಃ ।
ಯೋಗೇನಾವ್ಯಭಿಚಾರಿಣ್ಯಾ ಧೃತಿಃ ಸಾ ಪಾರ್ಥ ಸಾತ್ತ್ವಿಕೀ ॥

ಇಂದ್ರಿಯ, ಮನ, ಪ್ರಾಣಗಳ ಕ್ರಿಯೆಗಳ

ತಂದು ನಿಯಂತ್ರಣಕೆ ಯೋಗದ ಮೂಲಕ

ಹಿಂಗದ ದೃಢತೆಯಲಿ ಧರಿಸುವುದೋ

ಅಂಥ ಧೃತಿಯೇ, ಹೇ ಪಾರ್ಥ, ಸಾತ್ವಿಕ

34.

ಯಯಾ ತು ಧರ್ಮಕಾಮಾರ್ಥಾಂಧೃತ್ಯಾ ಧಾರಯತೇರ್ಜುನ ।
ಪ್ರಸಂಗೇನ ಫಲಾಕಾಂಕ್ಷೀ ಧೃತಿಃ ಸಾ ಪಾರ್ಥ ರಾಜಸೀ ॥

ಆದರೋ ಧರ್ಮ, ಕರ್ಮ, ಅರ್ಥಗಳನು

ಅದಾವ ಧೃತಿಯು ಸಂಗದಲಿ ಫಲವು

ಒದಗುವುದೆಂದು ಧರಿಸುವುದೋ, ಅರ್ಜುನ,

ಅದಿಹುದು, ಹೇ ಪಾರ್ಥನೇ, ರಾಜಸವು

35.

ಯಯಾ ಸ್ವಪ್ನಂ ಭಯಂ ಶೋಕಂ ವಿಷಾದಂ ಮದಮೇವ ಚ ।
ನ ವಿಮುಂಚತಿ ದುರ್ಮೇಧಾ ಧೃತಿಃ ಸಾ ಪಾರ್ಥ ತಾಮಸೀ ॥

ಅತಿ ನಿದ್ದೆ, ಭಯ, ಶೋಕ, ವಿಷಾದಗಳನು

ಮತ್ತು ಮದವನು ಯಾವ ವಿವೇಕರಹಿತ

ಧೃತಿಯಿಂದಾಗಿ ತೊರೆಯಲಾಗದೋ ಅದು

ತಾ ತಾಮಸವೆಂದೆನಿಸುವುದು, ಪಾರ್ಥ

36.

ಸುಖಂ ತ್ರಿದಾನೀಂ ತ್ರಿವಿಧಂ ಶೃಣು ಮೇ ಭರತರ್ಷಭ ।
ಅಭ್ಯಾಸಾದ್ರಮತೇ ಯತ್ರ ದುಃಖಾಂತಂ ಚ ನಿಗಚ್ಛತಿ ॥

ಭರತರ್ಷಭ, ಈಗ ನನ್ನಿಂದ ಕೇಳು

ಮೂರು ವಿಧವಿಹ ಸುಖಿಗಳ ಕುರಿತಾಗಿ:

ಪರಮವದು- ಯಾವುದು ಅಭ್ಯಾಸದಿಂದ
ಪರಿಣಮಿಸುವುದೋ, ದುಃಖದ ಕೊನೆಯಾಗಿ -

37

ಯತ್ತದಗ್ರೇ ವಿಷಮಿವ ಪರಿಣಾಮೇಮೃತೋಪಮಮ್ ।
ತತ್ಸುಖಂ ಸಾತ್ತ್ವಿಕಂ ಪ್ರೋಕ್ತಮಾತ್ಮಬುದ್ಧಿಪ್ರಸಾದಜಮ್ ॥

- ಆರಂಭದಲಿ ಯಾವುದು ವಿಷದಂತೆ
ಪರಿಣಾಮದಲಿ ಅಮೃತದಂತೆ ಬಳಿಕ
ತೋರಿ, ತಿಳಿ ಆತ್ಮ ಬುದ್ಧಿಯಲಿ ಜನಿಸುವ
ಪರಿಯ ಸುಖವನು ಕರೆಯುವರು- 'ಸಾತ್ತ್ವಿಕ'

38.

ವಿಷಯೇಂದ್ರಿಯಸಂಯೋಗಾದ್ಯತ್ತದಗ್ರೇಮೃತೋಪಮಮ್ ।
ಪರಿಣಾಮೇ ವಿಷಮಿವ ತತ್ಸುಖಂ ರಾಜಸಂ ಸ್ಮೃತಮ್ ॥

ಇಂದ್ರಿಯ ಹಾಗೂ ವಿಷಯಗಳ ನಡುವಣ
ಸಂಯೋಗದಲಿ ಸುಧೆಯಂತೆ ಮೊದಲಿರುತ
ಅಂತ್ಯದಲಿ ವಿಷದಂತೆ ತೋರುವ ಸುಖವು
ಹೊಂದಿದೆ ರಜೋಗುಣವೆಂದು ಪರಿಗಣಿತ

39.

ಯದಗ್ರೇ ಚಾನುಬಂಧೇ ಚ ಸುಖಂ ಮೋಹನಮಾತ್ಮನಃ ।
ನಿದ್ರಾಲಸ್ಯಪ್ರಮಾದೋತ್ಥಂ ತತ್ತಾಮಸಮುದಾಹೃತಮ್ ॥

ಯಾವ ಸುಖವು ಆರಂಭ ಕೊನೆಗಳಲೂ
ಕವಿದು ಭ್ರಾಂತಿಯ ತನಗೆ ತೋರುತಲಿ,
ಆವರಿಸೆ ನಿದ್ರೆ, ಆಲಸ, ಪ್ರಮಾದ
ಭವಿಸುವುದೋ ಅದಿಹುದು ತಾಮಸದಲಿ

40.

ನ ತದಸ್ತಿ ಪೃಥಿವ್ಯಾಂ ವಾ ದಿವಿ ದೇವೇಷು ವಾ ಪುನಃ ।
ಸತ್ತ್ವಂ ಪ್ರಕೃತಿಜೈರ್ಮುಕ್ತಂ ಯದೇಭಿಃ ಸ್ಯಾತ್ರಿಭಿರ್ಗುಣೈಃ ॥

ಭುವಿಯಲಾಗಲೀ ಯಾ ದಿವಿಯಲಿರುವ
ದೇವತೆಗಳಲಾಗಲೀ - ಪ್ರಕೃತಿಯಲಿ
ಭವಿಸಿದ ಈ ತ್ರಿಗುಣಗಳಿಂದ ಮುಕ್ತ
ಜೀವಿಯೇ ತಾ ಇರದು ಅಸ್ತಿತ್ವದಲಿ

41.

ಬ್ರಾಹ್ಮಣಕ್ಷತ್ರಿಯವಿಶಾಂ ಶೂದ್ರಾಣಾಂ ಚ ಪರಂತಪ ।
ಕರ್ಮಾಣಿ ಪ್ರವಿಭಕ್ತಾನಿ ಸ್ವಭಾವಪ್ರಭವೈರ್ಗುಣೈಃ ॥

ಬ್ರಾಹ್ಮಣ, ಕ್ಷತ್ರಿಯ, ವೈಶ್ಯ, ಶೂದ್ರರು
ವಹಿಸುವ ಕರ್ಮವವರ ಸ್ವಭಾವಗಳ
ಸಹಜ ಗುಣಗಳನುಗುಣ - ಹೇ ಪರಂತಪ-
ಬಹುವಾಗಿ ವಿಭಜಿತವಾಗಿವೆ ಅವೆಲ್ಲ

42.

ಶಮೋ ದಮಸ್ತಪಃ ಶೌಚಂ ಕ್ಷಾಂತಿರಾರ್ಜವಮೇವ ಚ ।
ಜ್ಞಾನಂ ವಿಜ್ಞಾನಮಾಸ್ತಿಕ್ಯಂ ಬ್ರಹ್ಮಕರ್ಮ ಸ್ವಭಾವಜಮ್ ॥

ಮನೋ ನಿಗ್ರಹ, ಇಂದ್ರಿಯ ನಿಗ್ರಹ, ತಪ,
ಕ್ಷಾಂತಿ, ನೈರ್ಮಲ್ಯ, ಆರ್ಜವಗಳೂ,
ಜ್ಞಾನ, ವಿಜ್ಞಾನ, ಆಸ್ತಿಕತೆ - ಇವೆಲ್ಲ
ಎನಿಸಿವೆ ಬ್ರಾಹ್ಮಣಸಹಜ ಕರ್ಮಗಳು

43.

ಶೌರ್ಯಂ ತೇಜೋ ಧೃತಿದಾರ್ಕ್ಷ್ಯಂ ಯುದ್ಧೇ ಚಾಪ್ಯಪಲಾಯನಮ್ ।
ದಾನಮೀಶ್ವರಭಾವಶ್ಚ ಕ್ಷಾತ್ರಂ ಕರ್ಮ ಸ್ವಭಾವಜಮ್ ॥

ಶೌರ್ಯ, ತೇಜಸ್ಸು, ಧೃತಿ, ದಕ್ಷತೆಗಳು,

ಧುರದಲಿ ಪಲಾಯನಗೈಯದಿರುವಿಕೆ,

ಧಾರಾಳತನ, ಒಡೆತನ - ಕ್ಷತ್ರಿಯರಿಗೆ

ಬರುವ ಕರ್ಮಗಳು ಜನಿಸಿ ಸ್ವಭಾವಕೆ

44.

ಕೃಷಿಗೌರಕ್ಷ್ಯ ವಾಣಿಜ್ಯಂ ವೈಶ್ಯಕರ್ಮ ಸ್ವಭಾವಜಮ್ ।

ಪರಿಚರ್ಯಾತ್ಮಕಂ ಕರ್ಮ ಶೂದ್ರಸ್ಯಾಪಿ ಸ್ವಭಾವಜಮ್ ॥

ವ್ಯವಸಾಯ, ಗೋರಕ್ಷಣೆ, ವಾಣಿಜ್ಯ

-ಇವು ಸ್ವಭಾವಸಹಜ ವೈಶ್ಯರಿಗೆ,

ಸೇವೆಯಿಂದೊಡಗೂಡಿದ ಕರ್ಮಗಳು

ಭವಿಸುವುವು ಸ್ವಭಾವದಲಿ ಶೂದ್ರರಿಗೆ

45.

ಸ್ವೇ ಸ್ವೇ ಕರ್ಮಣ್ಯಭಿರತಃ ಸಂಸಿದ್ಧಿಂ ಲಭತೇ ನರಃ ।

ಸ್ವಕರ್ಮನಿರತಃ ಸಿದ್ಧಿಂ ಯಥಾ ವಿಂದತಿ ತಚ್ಛೃಣು ॥

ನಿರತರಾಗಿ ತಮ್ಮ ತಮ್ಮ ಕರ್ಮದಲಿ

ನರರು ಪಡೆಯುವರು ಪರಿಪೂರ್ಣತೆಯನು

ಇರುತ ಸ್ವಕರ್ಮದಲಿ ಸಿದ್ಧಿಯ ಪಡೆವ

ಪರಿಯದನು ಆಲಿಸುತಿರು, ತಿಳಿಸುವೆನು

46.

ಯತಃ ಪ್ರವೃತ್ತಿರ್ಭೂತಾನಾಂ ಯೇನ ಸರ್ವಮಿದಂ ತತಮ್ ।

ಸ್ವಕರ್ಮಣಾ ತಮಭ್ಯರ್ಚ್ಯ ಸಿದ್ಧಿಂ ವಿಂದತಿ ಮಾನವಃ ॥

ಯಾರಿಂದ ಜೀವಿಗಳ ಉದ್ಭವವೋ

ಯಾರಿಂದ ವ್ಯಾಪ್ತವೋ ಜಗವೆಲ್ಲ

ಆರಾಧಿಸುತಲವನ ಸ್ವಕರ್ಮದೊಳು

ನರನು ಸಾಧಿಸುವನು ಸಿದ್ಧಿಯನೆಲ್ಲ

47.

ಶ್ರೇಯಾನ್ಸ್ವಧರ್ಮೋ ವಿಗುಣಃ ಪರಧರ್ಮಾತ್ಸ್ವನುಷ್ಠಿತಾತ್ |

ಸ್ವಭಾವನಿಯತಂ ಕರ್ಮ ಕುರ್ವನ್ನಾಪ್ನೋತಿ ಕಿಲ್ಬಿಷಮ್ ||

ಪರಿಪೂರ್ಣ ಪರಧರ್ಮಾಚರಣೆಗಿಂತ

ಕೊರತೆಯ ಸ್ವಧರ್ಮಪಾಲನೆ ಶ್ರೇಯ

ಇರಲು ಸ್ವಭಾವಕೆ ತಕ್ಕ ಕರ್ಮದಲಿ

ಹೊರನವ ಪಾಪಗಳದೇನೂ ಹೊರೆಯ

48.

ಸಹಜಂ ಕರ್ಮ ಕೌಂತೇಯ ಸದೋಷಮಪಿ ನ ತ್ಯಜೇತ್ |

ಸರ್ವಾರಂಭಾ ಹಿ ದೋಷೇಣ ಧೂಮೇನಾಗ್ನಿರಿವಾವೃತಾಃ ||

ಪ್ರಜ್ವಲಿಪ ಅಗ್ನಿಯ ಧೂಮ ಕವಿದಂತೆ

ಉಜ್ಜುಗವೆಲ್ಲವ ದೋಷ ಕವಿದಿರಲು,

ಸಾಜಕರ್ಮವನು, ಹೇ ಕೌಂತೇಯನೇ,

ತ್ಯಜಿಸಬಾರದು ದೋಷವೇ ಇರಲೂ

49.

ಅಸಕ್ತಬುದ್ಧಿಃ ಸರ್ವತ್ರ ಜಿತಾತ್ಮಾ ವಿಗತಸ್ಪೃಹಃ |

ನೈಷ್ಕರ್ಮ್ಯಸಿದ್ಧಿಂ ಪರಮಾಂ ಸಂನ್ಯಾಸೇನಾಧಿಗಚ್ಛತಿ ||

ಬುದ್ಧಿಯನು ಎಲ್ಲೆಡೆಯಿಂದ ಸೆಳೆದೊಳಗೆ,

ಗೆದ್ದು ಬಗೆ, ತೊರೆದಾಸೆ, ಸನ್ಯಾಸದಲಿ

ಇದ್ದರಾಗ ತಾ ಪರಮ ನೈಷ್ಕರ್ಮ್ಯ-

ಸಿದ್ಧಿ ಪಡೆದು ನಡೆವ ಮೋಕ್ಷ ಮಾರ್ಗದಲಿ

50.

ಸಿದ್ಧಿಂ ಪ್ರಾಪ್ತೋ ಯಥಾ ಬ್ರಹ್ಮ ತಥಾಪ್ನೋತಿ ನಿಬೋಧ ಮೇ ।
ಸಮಾಸೇನೈವ ಕೌಂತೇಯ ನಿಷ್ಠಾ ಜ್ಞಾನಸ್ಯ ಯಾ ಪರಾ ॥

ಸಿದ್ಧಿಯನು ಪಡೆದವನು ಎಂತು ಬ್ರಹ್ಮ

ಪದವ ಸಾಧಿಸುವನೆಂಬುದ ಸಂಕ್ಷಿಪ್ತ

ವಿಧದಲಿ ಎನ್ನಿಂದ ತಿಳಿ, ಕೌಂತೇಯ,

ಪದವಿಯದು ಜ್ಞಾನದ ಪರಮ ಹಂತ

51.

ಬುದ್ಧ್ಯಾ ವಿಶುದ್ಧಯಾ ಯುಕ್ತೋ ಧೃತ್ಯಾತ್ಮಾನಂ ನಿಯಮ್ಯ ಚ ।
ಶಬ್ದಾದೀನ್ವಿಷಯಾಂಸ್ತ್ಯಕ್ತ್ವಾ ರಾಗದ್ವೇಷೌ ವ್ಯುದಸ್ಯ ಚ ॥

ಶುದ್ಧ ಬುದ್ಧಿಯಿಂದಲಿ ನಿರತನಾಗಿ,

ಬದ್ಧ ಧೃತಿಯಲಿ ತನ್ನ ತಾ ಜಯಿಸುತ,

ಶಬ್ದಾದಿ ವಿಷಯವೆಲ್ಲವ ತ್ಯಜಿಸಿ,

ಬದಿಗಿರಿಸಿ ರಾಗ-ದ್ವೇಷಗಳ ಸಹಿತ -

52.

ವಿವಿಕ್ತಸೇವೀ ಲಘ್ವಾಶೀ ಯತವಾಕ್ಕಾಯಮಾನಸಃ ।
ಧ್ಯಾನಯೋಗಪರೋ ನಿತ್ಯಂ ವೈರಾಗ್ಯಂ ಸಮುಪಾಶ್ರಿತಃ ॥

-ವಾಸವಿರುತ ಏಕಾಂತದಲಿ, ಲಘುವಿಹ

ಅಶನ ಸೇವಿಸುತ, ಮಾತು ಮನ ತನುವ

ವಶದಲಿರಿಸಿ, ಧ್ಯಾನಯೋಗದಲಿರುತ,

ಆಶ್ರಯಿಸಿದವನಾಗಿ ವೈರಾಗ್ಯವ -

53.

ಅಹಂಕಾರಂ ಬಲಂ ದರ್ಪಂ ಕಾಮಂ ಕ್ರೋಧಂ ಪರಿಗ್ರಹಮ್ ।
ವಿಮುಚ್ಯ ನಿರ್ಮಮಃ ಶಾಂತೋ ಬ್ರಹ್ಮಭೂಯಾಯ ಕಲ್ಪತೇ ॥

- ಹಮ್ಮು, ಬಲ, ದರ್ಪಗಳನೂ ಹಾಗೂ

ಕಾಮ, ಕ್ರೋಧ, ಮತ್ತು ಪರಿಗ್ರಹವ

ನೆಮ್ಮದೆ, ಮಮಕಾರ ಬಿಟ್ಟ ಶಾಂತನು

ಬ್ರಹ್ಮನಲೊಂದಿರಲು ಅರ್ಹನಾಗುವ

54.

ಬ್ರಹ್ಮಭೂತಃ ಪ್ರಸನ್ನಾತ್ಮಾ ನ ಶೋಚತಿ ನ ಕಾಂಕ್ಷತಿ ।

ಸಮಃ ಸರ್ವೇಷು ಭೂತೇಷು ಮದ್ಭಕ್ತಿಂ ಲಭತೇ ಪರಾಮ್ ॥

ಒಂದಾಗಿ ಬ್ರಹ್ಮನಲಿ, ತಿಳಿ ಬಗೆಯವ

ಎಂದೂ ಶೋಕಿಸನು, ಬಯಸನೇನನೂ,

ಒಂದೇ ಸಮ ಕಂಡು ಸರ್ವಜೀವಿಗಳ

ಹೊಂದುವನು ನನ್ನ ಪರಮ ಭಕ್ತಿಯನು

55.

ಭಕ್ತ್ಯಾ ಮಾಮಭಿಜಾನಾತಿ ಯಾವಾನ್ಯಶ್ಚಾಸ್ಮಿ ತತ್ತ್ವತಃ ।

ತತೋ ಮಾಂ ತತ್ತ್ವತೋ ಜ್ಞಾತ್ವಾ ವಿಶತೇ ತದನಂತರಮ್ ॥

ಪರಮ ಭಕ್ತಿಯಿಂದಾಗಿ ನಾನಿಹ ಪರಿ

ಅರಿಯುವನು ನನ್ನ ನಿಜದ ತತ್ತ್ವವನೂ,

ಇರುತ ಈ ತಿಳಿವಿನಲಿ, ತದನಂತರ

ಬರುವನೆನ್ನೆಡೆ, ಎನ್ನನೇ ಸೇರುವನು

56.

ಸರ್ವಕರ್ಮಾಣ್ಯಪಿ ಸದಾ ಕುರ್ವಾಣೋ ಮದ್ವ್ಯಪಾಶ್ರಯಃ ।

ಮತ್ಪ್ರಸಾದಾದವಾಪ್ನೋತಿ ಶಾಶ್ವತಂ ಪದಮವ್ಯಯಮ್ ॥

ಎಲ್ಲ ಕರ್ಮಗಳನು ಸದಾ ಕೈಗೊಳುತ

ನೆಲೆಸಿ ನನ್ನಾಶ್ರಯದಲಿ ನಾನು ದಯ-

ಪಾಲಿಸಿದ ಅನುಗ್ರಹದಿಂದ ತಾನು
ತಲುಪುವನು ಶಾಶ್ವತ ಅವ್ಯಯ ಪದವಿಯ

57.
ಚೇತಸಾ ಸರ್ವಕರ್ಮಾಣಿ ಮಯಿ ಸಂನ್ಯಸ್ಯ ಮತ್ಪರಃ |
ಬುದ್ಧಿಯೋಗಮುಪಾಶ್ರಿತ್ಯ ಮಚ್ಚಿತ್ತಃ ಸತತಂ ಭವ ||

ಒಳ ಬಗೆಯಲಿ ಎಲ್ಲ ಕರ್ಮಗಳನೂ
ಸಲ್ಲಿಸಿ ನನ್ನಲಿ, ನಾ ಪರಮನೆಂದೆನುತ
ತಿಳಿದು, ಬುದ್ಧಿ ಯೋಗವನು ಆಶ್ರಯಿಸಿ
ನೆಲೆಸಿರು ನನ್ನಲಿ ಚಿತ್ತವನು ಸತತ

58.
ಮಚ್ಚಿತ್ತಃ ಸರ್ವದುರ್ಗಾಣಿ ಮತ್ಪ್ರಸಾದಾತ್ತರಿಷ್ಯಸಿ |
ಅಥ ಚೇತ್ತ್ವ ಮಹಂಕಾರಾನ್ನ ಶ್ರೋಷ್ಯಸಿ ವಿನಂಕ್ಷ್ಯಸಿ ||

ನನ್ನಲಿ ಚಿತ್ತವಿರಿಸಿ ಕಷ್ಟವನೆಲ್ಲ
ನನ್ನ ಅನುಗ್ರಹದಿಂದಾಗಿ ದಾಟುವೆ
ನೀನೊಂದೊಮ್ಮೆ ಅಹಮ್ಮಿನಲ್ಲಿ ಕೂಡಿ
ಎನ್ನ ಮಾತಿಗೆ ಕಿವಿಗೊಡದಿರೆ ನಶಿಸುವೆ

59.
ಯದಹಂಕಾರಮಾಶ್ರಿತ್ಯ ನ ಯೋತ್ಸ್ಯ ಇತಿ ಮನ್ಯಸೇ |
ಮಿಥ್ಯೈಷ ವ್ಯವಸಾಯಸ್ತೇ ಪ್ರಕೃತಿಸ್ತ್ವಂ ನಿಯೋಕ್ಷ್ಯತಿ ||

ಅಹಂಕಾರವನಾಶ್ರಯಿಸಿ ಯುದ್ಧದಲಿ
ನೀ ಹೋರೆನೆಂದೇ ಯೋಚಿಸಿದಲ್ಲಿ,
ಇಹುದಾ ಸಂಕಲ್ಪವು ಮಿಥ್ಯೆ, ನಿನ್ನಯ
ಸಹಜ ಪ್ರಕೃತಿ ನಿನ್ನನು ನೂಕುತಲಿ

60.

ಸ್ವಭಾವಜೇನ ಕೌಂತೇಯ ನಿಬದ್ಧಃ ಸ್ವೇನ ಕರ್ಮಣಾ ।
ಕರ್ತುಂ ನೇಚ್ಛಸಿ ಯನ್ಮೋಹಾತ್ಕರಿಷ್ಯಸ್ಯವಶೋಪಿ ತತ್ ॥

ಅಂಟಿರುತ ಮೋಹಕೆ ನೀನಾಗಿಯೇ

ಸ್ವಂತ ಇಚ್ಛೆಯಲಿ ಮಾಡದಿರದುದನೂ

ಬಂಧಿಯಾಗಿ ಸ್ವಭಾವತಃ ಕರ್ಮಕೆ,

ಕೌಂತೇಯನೇ, ಮಾಡಲು ನೀ ವಿವಶನು

61.

ಈಶ್ವರಃ ಸರ್ವಭೂತಾನಾಂ ಹೃದ್ದೇಶೇರ್ಜುನ ತಿಷ್ಠತಿ ।
ಭ್ರಾಮಯನ್ಸರ್ವಭೂತಾನಿ ಯಂತ್ರಾರೂಢಾನಿ ಮಾಯಯಾ ॥

ಎಲ್ಲ ಜೀವಿಗಳಲೂ, ಹೇ ಅರ್ಜುನ

ನೆಲೆಸಿಹನು ಈಶ್ವರನು ಹೃದಯದಲಿ,

ಬಳಸಿ ಮಾಯೆಯನು ಎಲ್ಲ ಜೀವಿಗಳ

ಸುಳಿಸುವನು ಕೂರಿಸಿದಂತೆ ಯಂತ್ರದಲಿ

62.

ತಮೇವ ಶರಣಂ ಗಚ್ಛ ಸರ್ವಭಾವೇನ ಭಾರತ ।
ತತ್ಪ್ರಸಾದಾತ್ಪರಾಂ ಶಾಂತಿಂ ಸ್ಥಾನಂ ಪ್ರಾಪ್ಸ್ಯಸಿ ಶಾಶ್ವತಮ್ ॥

ಭಾರತನೇ, ಸಂಪೂರ್ಣ ಭಾವದಲಿ

ಶರಣು ಹೋಗು ಆತನಿಗೆ, ಆಗವನು

ತೋರುವ ಅನುಗ್ರಹದಿಂದ ನೀ ಪಡೆವೆ

ಪರಮ ಶಾಂತಿಯನು, ಶಾಶ್ವತ ಧಾಮವನು

63.

ಇತಿ ತೇ ಜ್ಞಾನಮಾಖ್ಯಾತಂ ಗುಹ್ಯಾದ್ಗುಹ್ಯತರಂ ಮಯಾ ।
ವಿಮೃಶ್ಯೈತದಶೇಷೇಣ ಯಥೇಚ್ಛಸಿ ತಥಾ ಕುರು ॥

ನನ್ನಿಂದ ನಿನಗೆ ಗುಹ್ಯಗಳಲಿ ಗುಹ್ಯ

ಜ್ಞಾನವು ತಿಳಿಸಲಾಗಿರುವುದು ಹೀಗೆ

ಮುನ್ನ ಪರಾಂಬರಿಸಿ ಇದನು ಸಂಪೂರ್ಣ

ಎಂತಿಚ್ಛೆಯೋ ಆಚರಿಸು ಹಾಗೇ

64.

ಸರ್ವಗುಹ್ಯತಮಂ ಭೂಯಃ ಶೃಣು ಮೇ ಪರಮಂ ವಚಃ ।

ಇಷ್ಟೋಸಿ ಮೇ ದೃಢಮಿತಿ ತತೋ ವಕ್ಷ್ಯಾಮಿ ತೇ ಹಿತಮ್ ॥

ಎಲ್ಲಕಿಂತ ರಹಸ್ಯತಮ ವಚನವನು

ಆಲಿಸೆನ್ನಲಿ ಪುನಃ ಪರಮವಿಹುದಿದು

ಬಲುಪ್ರಿಯ ನೀನೆನಗೆ ಎಂಬುದರಿಂದ

ಹೇಳುತಿರುವೆನು ನಿನಗಿದು ಹಿತವಿಹುದು

65.

ಮನ್ಮನಾ ಭವ ಮದ್ಭಕ್ತೋ ಮದ್ಯಾಜೀ ಮಾಂ ನಮಸ್ಕುರು ।

ಮಾಮೇವೈಷ್ಯಸಿ ಸತ್ಯಂ ತೇ ಪ್ರತಿಜಾನೇ ಪ್ರಿಯೋಸಿ ಮೇ ॥

ಮನವನೆನ್ನಲಿಡು, ಆಗೆನ್ನ ಭಕ್ತ

ಎನ್ನ ಪೂಜಿಸು, ನಮಸ್ಕರಿಸು ಎನಗೆ,

ನೀನೆನಗೆ ಪ್ರಿಯನು, ಸತ್ಯದಲಿ ನಾನು

ನಿನಗೆ ನೀಡುವೆ ನುಡಿ - ಬರುವೆ ನನ್ನೆಡೆಗೆ

66.

ಸರ್ವಧರ್ಮಾನ್ಪರಿತ್ಯಜ್ಯ ಮಾಮೇಕಂ ಶರಣಂ ವ್ರಜ ।

ಅಹಂ ತ್ವಾ ಸರ್ವಪಾಪೇಭ್ಯೋ ಮೋಕ್ಷಯಿಷ್ಯಾಮಿ ಮಾ ಶುಚಃ ॥

ಸರ್ವ ಧರ್ಮಗಳನೂ ಪರಿತ್ಯಜಿಸಿ

ಶರಣಾಗು ಸಂಪೂರ್ಣವೂ ನನ್ನಲ್ಲಿ,

ಸರ್ವ ಪಾಪಗಳಿಂದಲೂ ನಾ ನಿನ್ನ

ಪಾರು ಮಾಡುವೆ ಇರದಿರು ಶೋಕದಲಿ

67.

ಇದಂ ತೇ ನಾತಪಸ್ಕಾಯ ನಾಭಕ್ತಾಯ ಕದಾಚನ ।

ನ ಚಾಶುಶ್ರೂಷವೇ ವಾಚ್ಯಂ ನ ಚ ಮಾಂ ಯೋಭ್ಯಸೂಯತಿ ॥

ನಿನ್ನಿಂದ ಇದನು ತಪದಲಿರದವಗೆ,

ಎಂದೂ ಭಕ್ತನಲ್ಲದವಗೆ ಕೂಡ,

ಇನ್ನು ಕೇಳಬಯಸದವಗೆ, ಕಿಚ್ಚಿರಲು

ಎನ್ನ ಬಗೆಗೆ, ಹೇಳಲ್ಪಡುವುದು ಬೇಡ

68.

ಯ ಇಮಂ ಪರಮಂ ಗುಹ್ಯಂ ಮದ್ಭಕ್ತೇಷ್ವಭಿಧಾಸ್ಯತಿ ।

ಭಕ್ತಿಂ ಮಯಿ ಪರಾಂ ಕೃತ್ವಾ ಮಾಮೇವೈಷ್ಯತ್ಯಸಂಶಯಃ ॥

ಪರಮ ಗೋಪ್ಯವಾಗಿರುವ ಇದನಾರು

ತೋರುತಲಿ ಎನ್ನಲಿ ಪರಮ ಭಕ್ತಿಯ

ಅರುಹುವನೋ ಎನ್ನ ಭಕ್ತರಲಿ ಆತ

ಬರುವನೆನ್ನಲ್ಲಿಗೆ - ಬೇಡ ಸಂಶಯ

69.

ನ ಚ ತಸ್ಮಾನ್ಮನುಷ್ಯೇಷು ಕಶ್ಚಿನ್ಮೇ ಪ್ರಿಯಕೃತ್ತಮಃ ।

ಭವಿತಾ ನ ಚ ಮೇ ತಸ್ಮಾದನ್ಯಃ ಪ್ರಿಯತರೋ ಭುವಿ ॥

ನನಗವನಿಗಿಂತ ಪ್ರಿಯಕರ ಸೇವೆಯ

ಮಾನವರಲಿ ಬೇರಿಲ್ಲ ಸಲಿಸುವವ

ಅನ್ಯರಾರೂ ಅವನಿಗೂ ಪ್ರಿಯರೆನಗೆ

ಇನ್ನು ಭುವಿಯಲಿ ಇರಲೂ ಅಸಂಭವ

70.

ಅಧ್ಯೇಷ್ಯತೇ ಚ ಯ ಇಮಂ ಧರ್ಮ್ಯಂ ಸಂವಾದಮಾವಯೋಃ ।
ಜ್ಞಾನಯಜ್ಞೇನ ತೇನಾಹಮಿಷ್ಟಃ ಸ್ಯಾಮಿತಿ ಮೇ ಮತಿಃ ॥

ಈ ನಮ್ಮ ಪವಿತ್ರ ಸಂವಾದವನು

ತಾನು ಅಧ್ಯಯನ ಮಾಡುವಳೂ ಸಹಿತ

ಜ್ಞಾನ ಯಜ್ಞ ರೂಪದಲಿ ಅವನಿಂದ

ನಾನಾಗುವೆ ಪೂಜಿತನೆಂದೆನ್ನ ಮತ

71.

ಶ್ರದ್ಧಾವಾನನಸೂಯಶ್ಚ ಶೃಣುಯಾದಪಿ ಯೋ ನರಃ ।
ಸೋಪಿ ಮುಕ್ತಃ ಶುಭಾಂಲ್ಲೋಕಾನ್ಪ್ರಾಪ್ನುಯಾತ್ಪುಣ್ಯಕರ್ಮಣಾಂ ॥

ತಿರಸ್ಕರಿಸದೇ ಶ್ರದ್ಧೆಯಲಿ ಯಾವ

ನರನಿದನು ಕೇಳಿ ಪಾಲಿಸಲೂ ಅವನು

ಮೀರಿ ಪಾಪಗಳನು, ಪುಣ್ಯಕರ್ಮಿಗಳು

ಸೇರುವ ಶುಭಲೋಕಗಳ ಹೊಂದುವನು

72.

ಕಚ್ಚಿದೇತಚ್ಛ್ರುತಂ ಪಾರ್ಥ ತ್ವಯ್ಯೈಕಾಗ್ರೇಣ ಚೇತಸಾ ।
ಕಚ್ಚಿದಜ್ಞಾನಸಂಮೋಹಃ ಪ್ರನಷ್ಟಸ್ತೇ ಧನಂಜಯ ॥

ಏನು ಪಾರ್ಥ? ಏಕಾಗ್ರ ಚಿತ್ತದಲಿ

ನಿನ್ನಿಂದ ಇದು ಕೇಳಲಾಯಿತೂ ಎಂತು?

ನಿನ್ನ ಅಜ್ಞಾನದಿಂದಾದ ಮೋಹವು

ಧನಂಜಯನೆ, ನಾಶವಾಯಿತೇ ಇಂತು?

73.

ಅರ್ಜುನ ಉವಾಚ ।

ನಷ್ಟೋ ಮೋಹಃ ಸ್ಮೃತಿರ್ಲಬ್ಧಾ ತ್ವತ್ಪ್ರಸಾದಾನ್ಮಯಾಚ್ಯುತ ।

ಸ್ಥಿತೋಸ್ಮಿ ಗತಸಂದೇಹಃ ಕರಿಷ್ಯೇ ವಚನಂ ತವ ॥

    ಅರ್ಜುನ ಉವಾಚ:

    ಚ್ಯುತಿ ಮೋಹಕಾಗಿ, ಸ್ಮೃತಿ ಬಂತು ನನಗೆ,

    ಪ್ರಾಪ್ತವಾಗಿ ನಿನ್ನನುಗ್ರಹ ಅಚ್ಯುತ,

    ಸ್ಥಿತನಾದೆ ನಾ, ಸಂದೇಹಗಳು ಸಕಲ

    ಗತವಾಗಿ ನಾ ನಡೆಸುವೆ ನಿನ್ನ ಮಾತ

74.

ಸಂಜಯ ಉವಾಚ ।

ಇತ್ಯಹಂ ವಾಸುದೇವಸ್ಯ ಪಾರ್ಥಸ್ಯ ಚ ಮಹಾತ್ಮನಃ ।

ಸಂವಾದಮಿಮಮಶ್ರೌಷಮದ್ಭುತಂ ರೋಮಹರ್ಷಣಮ್ ॥

    ಸಂಜಯ ಉವಾಚ:

    ಈ ತೆರದಲಿ ವಾಸುದೇವ ಹಾಗೂ

    ಪಾರ್ಥ ಮಹಾತ್ಮರ ನಡುವೆ ನಡೆದಂಥ

    ಅತ್ಯದ್ಭುತ ಹಾಗೂ ರೋಮಾಂಚಕ

    ಮಾತುಕತೆಯನು ಇರುವೆ ನಾನಾಲಿಸುತ

75.

ವ್ಯಾಸಪ್ರಸಾದಾಚ್ಚುತವಾನೇತದ್ಗುಹ್ಯಮಹಂ ಪರಮ್ ।

ಯೋಗಂ ಯೋಗೇಶ್ವರಾತ್ಕೃಷ್ಣಾತ್ಸಾಕ್ಷಾತ್ಕಥಯತಃ ಸ್ವಯಮ್ ॥

    ಪರಮ ರಹಸ್ಯ ಯೋಗವನು ವ್ಯಾಸರ

    ಕರುಣೆಯಿಂದ, ಯೋಗೇಶ್ವರ ಕೃಷ್ಣನು

    ಅರುಹಿದಂತೆಯೇ ತಾ ಸಾಕ್ಷಾತ್ತಾಗಿ

ನೇರವಾಗಿಯೇ ನಾನು ಕೇಳಿದೆನು

76.

ರಾಜನ್ಸಂಸ್ಮೃತ್ಯ ಸಂಸ್ಮೃತ್ಯ ಸಂವಾದಮಿಮಮದ್ಭುತಮ್ |
ಕೇಶವಾರ್ಜುನಯೋಃ ಪುಣ್ಯಂ ಹೃಷ್ಯಾಮಿ ಚ ಮುಹುರ್ಮುಹುಃ ||

ಹೇ ರಾಜನೇ, ಕೇಶವ-ಅರ್ಜುನರ

ಪರಮಾದ್ಭುತ ಪುಣ್ಯಕರ ಸಂವಾದವ

ಸ್ಮರಿಸುತಲಿ ಸ್ಮರಿಸುತಲಿ ನಾನಿರುತ

ಮರಳಿ ಮರಳಿ ಪಡುತಿರುವೆ ಸಂತಸವ

77.

ತಚ್ಚ ಸಂಸ್ಮೃತ್ಯ ಸಂಸ್ಮೃತ್ಯ ರೂಪಮತ್ಯದ್ಭುತಂ ಹರೇಃ |
ವಿಸ್ಮಯೋ ಮೇ ಮಹಾನ್ರಾಜನ್ನೃಷ್ಯಾಮಿ ಚ ಪುನಃ ಪುನಃ ||

ಹರಿಯ ಆ ಅತ್ಯದ್ಭುತ ರೂಪವನೂ

ಸ್ಮರಿಸಿ ಸ್ಮರಿಸಿ ಮಹತ್ತರವಾಗಿಹ

ಬೆರಗಾಗಿಹುದು ಎನಗೆ, ಹೇ ರಾಜಾ,

ಹರುಷಪಡುತಿಹೆ ಸಹಿತ ಪುನಃ ಪುನಃ

78.

ಯತ್ರ ಯೋಗೇಶ್ವರಃ ಕೃಷ್ಣೋ ಯತ್ರ ಪಾರ್ಥೋ ಧನುರ್ಧರಃ |
ತತ್ರ ಶ್ರೀರ್ವಿಜಯೋ ಭೂತಿರ್ಧ್ರುವಾ ನೀತಿರ್ಮತಿರ್ಮಮ ||

ಎಲ್ಲಿ ಇಹನೋ ಯೋಗೇಶ್ವರ ಕೃಷ್ಣ,

ಎಲ್ಲಿ ಇರುವನೋ ಧನುರ್ಧರ ಪಾರ್ಥ,

ಅಲ್ಲಿ ಸಿರಿ, ವಿಜಯ, ಶಕ್ತಿ, ಸ್ಥಿರ ನೀತಿ-

ನೆಲೆಸಿರುವುವು ಸಹಿತ ಎಂದೆನ್ನ ಮತ

ಓಂ ತತ್ಸದಿತಿ ಶ್ರೀಮದ್ಭಗವದ್ಗೀತಾಸೂಪನಿಷತ್ಸು
ಬ್ರಹ್ಮವಿದ್ಯಾಯಾಂ ಯೋಗಶಾಸ್ತ್ರೇ ಶ್ರೀಕೃಷ್ಣಾರ್ಜುನಸಂವಾದೇ
ಮೋಕ್ಷಸಂನ್ಯಾಸಯೋಗೋ ನಾಮಾಷ್ಟಾದಶೋಧ್ಯಾಯಃ॥